வி.பி.சிங்

ஜெகாதா

சத்யா

Title:
V.B. Singh
Jakatha

ISBN: 978-93-92474-66-8
Title Code : Sathyaa - 058

நூல் தலைப்பு
வி.பி.சிங்

நூல் ஆசிரியர்
ஜெகாதா

முதற்பதிப்பு
டிசம்பர் 2023

விலை : ₹ 275

பக்கம் : 214

Printed in India

Published by

Sathyaa Enterprises
No.137, First Floor,
Choolaimedu,
Chennai - 600 094.
044 - 4507 4203

Email
sathyaabooks@gmail.com

உள்ளே...

1.	இந்திய நாட்டின் இடஒதுக்கீட்டுக் காவலர்	4
2.	தமிழ்நாட்டு மக்களின் அன்புக்குரிய தலைவர்	18
3.	ராஜிவ்காந்தியுடன் கடும் மோதல் போக்கு	21
4.	வி.பி. சிங்கை கௌரவிக்கத் தவறிய இந்திய அரசியல்	26
5.	பின்னுக்குத் தள்ளப்பட்ட காங்கிரஸ் கட்சி	30
6.	இந்திய அரசியல் களத்தில் வெற்றி கண்ட காந்தியவாதி	34
7.	வி.பி.சிங் வீடு ஒரு ஜோதிடக் குடும்பம்	37
8.	என்னைத் தூக்கில் போடுங்கள்	40
9.	வி.பி.சிங்கின் எதிர் அரசியல் நிலைப்பாடு	45
10.	பூலான்தேவியை சரணடையச் செய்த வி.பி.சிங்	53
11.	1987 இடஒதுக்கீடு போராட்டம்	65
12.	காவிரி நடுவர் மன்றமும் வி.பி.சிங் உதவியும்	68
13.	இந்தியாவில் இடஒதுக்கீடு	87
14.	அம்பேத்கரின் ராஜபாட்டையில் வி.பி.சிங்	92
15.	சமூகநீதிக்கான முதல் அறிக்கை தந்த மண்டல்	127
16.	தேசிய முன்னணி உருவாக்கம்	134
17.	சமூகநீதி சரித்திரத்தின் அழியாத அத்தியாயம்	139
18.	தந்தை பெரியார் ஏகலைவன் வி.பி. சிங்	143
19.	வி.பி. சிங் சொன்ன குட்டிக்கதை	171
20.	சமூகநீதிக் காவலருக்கு திராவிடர் கழகத்தின் புகழாரம்	173
21.	அவதூறு வழக்கில் 9 லட்சம் அபராதம்	181
22.	அவர் ஒரு ராஜா அல்ல; துறவி	184
23.	கலைஞர் அரசியலின் கொள்கைக் கூட்டாளி வி.பி.சிங்	186
24.	இந்திய பிற்படுத்தப்பட்ட மக்களின் நாயகர்!	210

இந்திய நாட்டின் இடஒதுக்கீட்டுக் காவலர்

1

சமூக நீதி தொடர்பான பிரச்சனைகளில் தீர்வு காணும் முயற்சிகளில் தேசிய அளவில் பயணித்தவர் வி.பி.சிங்.

*1989*ம் ஆண்டு வி.பி.சிங்கின் அரசாங்கம் எஸ்சி - எஸ்டி சட்டத்தை அமல்படுத்தியது. இச்சட்டமானது பட்டியல் சாதிகள் மற்றும் பழங்குடியினருக்கு எதிரான வன்கொடுமைகளைத் தடுக்கிறது.

அப்போதுள்ள சட்டங்களின் விதிகள் இந்தக் குற்றங்களை சரிபார்க்க போதுமானதாக இல்லை என்று கண்டறியப்பட்டபோது இச்சட்டம் இயற்றப்பட்டது.

பட்டியலிடப்பட்ட சாதிகள் மற்றும் பழங்குடியினருக்கு எதிரான தொடர்ச்சி

யான மொத்த அவமானங்கள் மற்றும் குற்றங்களை அங்கீகரித்து பட்டியலிடப்பட்ட சாதிகள் மற்றும் பழங்குடியினர் அட்டூழியங்கள் தடுப்புச் சட்டம் 1989ஐ பாராளுமன்றம் நிறைவேற்றியது.

இந்தச் சமூகங்கள், சமூகத்தில் கண்ணியத்துடனும், சுயமரியாதை யுடனும், அச்சம் அல்லது வன்முறை அல்லது ஆதிக்க சாதியினரின் ஒடுக்கு முறையின்றி வாழ வழிவகை செய்யும் செயலுக்குமான முயற்சிகள் மூலம் அவர்களுக்கு நீதி வழங்குவதற்கான அரசாங்கத்தின் நோக்கத்தை வி.பி.சிங் கொண்டு வந்த சட்டத்தின் நோக்கங்கள் தெளிவாக வலியுறுத்துகின்றன.

இச்சட்டத்தின் மூலம் தீண்டாமை நடைமுறையானது அதன் வெளிப்படையான மற்றும் மறைவான வடிவத்தில் அறியக்கூடிய மற்றும் கட்டுப்படுத்த முடியாத குற்றமாக மாற்றப்பட்டது. மேலும் அத்தகைய குற்றத்திற்கு கடுமையான தண்டனை வழங்கப்படுகிறது. இந்தச் சட்டம் ஒருவழியாக சர்ச்சைகளுடன் நிறைவேற்றப்பட்டது.

வி.பி.சிங் எனப்படும் விஸ்வநாத் பிரதாப்சிங் 1989 முதல் 1990 வரை இந்தியாவின் 7வது பிரதமராகவும் மண்டாவின் 41வது ராஜாபகதூராக வும் இருந்த இந்திய அரசியல்வாதியும் சமூகநீதி போராளியுமாவார்.

இந்து ராஜ்புத் ஜமீன்தார் குடும்பத்தின் மூன்றாவது குழந்தையாக வி.பி.சிங் 1931 ஜுன் 25ல் பிறந்தார். அலகாபாத் மாவட்டத்தில் பெலன் ஆற்றங்கரையில் இவரது பிறந்த இடம் அமைந்துள்ளது.

மாண்டாவைச் சேர்ந்த ராஜா பகதூர் ராம்கோபால்சிங் என்பவரால் தத்தெடுக்கப்பட்டு வாரிசு ஆனார். அவர் 1914ல் தனது 10வது வயதில் மாண்டாவின் ராஜா பகதூர் ஆனார். அவரது முன்னோர்கள் மாணிக் கபூரின் முன்னோடி மாநிலத்தின் ஆட்சியாளர்களாக இருந்தனர்.

இவரது குடும்பம் மாண்டா ஜமீன்தாரின் ஹர்வார் குலத்தைச் சேர்ந்தது.

இவர் டேராடூனில் உள்ள கர்னல் பிரவுன் கேம் பிரிட்ஜ் பள்ளியில் தனது கல்வியை பெற்றார். அலகாபாத் பல்கலைக் கழகத்தில் கலை மற்றும் சட்டத்தில் இளங்கலை பட்டம் பெற்றார். பின்னர் புனே பல்கலைக் கழகத்தில் பெர்குசன் கல்லூரியில் இயற்பியலில் இளங்கலை பட்டம் பெற்றார்.

வி.பி.சிங் பிரதமராக இருந்த காலத்தில் இந்தியா பிற்படுத்தப்பட்ட சாதியினருக்கான மண்டல் கமிஷன் அறிக்கையை அமல்படுத்தினார். இது சட்டத்திற்கு எதிராக பெரும் எதிர்ப்புகளுக்கு வழிவகுத்தது.

இவர் 62வது திருத்தத்தை உருவாக்கி பட்டியல் சாதி மற்றும் பழங்குடியினர் சட்டத்தை இயற்றினார். இவருடைய காலத்தில் ருபையா சயீத் கடத்தல் நடந்தது. அதன் தொடர்ச்சியாக பயங்கரவாதிகள் விடுவிக்கப்பட்டனர்.

1990ல் காஷ்மீர் பள்ளத் தாக்கிலிருந்து காஷ்மிரி இந்துக்களின் இழிவான வெளியேற்றம் நடந்தது.

ராமர் ரத யாத்திரைக்கு வி.பி.சிங் எதிர்ப்பு தெரிவித்ததைத் தொடர்ந்து தேசிய முன்னணிக்கான ஆதரவை பாஜக திரும்பப் பெற்றது. மேலும் இவரது அரசாங்கம் தோல்வியடைந்தது. நம்பிக்கையில்லா வாக்கெடுப்பு நடைபெற்றது 1990 நவம்பர் 7ல் வி.பி.சிங் ராஜினாமா செய்தார். இவரது பதவிக்காலம் 343 நாட்கள் மட்டுமே நீடித்தது.

வி.பி.சிங் 1991 தேர்தலில் தேசிய முன்னணியின் பிரதமர் வேட்பாளராக இருந்தார். ஆனால் தோற்கடிக்கப்பட்டார்.

1992ல் பாபர் மசூதி இடிப்புக்கு எதிராக வி.பி.சிங் குரலெழுப்பினார். 1996க்குப் பின் வி.பி.சிங் அரசியல் பதவிகளில் இருந்து ஓய்வு பெற்றார்.

1980ம் ஆண்டு ஜனதாவின் இடையீட்டுக்குப் பிறகு இந்திராகாந்தி மீண்டும் தேர்ந்தெடுக்கப்பட்ட போது வி.பி.சிங் உத்தரப் பிரதேசத்தின் முதலமைச்சராக நியமிக்கப்பட்டார்.

1983ல் சில முக்கியமான கொள்ளைக்காரர்களின் சரணடைதலை அவர் தனிப்பட்ட முறையில் மேற்பார்வையிட்டார்.

பெஹ்மாய் படுகொலை நாடு முழுவதும் சீற்றத்தைத் தூண்டி அதன்மூலம் வி.பி.சிங் கொலைகளை அடுத்து ராஜினாமா செய்தார்.

போலீஸ் என்கவுண்டரில் பூலான் தேவியைக் கொல்ல வேண்டாம் என்று காவல்துறை அதிகாரிகளுக்கு அறிவுறுத்தி அவள் உயிரைக் காப்பாற்றினார் பூலான்தேவி சரணடைந்தார்.

உத்தரப்பிரதேச முதல்வர் பதவியில் இருந்து அவர் ராஜினாமா செய்த

பிறகு 1984ம் ஆண்டு ராஜ்யசபா தலைவராக நியமிக்கப்பட்டார் வி.பி.சிங் 1987 வரை அவர் பதவி வகித்தார்.

அமிதாப் பச்சனால் காலியான அலகாபாத் தொகுதிக்கு இடைத் தேர்தலில் வெற்றி பெற்று மக்களவையில் நுழைந்தார் வி.பி.சிங்.

ராஜீவ்காந்தி மற்றும் இந்திராகாந்திக்கு மிகவும் நெருக்கமானவராகக் கருதப்பட்டார் வி.பி.சிங்.

போபர்ஸ் ஒப்பந்தத்தில் ஊழலுக்கு அவர் எதிர்ப்பு தெரிவித்ததால் மிஸ்டர் க்ளீன் என்று அறியப்பட்டார்.

1989 மக்களவைத் தேர்தலில் வெற்றி பெற்று இந்தியப் பிரதமரானார் சிங். இடதுசாரிகளின் கூட்டணிக்கு துணையாக நின்றார். ராஜீவ் காந்தியை பதவியிலிருந்து இறக்க பாரதீய ஜனதா கட்சி 1989 தேர்தலில் வி.பி.சிங் பக்கம் நின்றது.

எல்.கே அத்வானியின் ரதயாத்திரையின் நடுவில் அவருக்கு எதிராக கைது வாரண்ட் பிறப்பித்து வி.பி.சிங் தைரியமாக செயல்பட்டார்.

வி.பி.சிங் இந்திய தேசிய காங்கிரசின் மூத்த மற்றும் சக்தி வாய்ந்த தலைவர்களில் ஒருவராக பட்டியலில் உள்ளார். பாதுகாப்பு, வெளியுறவு மற்றும் நிதி போன்ற முக்கிய அமைச்சக பதவிகளை அவர் வகித்துள்ளார்.

1984 பொதுத் தேர்தலில் ராஜீவ் காந்தியின் ஆணையைத் தொடர்ந்து புதுதில்லிக்கு அழைக்கப்பட்டார். இந்தியாவின் பத்தாவது அமைச்சரவை யில் நிதியமைச்சர் பதவிக்கு சிங் நியமிக்கப்பட்டார்.

அவர் நிதியமைச்சராக இருந்த காலத்தில் தங்க வரியைக் குறைத்து பறிமுதல் செய்யப்பட்ட தங்கத்தின் ஒரு பகுதியை போலீசாருக்கு கொடுத்து தங்கக் கடத்தலைக் குறைப்பதை மேற்பார்வையிட்டார்.

வணிகத்தின் மீதான அரசாங்க ஒழுங்குமுறைகளைக் குறைப்பதற்கும், வரி மோசடி வழக்கு தொடரவும் சிங்கின் முயற்சிகள் பரவலான பாராட்டைப் பெற்றன.

வி.பி.சிங் இந்தியாவின் 16வது வெளி விவகார அமைச்சராக நியமிக்கப் பட்டார். ஆனால் அவர் மிகக் குறுகிய நாட்களே அப்பதவியை வகித்தார்.

அருண் நேரு மற்றும் ஆரிப் முகமதுகான் ஆகியோருடன் இணைந்து

வி.பி.சிங் ஜன்மோர்சா என்ற எதிர்க்கட்சியை உருவாக்கினார்.

1988 அக்டோபர் 11 அன்று அசல் ஜனதா கூட்டணியின் தலைவர் ஜெயப் பிரகாஷ் நாராயணனின் பிறந்த நாளில், ஜன்மோர்ச்சா, ஜனதா கட்சி, லோக்தளம் மற்றும் காங்கிரஸ் (எஸ்) ஆகியவற்றின் இணைப்பின் மூலம் ஜனதா தளத்தை வி.பி.சிங் நிறுவினார்.

ராஜீவ்காந்தி அரசை எதிர்க்கும் அனைத்து மத்திய வாதக் கட்சிகளை யும் ஒன்றிணைக்கும் வகையில் ஜனதா தளத்தின் தலைவராக வி.பி.சிங் தேர்ந்தெடுக்கப்பட்டார்.

திராவிட முன்னேற்றக் கழகம், தெலுங்கு தேசம் கட்சி, அசாம் கணபரிஷத் உள்ளிட்ட பிராந்திய கட்சிகளுடன் ஜனதா தளத்தின் எதிர்க்கட்சிக் கூட்டணி உருவானது. தேசிய முன்னணி என்று அழைக்கப் பட்டது.

ராஜீவ் காந்திக்கு மாற்றாக காங்கிரசுக்கு எதிர் அணியினர் வி.பி.சிங்கையே தூய்மையான மாற்று பிரதம வேட்பாளராக முன்னிருத்தி இருந்த போதிலும் டிசம்பர் 1, 1989 அன்று வி.பி.சிங் நாடாளுமன்றத்தின் நடு அவையில் தேவிலாவை பிரதமர் பதவிக்கு பரிந்துரைத்தார்.

ஆனால் அரியானாவின் ஜாட் தலைவரான தேவிலால் பிரதமர் பதவியை ஏற்க மறுத்து பெருந்தன்மையாக வி.பி.சிங்கையே பிரதமர் பதவிக்கு பரிந்துரைத்தார்.

ஆனால் ஜனதா தளத்தின் கட்சிக்குள்ளேயே வி.பி.சிங்கின் பிரதமர் பதவிக்கு போட்டியாளராக விளங்கிய தேவிலாலின் நெருங்கிய நண்பரான சந்திரசேகருக்கு பிரதமர் பதவியை தர மறுத்ததை பல கட்சி யினருக்கு நடுவே ஆச்சரியத்தை ஏற்படுத்தியது.

ஏனென்றால் கருத்தாருமித்த பிரதமர் வேட்பாளராக தேவிலால் வருவார் என சில தலைவர்கள் அவரிடம் கூறியதே.

அவர் காங்கிரசில் பல பதவிகளில் நேர்மையாக செயல்பட்டு வந்த ராஜீவ்காந்தியின் அரசின் மீது பல ஊழல் குற்றச்சாட்டுகளை கண்டு பிடித்து எதிர்த்த அமைச்சர் வி.பி.சிங்கை பிரதமருக்கான தகுதி வேட்பாள ராக அறிவித்து விட்டு நாடாளுமன்ற கூட்டத்திலிருந்து வெளியேறிய தேவிலால் அமைச்சரவையிலும் பங்கு பெறவும் மறுத்துவிட்டார்.

காங்கிரஸ் அல்லாத கட்சிகளுடன் இணைந்து மத்தியில் மொரார்ஜி தேசாயின் ஜனதா கட்சிக்கு பிறகு இரண்டாவது முறை கூட்டணி அமைத்தவர் என்ற பெருமையும் வி.பி.சிங்குக்கு உண்டு.

வி.பி.சிங் டிசம்பர் 2, 1989லிருந்து நவம்பர் 10, 1990 வரை இந்தியாவின் பிரதம மந்திரியாக இருந்தார். பதவியேற்ற சில நாட்களிலேயே அரசு நெருக்கடிகளை சந்தித்தது. காஷ்மீர் தீவிரவாதிகள் அப்போதைய உள்துறை மந்திரி முப்தி முகமது சையதின் மகளை கடத்திச் சென்றனர்.

தீவிரவாதிகளின் நிபந்தனைக்கிணங்க சில தீவிரவாதிகளை அரசு விடுதலை செய்து அமைச்சரின் மகளை மீட்டது.

மாநில பிரிவினைவாதிகளுக்கு எதிராக அரசு கடும் நடவடிக்கை எடுக்கவில்லை என கருதிய பாஜகவின் வற்புறுத்தலினால் சர்ச்சைக்குரிய முன்னாள் அதிகாரியான ஜக்மோகனை ஜம்மு காஷ்மீர் மாநில ஆளுநராக நியமித்தார்.

அதிகாரபூர்வ மற்ற காஷ்மீர் இஸ்லாம் தலைவரான மிர்வாச்சின் மரண ஊர்வலத்தின்போது நடந்த துப்பாக்கிச் சூடு நடத்த ஜக்மோகன் உத்தரவு கொடுத்ததன் விளைவாக காஷ்மீர் தீவிரவாதம் மேலும் பரவ காரணமாக இருந்தார்.

வி.பி.சிங் பொற்கோயிலுக்கு சென்று இந்திரா காந்தி அரசில் நடைபெற்ற புளூஸ்டார் நடவடிக்கைக்காக மன்னிக்கும்படி வேண்டினார். இலங்கையிலிருந்து இந்திய அமைதி காக்கும் படையை வி.பி.சிங் விலக்கிக் கொண்டார்.

இதற்கு முன்பு காங்கிரசின் எமர்ஜென்சியை எதிர்த்து தொடங்கப்பட்ட ஜெயபிரகாஷ் நாராயணனின் ஜனதாகட்சி ஆட்சியில் அக்கட்சி பிரதமர் மொரார்ஜிதேசாய் கொண்டு வந்த மண்டல் ஆணைக்குழுவை அவர் பரிந்துரை செய்து நடைமுறை செய்வதுக்குள் கட்சியில் ஏற்பட்ட ஒற்றுமையின்மையால், பிரதமர் தலைமை சரண்சிங் வசம் வந்துவிட, சிறிது காலத்திலேயே ஜனதா கட்சி ஆட்சி 1980ம் ஆண்டு கவிழ்ந்ததால், 1990ல் பத்து வருடங்களுக்குப் பிறகு ஜனதா கட்சியின் நீட்சியாக மாறிய ஜனதா தளம் ஆட்சியில் வி.பி.சிங் தலைமையில் மண்டல்கமிஷன் பரிந்துரை உயிர்பெற்றது.

தேசிய அளவில் சமூகநீதி தொடர்புடைய கருத்துக்களையும், பிரச்சினைகளையும் முன்னெடுத்துச் செல்ல முடிவு செய்து மண்டல கமிஷன் பரிந்துரைகளை நடைமுறைபடுத்த முடிவு செய்தார்.

இத்திட்டமானது பிற்படுத்தப்பட்ட மக்களுக்கு பொதுத்துறை அமைப்பு மத்திய அரசாங்கம் சார்ந்த வேலை வாய்ப்புகள் குறிப்பிட்ட விழுக்காடு இடங்களை ஒதுக்கீடு செய்ய மண்டல் கமிஷன் பரிந்துரைத்தது.

இந்த மண்டல் கமிஷன் இடஒதுக்கீடு வேலைவாய்ப்பு திட்டம் பிற்படுத்தப்பட்ட மக்களுக்கு சலுகையாகவும் சாதகமாகவும் இருந்தாலும், உயர்சாதி மக்களுக்கு இந்த இட ஒதுக்கீட்டில் எந்த பலனும் இல்லாததால் கடும் எதிர்ப்பு நிலை ஏற்பட்டு வட இந்தியாவில் பல மத கலவரங்களும், தீக்குளிப்பு உயிர் பலி போராட்டங்களும் நடந்தேறியதால் வி.பி.சிங் ஆட்சியை பல எதிர்கட்சி தலைவர்கள் விமர்சித்தனர்.

ஆனால் இந்த மண்டல கமிஷன் பரிந்துரையை அமல்படுத்தியதாலும், அப்போது வட இந்தியாவில் நடந்த ராமர் யாத்திரையை தடுத்து நிறுத்தி கைது செய்யப்பட்டதால் ஜனதா தளம் ஆட்சிக்கு பாஜக அளித்து வந்த ஆதரவை விலக்கிக் கொண்டதால் வி.பி.சிங் பிரதமர் பதவியை இழந்து ஜனதா தளம் ஆட்சி கவிழ்ந்தது.

இட ஒதுக்கீடு தொடர்பான வழக்கில் 1992ம் ஆண்டு நவம்பர் மாதம் மத்திய அரசின் மண்டல் கமிஷன் உத்தரவு செல்லும் என்று சுப்ரீம் கோர்ட் தீர்ப்பு கிரிமிலேபர் முறையில் வழங்கிய போது, இந்த தீர்ப்பு வரலாற்றுச் சிறப்புமிக்கது.

பல்லாண்டுகளாக மத்திய அரசாங்கம் சம்பந்தப்பட்ட வேலைகளில் சுரண்டப்பட்டு வந்தவர்களுக்கு இந்தத் தீர்ப்பு பெரும் சவுக்கடி என்று கூறினார் வி.பி.சிங். தனது முயற்சிக்கு கிடைத்த மகத்தான வெற்றி என்று மகிழ்ச்சி தெரிவித்தார்.

மண்டல கமிஷன் நாயகன் என்று புகழாரம் சூட்டினார் கலைஞர் கருணாநிதி. வி.பி.சிங் ஆட்சியின்போது 1989ல் அம்பானி, லார்சன் மற்றும் டூப்ரோ நிறுவனத்தின் தலைவராக பொறுப்பேற்றுக் கொண்டார்.

1990ல் லார்சன் டூப்ரோ நிறுவனத்தின் முழு நிர்வாகத்தை கைப்பற்ற திருபாய் அம்பானியின் ரிலையன்ஸ் குழுமம் மேற்கொண்ட முயற்சி

களை அரசு நிதி நிறுவனங்களான ஆயுள் காப்பீட்டு நிறுவனம் மற்றும் பொது காப்பீட்டு நிறுவனம் ஆகியவை தடுத்தன.

லார்சன் டூப்ரோ நிறுவனத்தின் நிர்வாகத்தை கைப்பற்ற முடியாது என்பதை உணர்ந்து கொண்ட அம்பானி, அந்நிறுவனத்தின் செயற்குழு தலைவர் பதவியிலிருந்து விலகிக் கொண்டார். அதைத் தொடர்ந்து இந்திய ஸ்டேட் வங்கியின் டி.என். கோஸ் தலைவராக பொறுப்பேற்றுக் கொண்டார்.

வி.பி.சிங் 17 ஆண்டுகளாக ரத்தப் புற்றுநோயால் அவதிப்பட்டு வந்தார். மேலும் அவருக்கு சிறுநீரக கோளாறும் இருந்து வந்தது. வி.பி.சிங் உடல்நலக் குறைவால் 27 நவம்பர் 2008 அன்று மரணம் அடைந்தார்.

●

மன்னர் பரம்பரையில் பிறந்து காங்கிரஸ் பேரியகத்தின் அசைக்க முடியாத தூணாக உருவெடுத்தவர் விஸ்வநாத் பிரதாப் சிங் எனும் வி.பி.சிங்.

ராஜீவ்காந்திக்கு எதிராக கலகம் எழுப்பி காங்கிரசை தூக்கி எறிந்து விட்டு காஷ்மீர் முதல் கன்னியாகுமரி வரையிலான ஜனநாயக சக்திகளோடு கைகோர்த்து மகத்தான ஐக்கிய முன்னணியைக் கட்டி எழுப்பியவர்.

அன்று மாநிலங்களின் மாபெரும் தலைவர்களாக திகழ்ந்த கருணாநிதி, என்.டி.ராமாராவ் என அத்தனை சக்திகளையும் ஒன்று திரட்டி இந்திய அரசியலின் தலையெழுத்தை தலைகீழாக்கிய மகத்தான அரசியல் தலைவர் வி.பி.சிங்.

மத்திய அரசுப்பணிகளில் இதர பிற்படுத்தப்பட்டோருக்கான 27% இட ஒதுக்கீட்டை அமல்படுத்தும் மண்டலகுழு பரிந்துரைகளை தடைகளை உடைத்து நிறைவேற்றி காட்டியவர். இதற்காக தமது ஆட்சி அதிகாரத்தையே பறிகொடுத்தவர். அதனால்தான் சமூகநீதிக் காவலர் என தமிழகம் காலந்தோறும் வி.பி.சிங்கைப் போற்றுகிறது.

வி.பி.சிங் பிரதமராக இருந்தபோது வழங்கிய கொடைகள் வரலாற்றுச் சிறப்புமிக்கவை. காவிரி நடுவர் மன்றம் அமைத்திட அவர் உறுதுணை யாக இருந்தார்.

1980 முதல் *1982* வரை உத்தரப்பிரதேச மாநில முதலமைச்சராக விளங்கிய வி.பி.சிங் அந்த காலகட்டத்தில் உத்தரப் பிரதேசத்தின் சில மாவட்டங்களில் வழிப்பறிச் சம்பவங்கள் அதிகரித்து வருவதை கட்டுப் படுத்த முடியாததற்கு பொறுப்பேற்று முதலமைச்சர் பதவியிலிருந்து விலகினார்.

வி.பி.சிங் பாதுகாப்பு அமைச்சராக இருந்த போதுதான் ஸ்வீடனைச் சேர்ந்த போஃபர்ஸ் நிறுவனத்திடம் இந்தியா ஆயுதம் வாங்குவதற்காக இந்தியாவின் பிரதமர் ராஜீவ்காந்தி உள்ளிட்ட மூத்த காங்கிரஸ் அரசியல்வாதிகள் லஞ்சம் வாங்கியதாக குற்றச்சாட்டு எழுந்தது.

போர்ஃபர்ஸ் பீரங்கி வாங்கியதில் முறைகேடு நடந்ததாக வி.பி.சிங் கடுமையாக பிரச்சாரம் செய்தார். பிரதமர் ராஜீவ்காந்தி வி.பி.சிங்கை பதவி நீக்கினார்.

*1989*ல் நடந்த நாடாளுமன்றத் தேர்தலில் தேசிய முன்னணியில் அங்கம் வகித்த தி.மு.க. ஒரு மக்களவைத் தொகுதியில் கூட வெற்றி பெற வில்லை. எனினும் தி.மு.க.வைச் சேர்ந்த முரசொலி மாறனுக்கு அமைச்சரவையில் இடம் வழங்கினார் வி.பி.சிங்.

கொள்ளையர்களை கட்டுப்படுத்துவதிலும், வரி ஏய்ப்பை தடுப்பதி லும், ஊழலை எதிர்ப்பதிலும் ஏற்கனவே உறுதியோடு நின்ற வி.பி.சிங் பிரதமரானபோது பிற்படுத்தப்பட்ட மற்றும் ஒடுக்கப்பட்ட மக்கள் சமூக, அரசியல், பொருளாதார விடுதலையை அடைவதிலும் உறுதி யோடு நின்றார்.

பிரதமராக பதவி விலகிய வி.பி.சிங் அதன்பிறகு கலந்து கொண்ட கூட்டங்களில் திட்டமிட்டுத் தாக்குதல்கள் நடத்தப்பட்டன.

தேசிய முன்னணியின் சார்பில் அவர் கிழக்கு உத்தரபிரதேசத்தில் சுற்றுப்பயணத்தை தொடங்கிய போது, கோரக்பூரில் வி.பி.சிங் பேசிக் கொண்டிருந்த மேடையின் மீது கற்கள் வீசப்பட்டன. வி.பி.சிங் அருகில் நின்றிருந்த சரத்யாதவும், அஜீத் சிங்கும் பலத்த காயமடைந்து மருத்துவ மனைக்கு அனுப்பப்பட்டார்கள்.

‘நான் உங்கள் முன்னால் ரத்தமும் சதையுமாக நின்று கொண்டிருக் கிறேன். என் முன்னால் வந்து உங்கள் விருப்பப்படி தாக்குங்கள். ஆனால் நான் ஏற்றுக் கொண்டிருக்கிற சமூகநீதிக் கொள்கையில் நான் உறுதி

யாகவே நிற்கிறேன்' என்று முழங்கினார்.

ஏற்றுக்கொண்ட கொள்கையில் இறுதிவரை உறுதியாக நின்றவர் வி.பி.சிங். பிரதமராகப் பதவி விலகிய பிறகு அவர் எந்தப் பதவியையும் விரும்பவில்லை. தானாகத் தேடிவந்த போதும் கூட ஏற்றுக் கொள்ள வில்லை.

பதவி விலகல் என்பது வி.பி.சிங்கைப் பொறுத்தவரை அவரது அரசியல் வாழ்வு முழுவதும் தொடர்ந்து வந்த ஒன்று.

வி.பி.சிங் உத்தரப்பிரதேச முதல்வராக பொறுப்பேற்ற போது 'கறைபடியாத கரங்கள்' என்ற எடுத்த நற்பெயர் அவர் அரசியலின் இறுதிக்காலம் வரை தொடர்ந்தது.

காங்கிரஸ் தலைமை தனக்கு உயரிய பதவிகளை அளித்தாலும் விசுவாசம் காட்டுபவராக இல்லாமல் தனது மனசாட்சியின்படியே பணியாற்றியவர் அவர். நிதியமைச்சராக பதவி வகித்தபோது வரி ஏய்ப்பில் ஈடுபட்ட தொழிலதிபர்களின் கோபத்துக்கும் அவர்களோடு நெருக்கம் காட்டிய கட்சி தலைமையின் கோபத்துக்கும் ஆளானார். விளைவாக நிதியமைச்சர் பொறுப்பிலிருந்து விடுவிக்கப்பட்டு பாதுகாப்புத்துறை அமைச்சரானாக்கப்பட்டார்.

வி.பி.சிங்கின் நடவடிக்கைகளுக்கு கடிவாளம் போடுவதற்காகவே ராஜீவ்காந்தி பாதுகாப்புத் துறையை வழங்கினார். ஆனால் அதுவே ராஜீவ்காந்தி மீதான ஊழல் குற்றச்சாட்டை வெளிக் கொணரவும் விவாதிக்கவும் காரணமாயிற்று.

சுதந்திர இந்தியாவின் முதலாவது பிற்படுத்தப்பட்டோர் ஆணையத் தலைவரான காகா கலேல்கரை காந்திய வாதியாக மட்டுமே அறிகிறோம். அவரது அறிக்கையை மத்திய அரசு கடைசி வரைக்கும் கண்டு கொள்ளவே இல்லை. இரண்டாவது பிற்படுத்தப்பட்டோர் ஆணையமும் அதற்கு தலைவராகப் பொறுப்பு வகித்த பி.பி.மண்டலுமே இன்றும் விவாதப் பொருளாக இருக்கிறார்கள். மண்டல குழுவின் பரிந்துரைகள் நிறைவேற்றப்பட்டதே அதற்குக் காரணம்.

நாட்டின் ஏழாவது பிரதமராகப் பதவி வகித்த வி.பி.சிங் பத்தாண்டு காலம் கிடப்பில் போடப்பட்டிருந்த அந்தப் பரிந்துரைகளை நிறை வேற்றியதற்காக தனது பிரதமர் பதவியையே விலையாக கொடுக்க

வேண்டியிருந்தது. ஆனால் செயற்கரிய செயலைச் செய்து முடித்த மன நிறைவோடு பதவி விலகினார் வி.பி.சிங்.

இந்திய அரசியலில் தனித்தன்மை கொண்ட ஆளுமைகளுள் ஒருவர் வி.பி.சிங். இட ஒதுக்கீட்டுப் போராளி என்றும் இவரை அழைக்கிறார்கள்.

ஜவஹர்லால் நேரு காலத்தில் காங்கிரசில் இணைந்து அரசியலில் ஈடுபடத் தொடங்கிய வி.பி.சிங் இந்திராகாந்தி, ராஜீவ்காந்தி ஆகியோர் தலைமையிலான மத்திய அரசில் பல்வேறு துறைகளுக்கும் அமைச்சராக விளங்கியுள்ளார்.

அதன்பின் எதிரெதிர் துருவங்களான பாரதிய ஜனதா மற்றும் இடது சாரிகளின் ஆதரவோடு ஆட்சி செய்த வி.பி.சிங் தேசிய அளவிலான அரசியல் கூட்டணிகளுக்கு முன்னோடியாகவும் திகழ்ந்தார்.

கூட்டணி ஆட்சிக்காலம் இட ஒதுக்கீடு தொடர்பான உறுதியான நடவடிக்கைகளுக்காகவும் வி.பி.சிங் என்றென்றும் நினைவு கூறப்படுகிறார்.

வி.பி.சிங் உருவாக்கிய மண்டல கமிஷன் அறிக்கையால் ஏற்பட்ட எழுச்சியை திசை திருப்ப இராமர் கோயில் கட்டும் விவகாரத்தை கையில் எடுத்தது பாஜக.

அயோத்தியில் பாபர் மசூதி இருக்கும் இடத்தில் இராமர் கோயில் கட்டுவோம் என்ற முழக்கத்துடன் எல்.கே. அத்வானி ரதயாத்திரை புறப்பட்டார். குஜராத்திலுள்ள சோமநாதர் ஆலயத்திலிருந்து தனது ரத யாத்திரையை அத்வானி துவக்கினார்.

ரதயாத்திரை சென்ற இடமெல்லாம் மதக் கலவரம் வெடித்தது. நாட்டில் அமைதியற்ற சூழ்நிலை உருவாக்கப்பட்டது.

அப்பொழுது பிரதமர் வி.பி.சிங்கை சந்தித்து பாஜக தலைவர் வாஜ்பாய், மண்டல் அறிக்கையை நடைமுறைப்படுத்த பிறப்பிக்கப் பட்ட அரசாணையை திரும்பப் பெற்றால், அத்வானியின் ரத யாத்திரையை நிறுத்தச் சொல்கிறேன் என்று கூறினார். வி.பி.சிங் அந்த நிபந்தனையை ஏற்க மறுத்தார்.

அத்வானியின் யாத்திரை பீகாருக்குள் நுழைந்தால் அதனை தடுத்து நிறுத்தி அவரைக் கைது செய்வேன் என்று அன்று பீகார் மாநில முதல்வ

ராக இருந்த லாலு பிரசாத் அறிவித்தார். ரதயாத்திரை நிறுத்தப்பட்டால் அத்வானி கைது செய்யப்பட்டால் ஆட்சிக்கு அளித்து வரும் ஆதரவை திரும்பப் பெறுவோம் என்று பாஜக அறிவித்தது.

பீகாரில் ரதயாத்திரை நுழைந்ததும் அது நிறுத்தப்பட்டது. அத்வானி கைது செய்யப்பட்டார். பாரதிய ஜனதா கட்சி ஆட்சிக்கு அளித்து வந்த ஆதரவை திரும்பப் பெறுவதாக அறிவித்தது. ஆட்சிக்கு பெரும்பான்மை இருப்பதை நிரூபிக்குமாறு குடியரசுத் தலைவர் கேட்டுக் கொள்ளா நாடாளுமன்றத்தை எதிர்கொண்டார் வி.பி.சிங்.

மண்டல் அறிக்கையை 195 உறுப்பினர்களைக் கொண்ட முக்கிய எதிர்கட்சியான காங்கிரசும், 89 உறுப்பினர்களைக் கொண்ட பாரதிய ஜனதா கட்சியும் எதிர்த்ததோடு மட்டுமல்லாமல் ஜனதா தளத்திலேயே ஒரு அணி எதிர்த்தது. சந்திரசேகர் தலைமையிலான 38 உறுப்பினர்கள் வி.பி.சிங்கை எதிர்த்தனர்.

இந்திய நாட்டின் மக்கள் தொகையில் பாதிக்கும் மேற்பட்ட இதர பிற்படுத்தப்பட்ட வகுப்பினர்களுக்கு வேலைவாய்ப்பில் கால்பங்கு இடஒதுக்கீடு அளித்ததை அன்றைக்கு இந்திய நாடாளுமன்றத்தில் 300க்கும் மேற்பட்ட உறுப்பினர்கள் எதிர்த்தனர்.

ஆட்சி கவிழ்வது நிச்சயம் என்ற நிலையிலும் அரசு உத்தரவை திரும்பப் பெறுவதில்லை என்ற முடிவுடன் நம்பிக்கை வாக்கெடுப்பு கோரினார் வி.பி.சிங்.

நம்பிக்கைத் தீர்மானத்தின் மீது நடந்த விவாதத்தில் பங்கேற்றுப் பேசிய எதிர்க்கட்சித் தலைவர் ராஜீவ்காந்தி இடையிடையே தண்ணீர் குடித்துக் கொண்டு பத்து மணிநேரம் பேசினார்.

அதற்கு முன்பு விவாதத்தில் பங்கேற்று பேசிய அக்கட்சியின் மூத்த உறுப்பினர் வசந்த் சாத்தே, இதர பிற்படுத்தப்பட்டவர்களுக்கு அரசு வேலை வாய்ப்பில் இடஒதுக்கீடு அளிக்கும் அரசின் உத்தரவு, தகுதி யின்மைக்கும், திறமையின்மைக்கும் வழிவகுக்கும் என்று காட்டமாக பேசினார்.

'இது இந்திய மக்களை சாதிவாரியாக பிளவுபடுத்தும் நடவடிக்கை' என்று பாரதிய ஜனதா கட்சி கூறியது.

இடதுசாரிகளும் தேசிய முன்னணியில் இடம் பெற்ற தி.மு.க. உள்ளிட்ட கட்சிகளின் உறுப்பினர்கள் ஆணித்தரமாக வாதங்களை முன்வைத்து பேசினர்.

நவம்பர் 9ம் தேதி இரவு இந்திய மக்கள் ஆவலுடன் எதிர்பார்த்திருந்த அந்த வேளையில் விவாதங்களுக்கு பதிலளித்து பிரதமர் வி.பி.சிங் பதிலுரையாற்றினார்.

அரசியல் ரீதியாக தன்னை நிலைப்படுத்திக் கொள்ள மக்களைப் பிரிக்கிறார் என்ற குற்றச்சாட்டிற்கு பதிலளித்த வி.பி.சிங் இதர பிற்படுத்தப்பட்ட மக்களின் உழைப்பை, பங்களிப்பை பெற்றுக் கொண்ட இந்திய சமூகம் அவர்களுக்கு உரிய பிரதிநிதித்துவத்தை அளிக்க மறுப்பது ஏன்? என்று கேள்வி எழுப்பினார்.

எந்த மக்களிடமிருந்து இந்தியாவின் ஆட்சி அதிகாரத்தை செலுத்த வாக்குகள் பெற்று வந்தோமோ அவர்களுக்கு அதிகாரத்தை திரும்ப வழங்கவே மண்டல் அறிக்கையின் அடிப்படையில் இடஓதுக்கீடு செய்த தாக கூறிய வி.பி.சிங் தனது நடவடிக்கை சரியா இல்லையா என்பது நாட்டு மக்களின் முடிவிற்கு விட்டு விடுவதாகக் கூறினார்.

வி.பி.சிங் அரசின் மீதான நம்பிக்கை வாக்கெடுப்பு நடந்தது. அரசிற்கு ஆதரவாக 142 வாக்குகள் மட்டுமே கிடைத்தன. அரசை எதிர்த்து - இதர பிற்படுத்தப் பட்டோருக்கு இட ஓதுக்கீடு வழங்கப்பட்டதை எதிர்த்து 346 வாக்குகள் பதிவானது. வி.பி.சிங் அரசு பதவியிலிருந்து தூக்கி எறியப்பட்டது.

வாக்கெடுப்பில் தோற்கடிக்கப்பட்ட பிரதமர் வி.பி.சிங் நாடாளு மன்றத்தை விட்டு வெளியே வந்தபோது, அங்கிருந்த பத்திரிகையாளர் ஒருவர் அவரிடம், 'நீங்கள் பிரதமராக இருக்கும் கடைசி நாள் எது? அது பற்றி என்ன கூறுகிறீர்கள்?' என்று கேட்டார்.

'எனது அருமை நண்பரே அரசியல் நாட்காட்டியில் கடைசி நாள் என்று ஏதுமில்லை' என்று வி.பி.சிங் நறுக்கென்று பதிலளித்தார்.

இந்த நாட்டின் உழைக்கும் மக்கள் சமூகத்திற்காக அரசு வேலை வாய்ப்பில் இடஓதுக்கீடு செய்து ஒரு உத்தரவைப் பிறப்பித்த ஒரு அரசு அடுத்த 90 நாட்களில் கவிழ்க்கப்பட்டது.

இதர பிற்படுத்தப்பட்டோருக்காக இட ஓதுக்கீட்டை நடைமுறைப்

படுத்தி வி.பி.சிங் அரசு வெளியிட்ட அரசாணையை எதிர்த்து உச்சநீதி மன்றத்தில் வழக்கு தொடரப்பட்டது. 11 நீதிபதிகள் கொண்ட அரசியல் சட்டஅமர்வு அதனை விசாரித்து இரண்டு ஆண்டுகளுக்குப் பிறகு தீர்ப்பளித்தது.

மண்டல அறிக்கையின் அடிப்படையில் மத்திய அரசுப் பணியிலும், பொதுத்துறை நிறுவனங்களிலும் இதர பிற்படுத்தப்பட்டோருக்கு 27 விழுக்காடு இட ஒதுக்கீடு அளிக்க வகை செய்யும் அரசாணை செல்லும் என்று உச்சநீதிமன்றம் தீர்ப்பளித்தது. அந்தத் தீர்ப்பு இந்திய அரசியல் போக்கில் மாபெரும் மாற்றத்தை ஏற்படுத்தியது.

இதர பிற்படுத்தப்பட்டோருக்கு இடஒதுக்கீடு வழங்கப்பட்டதை அதுவரை எதிர்த்து வந்த காங்கிரசும் பாஜகவும் தங்கள் நிலைப்பாட்டை தலைகீழாக மாற்றிக்கொண்டு ஆதரிக்கத் துவங்கின.

இன்றைக்கு இதர பிற்படுத்தப்பட்டோருக்கு தனி இட ஒதுக்கீடு இல்லாத மாநிலமே இல்லை என்று கூறுமளவுக்கு வி.பி.சிங் முன்னெடுத்த சமூக நீதிப்போர் வெற்றி பெற்றுள்ளது.

அதுவரை சிதறிக் கிடந்த இதர பிற்படுத்தப்பட்ட மக்களை, தாழ்த்தப்பட்ட மக்களை அவர்களின் கட்சிகளை, சிறுபான்மையினரை ஒன்றிணைத்து ஒரு வாக்குச் சக்தியாக வி.பி.சிங் மாற்றியதன் காரணமாக பல மாநிலங்களில் அதிகார மாற்றும் மேல்தட்டு தலைவர்களிடமிருந்து உழைக்கும் மக்களின் அரசியல் பிரதிநிதிகளாக வளர்ந்தவர்கள் கைக்கு வந்தது. இந்தத் தாக்கம் காங்கிரசிலும் பாஜகவிலும் கூட எதிரொலித்தது.

இந்தியாவின் சட்ட அரங்கில் பாபா சாஹேப் அம்பேத்கரும், சமூக அரங்கில் ஜோதி பாபூலே, நாராயணகுரு, தந்தை பெரியார் ஆகியோர் சாதித்ததை அரசியல் அரங்கில் கடும் எதிர்ப்பிற்கிடையே வி.பி.சிங் சாதித்தார்.

பன்னெடுங்காலமாக உழைக்கும் சமூகமாக உற்பத்தியில் பெரும்பங்கு வகிக்கும் சமூகமாக, தங்களது வீரத்தால் சமூகத்தை காத்த தோள்களாகத் திகழ்ந்த சமூகத்திற்கு சமூகநீதி வழங்கியதால் வி.பி.சிங் ஒரு சமூகப் போராட்டத்தின் சகாப்தம் ஆனார்.

தமிழ்நாட்டு மக்களின் அன்புக்குரிய தலைவர்

2

மாண்டாவின் ராஜாவாக இருந்தாலும் மண்ணின் மைந்தர்களான அடித்தட்டு மக்களின் உணர்வுகளைத் தன் ஒவ்வொரு செயல்பாட்டிலும் பிரதிபலித்த அற்புத மனிதர் வி.பி. சிங்.

காந்தி, நேரு, படேல், ராஜேந்திர பிரசாத், இந்திரா, ராஜிவ் போன்ற எத்தனையோ வடஇந்தியத் தலைவர்களின் பெயர்களை எல்லாம் ஒருவித தேசியப் பற்றுடன் தமது குழந்தைகளுக்கு பெயராக சூட்டி அழகு பார்த்தவர்கள் நம் தமிழ்நாட்டு மக்கள்.

ஆனால் அந்தத் தலைவர்கள் எல்லாம் தமிழர்களை அந்த அளவிற்கு நேசித்தார்கள் என்பதையோ அவர்கள் எப்படி தமிழர்களின் உணர்வுகளுக்கு

மதிப்பளித்தார்கள் என்பதையோ நாம் கண்கூடாக அறிந்ததில்லை.

ஆனால் வி.பி.சிங் நம் தமிழர்களின் இதயத்தோடு ஒன்றிணைந்து உணர்வுகளோடும் உரிமைகளோடும் கலந்தவர் என்றால் மிகையில்லை.

தமிழில் உள்ள திராவிடர் இயக்கத் தலைவர்கள் மீதும் தமிழர்கள் மேலும் தனி அன்பைச் செலுத்திய வி.பி.சிங்கின் முழுமையான பெயரான 'விஸ்வநாத் பிரதாப் சிங்' என்ற பெயரைப் பலருக்கும் ஆசிரியர் கி.வீரமணி சூட்டி மகிழ்ந்தார்.

தி.மு.க. ஆட்சி நடக்கும்போது 1989ஆம் ஆண்டு நவம்பரில் நடைபெற்ற 10வது மக்களவைத் தேர்தலில் தமிழகத்தில் தேசிய முன்னணி ஒரு இடம்கூட வெற்றி பெறவில்லை. ஆனால் தி.மு.க. சார்பில் முரசொலி மாறனை கேபினட் அமைச்சராக்கி தமிழகத்திற்கு உரிய பிரதிநிதித்துவம் அளித்தார் வி.பி.சிங்.

அந்த பிரதிநிதித்துவம் 1996 முதல் 2014 வரை தி.மு.க. மத்திய அரசில் இடம் பெற்று முன்னோடி இருந்தது. ராஜிவ் காலத்தில் இணை, துணை அமைச்சர்களாகத்தான் தமிழர்கள் இருந்தனர். அதிலும் அதிக எம்.பி. தொகுதிகள் தந்தது தமிழகமே!

சமூகம் என்பதன் நீதியின் கருத்தை சரியாக பெரியார் மண்ணில் உணர்கிறேன். தமிழகத்தின் சமூக நீதித் தத்துவத்தைப் பெறுகிறேன் என்று சரியாகப் புரிந்து கொண்டு பிற்பட்டோருக்கான மண்டலப் பரிந்துரையை அமல்படுத்தினார்.

அவரது ஆட்சி கவிழ்க்கப்பட்டபோது அவர் ஆற்றிய அமைதியான ஆர்ப்பாட்டமில்லாத அற்புதமான உரை இன்று படித்தாலும் அவரின் ஆழ்ந்த சமூக நீதிக்கான புரிதலைத் தெரிந்து கொள்ளலாம்.

சென்னை விமான நிலையத்தின் பெயர்களை காமராஜர் மற்றும் அண்ணா பெயரை சூட்டி அழகு பார்த்தவர் வி.பி.சிங்.

பல ஆண்டுகளாய் காவிரிப் பிரச்சனையில் தமிழகத்திற்கு விடிவு கிடைக்காத வேளையில்தான் அங்கம் வகிக்கும் ஜனதாதளம் கர்நாடகாவில் ஆட்சியில் இருக்கும்போதே காவிரி நடுவர் மன்றம் அமைக்கப்பட்டது. அதன் மூலம் தமிழக விவசாயிகள் நெஞ்சில் நீங்காத இடம் பெற்றார்.

ஒருமுறை அவர் பிரதமராக இருந்தபோது தமிழ்நாட்டில் விடுதலைப் புலிகள் பயங்கரவாதிகள் என்றும் புலிகளை வைத்து அரசியல் முகவரி தேடியவர்களின் சார்பில் பத்திரிகையாளர்கள் சந்திப்பில் புலிகள் பயங்கரவாதிகள் தானே? என்று வினா எழுப்பப்பட்டது.

பளிச்சென்று வி.பி. சிங், 'யார் யார் பயங்கரவாதிகள் என்று அடையாளம் கண்டு முத்திரை குத்த என் பாக்கெட்டில் அந்த ரப்பர் ஸ்டாம்ப் இல்லை' என்றார்.

ஈழத்தை அமளிக்காடாக மாற்றி தமிழர்களைக் கொன்று குவித்த இந்திய ராணுவத்தை திரும்பப் பெற்றார்.

ராஜிவ்காந்தியுடன் கடும் மோதல் போக்கு

3

உத்தரப்பிரதேசத்தில் 1969ஆம் ஆண்டு சட்டமன்ற உறுப்பினராக தேர்வு செய்யப்பட்டது முதல் வி.பி. சிங்கின் பொது வாழ்க்கை தொடங்குகிறது. 1971ல் நாடாளுமன்ற உறுப்பினராக தேர்ந் தெடுக்கப்பட்டு இந்திரா காந்தி அமைச்சரவையில் வர்த்தகத் துறை துணை அமைச்சரானார்.

அப்போது வி.பி. சிங்குக்கு வயது 38. அவரது திறமை, நேர்மை, ஆழமான பார்வை, அவரது தனிப்பண்புகளை வெளிச்சப்படுத்தின.

1980ஆம் அண்டில் 49ம் வயதில் உத்தர பிரதேச முதல்வராக தேர்வு செய்யப் பட்டார். உபி மக்களை அச்சுறுத்தி வந்த சம்பல் பள்ளத்தாக்கு கொள்ளையர்களின்

கொள்ளைகளை முடிவுக்கு கொண்டு வருவதாகவும் மக்களிடம் உறுதி தந்தார் வி.பி.சிங்.

பதவிக்கு வந்தவுடன் கொள்ளையர்களை சமாதான வழியில் சரணடையச் செய்யும் முயற்சிகளில் ஜெயப்பிரகாஷ் நாராயணன் மூலம் இறங்கினார். ஜெயபிரகாஷ் நாராயணன் வழியாக கொள்ளையர்களை ஆயுதங்களைக் கீழே போட முன் வந்தனர். அவர்களுக்கு அரசு பொது மன்னிப்பு வழங்கியது.

ஆனால் சரணடைய மறுத்த ஒரு பிரிவினர் முதல்வர் வி.பி. சிங்கை பழிவாங்கிட அவரது சொந்த சகோதரனையே படுகொலை செய்து, வி.பி.சிங்கின் வீட்டின் முன் கொண்டு வந்து பிணமாக வீசிப் போட்டனர்.

மக்களிடம் தந்த உறுதிமொழியைத் தன்னால் காப்பாற்ற முடிய வில்லை என்று கூறி 1983ல் முதல்வர் பதவியைத் தூக்கி எறிந்தார் வி.பி.சிங்.

1984ஆம் ஆண்டு இந்திரா காந்தி படுகொலை செய்யப்பட்டார். இந்திராவின் மகன் ராஜிவ்காந்தி அவரது மகன் என்ற ஒரே தகுதியில் அன்றைய குடியரசுத் தலைவர் ஜெயில்சிங் அவர்களால் பதவிப் பிரமாணம் செய்யப்பட்டு பிரதமர் பதவி ஏற்றார்.

நாடாளுமன்றத் தேர்தல் அறிவிக்கப்பட்டது. 400க்கும் மேற்பட்ட காங்கிரஸ் நாடாளுமன்ற உறுப்பினர்கள் தேர்வு செய்யப்பட்டனர். காங்கிரஸ் சரித்திரத்திலேயே இவ்வளவு எண்ணிக்கையில் வெற்றி பெற்ற வரலாறு அப்போதுதான்.

மிகப் பெரும்பான்மையோடு ராஜிவ் ஆட்சி அமைந்தபோது அவரது அமைச்சரவையில் முதலில் தொழில்துறை அமைச்சரானார் வி.பி.சிங். பிறகு அவரது திறமையினால் நிதித்துறை அமைச்சரானார்.

நிதித்துறையை திறம்பட நிர்வகிக்க முயற்சிகளை மேற்கொண்டார். நிதிநிலை அறிக்கையில் வரி வருவாய்க்கான இலக்குகள் நிர்ணயிக்கப் படுவது வழக்கம். ஆனால் இலக்குகள் எப்போதும் எட்டப்பவது இல்லை.

வரி ஏய்ப்பு செய்யும் தொழில் நிறுவனங்களுக்கு அரசுகளே உடந்தை யாக செயல்படும். ஆனால் வி.பி.சிங் நிர்ணயித்த இலக்கை எட்டிக் காட்டினார். பெரும் தொழில் நிறுவனங்களின் வரி ஏய்ப்புகளைத் தடுக்க அதிரடி நடவடிக்கைகளை எடுத்தார் வி.பி.சிங்.

வி.பி.சிங்கின் இந்த நடவடிக்கைகளுக்கு வருவாய்த்துறை செயலாளராக இருந்த நேர்மையான அதிகாரி பூரேலால் என்பவர் மிகவும் துணையாக நின்றார். அம்பானி, கிரிலோஸ்கர் போன்ற பெரும் தொழில் நிறுவனங்களில் அதிரடி சோதனைகள் நடந்தன.

பெரும் தொழிலதிபர்கள் வரி ஏய்ப்பு குற்றத்துக்காக கைது செய்யப்பட்டு கைவிலங் போடப்பட்டபோது தொழிலதிபர்கள் கலங்கிப் போனார்கள்.

பார்ப்பன தேசிய ஊடகங்கள் வி.பி. சிங் 'சோதனை ராஜ்யம்' நடத்துவதாக அலறின.

தொழில் நிறுவனங்களிடமிருந்து பெற வேண்டிய வரியை முறையாக வசூலித்தாலே போதும் என்று கூறிய வி.பி.சிங், வருமான வரித்துறை என்ற துறையே தேவை இல்லை. அது நடுத்தர மக்களை வதைப்பதாகும் என்று கூறினார்.

இந்தத் துறையிலிருந்து பெறப்படுகின்ற வருவாய் அந்தத்துறையின் நிர்வாகத்துக்கு மட்டுமே பயன்படுகிறது. எனவே அத்துறையை இழுத்து மூடிவிட்டு அதன் ஊழியர் அதிகாரிகளை வேறு துறைக்கு மாற்றலாம் என்பதே வி.பி.சிங்கின் கருத்தாக இருந்தது.

ஆனால் பணத் திமிங்கலங்களைப் பகைத்துக் கொண்டு பதவியில் நீடிக்க முடியுமா? பெரும் தொழிலதிபர்கள் தங்கள் செல்வாக்கைப் பயன்படுத்தி ராஜிவ்காந்தியுடன் பேரம் பேசி, வி.பி.சிங் துறையை மாற்றச் செய்து விட்டனர். அதன் பிறகு பாதுகாப்புத் துறை அமைச்சரானார் வி.பி.சிங்.

இந்தியாவின் ராணுவ செலவுகளை தணிக்கை செய்வதற்கு அன்னிய நாட்டு நிறுவனமான ஃபோர்பாக்ஸ் என்ற நிறுவனத்தை பிரதமர் ராஜிவ் நியமித்தபோது வி.பி.சிங் எதிர்த்தார்.

இந்தியாவின் ராணுவ ரகசியங்கள் வெளிநாட்டு நிறுவனங்களின் தணிக்கைக்கு உட்படுத்துவது நாட்டின் பாதுகாப்புக்கு எதிரானது. நாட்டின் பாதுகாப்பை அடகு வைக்கக் கூடாது என்றார்.

அதைத் தொடர்ந்து போர்ஃபோக்ஸ் நிறுவனத்திடமிருந்து முறை கேடாக தரமில்லாத பீரங்கி வாங்கிய பிரச்சனை எழுந்தது.

போஃபோர்ஸ் நிறுவன பீரங்கியை விட சோஃமா பீரங்கி தரமானவை என்று பாதுகாப்புத் துறை முடிவு செய்ததற்கு மாறாக, சுவீடன் நாட்டில் பதிவு செய்யப்பட்ட போஃபோக்ஸ் நிறுவனத்திடமிருந்து பீரங்கி வாங்கும் முடிவை ராஜிவ்காந்தி எடுத்தார். இந்த முடிவுக்கு வருவதில் முக்கிய நபராக செயல்பட்டவர் இத்தாலியைச் சேர்ந்த குத்ரோச்சி.

ராணுவத்துக்கு ஆயுதம் வாங்கும்போது கமிஷன் பெறக் கூடாது. இடைத்தரகர்கள் தலையிடக் கூடாது என்பது அரசின் கொள்கை. இந்தக் கொள்கை காற்றில் பறக்க விடப்பட்டு இடைத்தரகர் மூலம் இந்த பீரங்கி வாங்குவதில் கமிஷன் பெறப்பட்டது.

இடைத்தரகர்களாக செயல்பட்ட பெரும்தொழில் அதிபர்களான இந்துஜா சகோதரர்கள் கமிஷன் பணத்தை சுவிட்சர்லாந்து நாட்டு வங்கியில் மூன்று பெயர்களில் போட்டனர்.

கமிஷனாகப் பெற்ற பணம் 64 கோடி ரூபாய். இதில் 40 கோடி ரூபாய் லோட்டஸ் என்ற பெயரில் போடப்பட்டது. இது ராஜிவ்காந்திக் குரியதுதான் என்பது ஆவணங்களின் நிரூபணமானது என்று கருதப் பட்டது.

சுவீடன் நாட்டு பிரதமர் ஓலஃபாம் என்பவர் மிகவும் நேர்மையானவர. தமது நாட்டில் பதிவு செய்யப்பட்ட நிறுவனம் முறைகேடாக நடத்திய பேரத்தை அவர் ஏற்க மறுத்தார். முறையான விசாரணைக்கு ஒத்துழைக்கத் தயார் என்று கூறிய அவர் அது தொடர்பான ஆவணங் களை வழங்கவும் முன் வந்தார்.

இந்த நிலையில் நடைப்பயிற்சி சென்று கொண்டிருந்த சுவீடன் பிரதமர் ஒரு நாள் விடியற்காலை சுட்டுக் கொல்லப்பட்டார்.

சுவீடன் அரசு போஃபோர்ஸ் நிறுவனம் நடத்திய பேரங்கள், விற்பனை தொடர்பான மூல ஆவணங்களை தருவதற்கு முன்வந்தபோது, நகல் பிரதியே போதும் என்று சி.பி.ஐ. கூறியது. காரணம் நகல் பிரதியை நீதிமன்றம் ஆவணமாக ஏற்காது தப்பித்துக் கொள்ளலாம் என்பதால் தான்.

நாட்டையே உலுக்கி எடுத்த ஊழல் இது. இந்த ஊழல் பேரத்துக்கு பாதுகாப்புத் துறை அமைச்சராக இருந்த வி.பி.சிங் உடன்பட மறுத்தார்.

ராஜிவ்காந்தியும், வி.பி.சிங்கும் சந்திக்காமலே இருந்தனர். 1987ஆம் ஆண்டு ஏப்ரல் 4ஆம் தேதி ராஜிவ்காந்தி வி.பி.சிங்கை சந்தித்து நமக்குள் இடைவெளி விழுந்து விட்டது. இனி இணைந்து செயல்பட இயலாது என்று கூறியவுடன் வி.பி.சிங் அமைச்சர் பதவயை தூக்கி எறிந்தார்.

‘நாட்டின் பாதுகாப்பையும் கவுரவத்தையும் ஒரு குடும்பம், தனது விருப்பத்திற்கேற்ப ஆட்டிப் படைப்பதை ஏற்க முடியாது’ என பகிரங்க மாக குற்றம் சாட்டினார். காங்கிரசிலிருந்து வி.பி.சிங் நீக்கப்பட்டார்.

நாடாளுமன்ற பதவியிலிருந்தும் விலகிய வி.பி.சிங் தனது நியாயத்தை மக்கள் மன்றத்திலே கேட்கப் போகிறேன் என்ற ஒற்றை கோரிக்கையை முன் வைத்து தனது அலகாபாத் தொகுதியில் மீண்டும் போட்டியிட்டார்.

காங்கிரஸ் கட்சி முன்னாள் பிரதமர் லால்பகதூர் சாஸ்திரியின் மகன் சுனில் சாஸ்திரியை வேட்பாளராக நிறுத்தியது.

தனக்காக சுவரொட்டி கூட அடிக்காமல் தலையில் ஒரு கைக் குட்டையைக் கட்டிக் கொண்டு மோட்டார் சைக்கிளில் பின்னால் அமர்ந்து தொகுதி முழுவதும் மக்களைச் சந்தித்துப் பேசினார். 1 லட்சத்து 25 ஆயிரம் வாக்குகள் வித்தியாசத்தில் வெற்றி வாகை சூடினார் வி.பி.சிங்.

போஃபோர்ஸ் பேரத்தில் எந்த ஊழலும் நடக்கவில்லை என்று முதலில் கூறி வந்த ராஜிவ் பிறகு கமிஷன் வாங்கப்பட்டது உண்மைதான் என்றார். அதன் பிறகு கமிஷன் வாங்கப்பட்டிருந்தாலும் வாங்கியது நான் அல்ல என்றார்.

வி.பி.சிங் முன்வைத்த வாதங்களும், ஆவணங்களும் ராஜிவ்காந்திக்கு கடும் நெருக்கடிகளை உருவாக்கின.

வி.பி. சிங்கை கௌரவிக்கத் தவறிய இந்திய அரசியல்

4

இந்திய அரசியலில் மிக ஆழமான பாதிப்பை ஏற்படுத்திய வி.பி.சிங் அவரது மரணத்திற்குப் பிறகு கூட நினைவு கூறப்படாமல் புறக்கணிக்கப்பட்டது அவருக்கு இழைக்கப்பட்ட அவமான மாகவே கருதப்படுகிறது.

அவரை கௌரவிக்கும் விதமாக ஒரு அஞ்சல் தலையைக்கூட எந்த அரசாங்க மும் வெளியிடவில்லை. அவரது சொந்த ஊரான அலகாபாத்தில் கூட அவரது பெயரில் ஒரு தெரு கூட இல்லை. அரசு அலுவலகக் கட்டிடம் எதற்கும் அவரின் பெயர் சூட்டப்படவில்லை.

இதற்கான காரணம் வெளிப்படை யானது. இந்திய அரசியலின் இரு துருவங்களான காங்கிரசுக்கும், பாஜக

வுக்கும் எதிரியாக இருந்தவர் வி.பி.சிங். எனவே இரு கட்சிகளுமே அவரை கௌரவிக்க வேண்டும் என்பதில் அக்கறை காட்டவில்லை.

வி.பி.சிங்கின் வாரிசுகள் என்று அறியப்பட்ட ஜனதா தளத்தில் இருந்து வெளியேறி தனிக்கட்சி கண்ட மிகப்பெரிய தலைவர்கள் சமாஜ்வாதி கட்சித்தலைவர் முலாயம்சிங் யாதவ், ராஷ்டிரிய ஜனதா தளக்கட்சித் தலைவர் லாலு பிரசாத் யாதவ் ஆகியோர்கூட வி.பி. சிங்கை நினைவு கூறவில்லை.

அவர்கள் ஆட்சியில் இருந்தவர்கள். அந்த காலத்தில்கூட அரசு ரீதியாக எந்த ஒரு கௌரவத்தையும் அவர்கள் வி.பி.சிங்கிற்கு வழங்கவில்லை. இத்தனைக்கும் மண்டல் அறிக்கை அமல்படுத்தப்பட்டதால் அதிகம் பயனடைந்தவர்கள் இவர்கள்தான். இத்தனைக்கும் முலாயம்சிங் யாதவும், வி.பி.சிங்கும் நெருக்கமானவர்கள்தான்.

வி.பி.சிங்கின் வெற்றி வரலாற்று முக்கியத்துவம் வாய்ந்தது. அதன் பிறகு ஒரு 25 ஆண்டுகளில் மத்தியில் உருவான கூட்டணி அரசுக்கு வி.பி.சிங்கின் கூட்டணி அரசுதான் முன்னோடியாகத் திகழ்ந்தது.

1952ல் துவங்கிய இந்திய ஜனநாயக அரசியலில் அப்போது ஒரு மாற்றம் ஏற்பட்டது.

போட்டி போடும் அரசியல் கட்சிகளின் எண்ணிக்கை அதிகரித்தது. மாநில கட்சிகளின் செல்வாக்கு அதிகரித்து கூட்டாட்சித் தத்துவம் வலிமை பெறத் தொடங்கியது.

அரசியல் அதிகாரத்தில் தலித்துகள் மற்றும் சில பிற்படுத்தப்பட்ட வகுப்பைச் சேர்ந்தவர்களுக்கு பிரதிநிதித்துவம் கிடைத்தது.

ஆனால் இந்த சகஸ்தம் 2014 நாடாளுமன்றத் தேர்தலில் மறுபடியும் முடிவுக்கு வந்தது. மறுபடியும் ஒரே கட்சியின் ஆட்சி வந்தது. பெரும்பான்மை பலத்துடன் பாஜக ஆட்சியைப் பிடித்தது.

வி.பி.சிங்கின் அரசியல் ஒற்றுமைக்கான முயற்சியில் பாதகமான பக்க விளைவுகள் ஏற்பட்டதையும் மறுப்பதற்கில்லை என்கிறார்கள் அவரை எதிர்க்கும் விமர்சகர்கள்.

இந்து தேசியவாதம் பேசும் பாஜகவுடன் அவர் அந்த நாடாளுமன்றத் தேர்தலில் தொகுதி உடன்பாடு வைத்துக் கொண்டார். அவருக்கு

ஆரம்பத்தில் தயக்கம் இருந்தாலும் காங்கிரசைத் தோற்கடிக்க அவருக்கு வேறு வழியில்லாமல் இருந்தது.

கடைசியில் பல்வேறு மாநிலங்களில் பாஜகவுடன் தொகுதி உடன்பாடு செய்து கொண்டார். அதன் விளைவாக பாஜகவின் நாடாளு மன்ற உறுப்பினர்களின் எண்ணிக்கை அதிகரித்தது.

1984ல் பாஜக உறுப்பினர்களின் எண்ணிக்கை இரண்டு தான். அது 1989 தேர்தலில் 85 ஆக உயர்ந்தது. அதன்பிறகு பாஜகவை தடுக்க முடியாதபடி வளர்ந்தது.

1991ல் 120 இடங்களையும், 1996ல் 161 இடங்களையும், 1998ல் 182 இடங்களையும் பாஜக பெற்றது. கூட்டணிக் கட்சிகளுடன் சேர்ந்து ஆட்சியையும் பிடித்தது. 1999க்குப் பிறகு 2014 மற்றும் 2019லும் மீண்டும் அது வென்றது.

பாஜக அதன் மதவாத சித்தாந்தத்தை ஒருபோதும் மறைக்கவில்லை. வி.பி.சிங் ஆட்சிக்குப் பிறகு 1992 டிசம்பர் 6 அன்றுதான் அது அப்பட்ட மாக வெளிப்பட்டது. அப்போது உத்தரபிரதேசத்தில் இருந்த பாஜக அரசு கண்டு கொள்ளாமல் விட்டதால் அயோத்தியில் பாபர் மசூதி இடித்து தகர்க்கப்பட்டது.

அதற்கு முன்பு பாஜகவின் மூதாதையர் அமைப்பான ஜனசங்கம் காங்கிரசைப் பதவியில் இருந்து இறக்குவதற்காக எதிர்க்கட்சிகளின் கூட்டணியாக இருந்து செயல்பட்டது.

எதிர்க்கட்சிகளின் கூட்டணியான சம்யுக்தா விதாயக் தளத்தில் ஜனசங்கமும் ஒரு அங்கத்தினராக இருந்தது. அந்தக் கூட்டணி 1967ல் இருந்து 1971 வரையிலும் பல்வேறு மாநிலங்களில் அரசமைத்தது. அந்தக் கூட்டணியின் ஆட்சியில் ஜனசங்கமும் பங்கேற்றது.

1977ல் ஜனசங்கம் தன்னை ஜனதா கட்சியில் இணைத்துக் கொண்டு அதன் அரசிலும் பங்கேற்றது. பின்னர் பாஜக உருவானது.

1987ல் ஹரியானா சட்டமன்றத் தேர்தலில் லோக்தார் (பி) கட்சி - பாஜக கூட்டணி வெற்றி பெற்று ஆட்சியைப் பிடித்தது.

பாஜகவுடன் வி.பி.சிங் கூட்டணி வைத்திருந்தாலும் அவரது கொள்கையில் உறுதியாக இருந்தார்.

1990 அக்டோபர், நவம்பர் மாதங்களில் பாஜகவின் பாபர் மசூதி இடிப்பு முயற்சியைத் தடுத்து நிறுத்தினார்.

அதற்கு தனது ஆட்சி அதிகாரத்தை விலையாகக் கொடுத்தார். பாஜக வி.பி.சிங் ஆட்சிக்கு கொடுத்து வந்த ஆதரவை வாபஸ் பெற்றதால் ஆட்சி கவிழ்ந்தது.

பின்னுக்குத் தள்ளப்பட்ட காங்கிரஸ் கட்சி

5

மண்டல் கமிஷன் அறிக்கை அமல் படுத்தப்படும் என்ற வி.பி.சிங்கின் அறிவிப்பு காங்கிரசுக்கு மிகப்பெரும் பின்னடைவை ஏற்படுத்தியது இந்திய அரசியல் வரலாறு ஏற்றுக் கொண்ட உண்மையாகும்.

1989 நாடாளுமன்றத் தேர்தலில் அதை காங்கிரஸ் எதிர்கொண்டது. ஆரம்பத்தில் 1977 எமர்ஜென்சி விளைவு போல இந்தப் பின்னடைவு தற்காலிக மானதுதான் என்று காங்கிரஸ் நினைத்தது. ஆனால் அது நிரந்தரமானது என்று பின்னர்தான் தெரிய வந்தது.

ஆண்டாண்டு காலமாக கல்வியிலும் அதிகாரத்திலும் உச்சத்தில் இருந்தவர் களுக்கு வி.பி.சிங்கின் இந்த அறிவிப்பு

பெரும் வயிற்றெரிச்சலை ஏற்படுத்தியது. ஆத்திரப்பட்ட அவர்கள் கலவரங்களை தூண்டி விட்டனர். உயர்சாதியைச் சேர்ந்த இளைஞர்கள் தீக்குளித்து தங்களுக்கு மிகப் பெரிய அநீதி நிகழ்ந்து விட்டதாக உலகிற்கு காட்டினர்.

அரசுப் பணிகளில் தங்களின் சமூக சதவீதத்தை அளவுக்கு மீறி ஆக்கிரமித்துக் கொண்டிருந்தது பறிபோய் விடும் என்று அச்சமடைந்தனர்.

அவர்களின் கலவரம் ஒருபுறம் இருக்க ஆண்டாண்டு காலமாக அரசுப் பதவிகளை அனுபவித்து பார்க்க முடியாத பிற்படுத்தப்பட்ட மக்களிடையே வடஇந்தியா முழுவதும் ஒரு மிகப்பெரிய அணி சேர்க்கை நிகழ்ந்தது.

அடுத்து வந்த தேர்தல்களில் அது எதிரொலித்தது. அந்த மாற்றத்தை உத்தரப்பிரதேசத்திலும் பீகாரிலும் பார்க்க முடிந்தது. அதுவரையில் அந்த இரண்டு மாநிலங்களிலும் செல்வாக்குமிக்க கட்சி காங்கிரஸ்தான்.

இந்த மாநிலங்களில் உயர்சாதியினர் பட்டியலினத்தவர், முஸ்லீம்கள் எனும் இந்த மூன்று பிரிவினர்தான் காங்கிரசின் வாக்கு வங்கியாக இருந்தனர்.

1984 வரையில் மேற்குறிப்பிட்ட மூன்று சமூகத்தினரின் வாக்கு வங்கியில் காங்கிரஸ் வெற்றிகளையே ஈட்டி வந்தது. இந்தியா முழுவதும் காங்கிரஸ் ஈட்டிய வெற்றிகளில் பெற்ற இடங்களில் மூன்றில் ஒரு பங்கை இந்த இரு மாநிலங்களில் இருந்து மட்டும் பெற்றது.

1985 வரையில் இந்த இரு மாநிலங்களிலும் பெரும்பாலான சட்ட மன்ற தேர்தல்களில் வெற்றி பெற்று ஆட்சி அமைத்த கட்சி காங்கிரஸ்.

இந்த நிலையில் தான் வி.பி. சிங்கின் மண்டல் கமிஷன் அமல் அறிவிப்பு காங்கிரசை அந்த மாநிலங்களில் இருந்து அப்புறப்படுத்தி விட்டது.

அதன் பிறகு வந்த தேர்தல்களில் 2009 தவிர காங்கிரஸ் கட்சியால் உத்தரப்பிரதேசத்தில் 10 இடங்களுக்கு மேல் பெற முடியவில்லை. அதேபோல் பீகாரில் 5 இடங்களுக்கு மேல் பெற முடியவில்லை. அதன் பிறகு அந்தக் கட்சியால் இந்த இரு மாநிலங்களிலும் ஆட்சிக்கே வர முடியவில்லை.

வி.பி.சிங் அமைச்சரவையில் துணைப் பிரதமராக தேவிலால் இருந்தார். அவருக்கும வி.பி.சிங்குக்கும் இடையே முரண்பாடு இருந்தது. அந்த நேரத்தில் அவரை ஓரம் கட்டவும், எம்.பி.களின் ஆதரவைப் பெறவுமான தனது சொந்த அரசியல் லாபத்திற்காக வி.பி.சிங் மண்டல் அறிக்கையை அமல்படுத்தும் முடிவை எடுத்தார் என்று சில விமர்சகர்கள் கருத்து தெரிவித்தனர்.

அதற்கேற்றாற்போல தேவிலாலை வி.பி.சிங் தனது அமைச்சரவையில் இருந்து நீக்கினார். ஆனாலும் 1990 நவம்பரில் அவரின் ஆட்சி கவிழ்ந்தது.

உண்மையில் தேவிலாலுடன் வி.பி.சிங்கிற்கு முரண்பாடு வருவதற்கு முன்பே மண்டல் அறிக்கையை அமல்படுத்தும் முடிவை அவர் எடுத்து விட்டார்.

அதற்கும் தேவிலால் முரண்பாடுக்கும் சம்பந்தம் இல்லை. மிக முக்கிய மான இந்த முடிவை அவர் எடுப்பதற்கு முன் அதற்கான விளைவுகளை களத்தை யோசிக்காமல் எடுத்திருக்க மாட்டார்.

அவரது இந்த முயற்சியின் காரணமாக பல்வேறு பின்னடைவுகள் அவருக்கு ஏற்பட்டன. அவரது ஆட்சிக்கு அளித்து வந்த ஆதரவை பாஜக வாபஸ் பெற்று அதனால் ஆட்சியே கவிழ்ந்தது. இவை எதுவுமே மண்டல் அறிக்கையை அமல்படுத்திய வி.பி. சிங்கின் முடிவின் முக்கியத்துவத்தை. குறைத்து விடவில்லை.

இந்தியப் பொருளாதாரத்தை தாராளமயத்தை நோக்கி கூட்டிச் சென்ற இரண்டு பேர் 1991ல் பிரதமரான நரசிம்மராவும், அந்த நேரத்தில் நிதியமைச்சராக இருந்த மன்மோகன்சிங்கும் லைசன்ஸ் ராஜை ஒழித்துக் கட்டி தாராளமயத்தை கொண்டு வந்தனர்.

ஆனால் அவர்களுக்கு முன்பே இந்தியப் பொருளாதாரம் இந்தத் திசையில்தான் பயணிக்க வேண்டும் என கணித்த முன்னோடி வி.பி.சிங். 1985 மார்ச் 16 அன்று நிதியமைச்சராக இருந்த வி.பி.சிங் முதன் முறையாக பட்ஜெட் உரை நிகழ்த்தியபோது அந்த உரையைக் கேட்டு பிரதமர் ராஜிவ்காந்தி உட்பட பலரும் அதிர்ச்சி அடைந்தனர்.

அந்த உரையில் தனிநபர் மற்றும் கார்ப்பரேட் வரிகள் குறைக்கப் பட்டிருந்தன. ஏற்றுமதி இறக்குமதி வரிகள் குறைக்கப்பட்டிருந்தன.

குறிப்பிட்ட தொழிலில் குறிப்பிட்ட நிறுவனங்கள் ஏகபோகமாகி விடும் என்ற அச்சத்தில் முந்தைய அரசுகளால் நிர்ணயிக்கப்பட்டிருந்த உச்சவரம்பு அளவை வி.பி.சிங்கின் அந்த பட்ஜெட் உரை அதிகரித்தது.

1991ல் இந்தியாவின் மோசமான பொருளாதாரச் சூழ்நிலையில் நரசிம்மராவும் மன்மோகன்சிங்கும் கொள்கை முடிவுகளைத் திருத்தும் ஒரு சில நடவடிக்கைகளை எடுக்கும் வாய்ப்புகளைப் பெற்றிருந்தனர். ஆனால் அப்படிப்பட்ட எந்தக் கட்டாயமும் இல்லாதபோதே, அதாவது பெரும் பொருளாதார நெருக்கடி எதுவும் இல்லாதபோதே இந்தியப் பொருளாதாரத்தில் அரசாங்கத்தின் கை ஓங்கி நிற்கிறது என்றும், அது பொருளாதாரத்தில் வளர்ச்சியை திணறடிக்கிறது என்றும் உணர்ந்து வி.பி.சிங் அதற்கான நடவடிக்கைகள் துவக்கினார்.

ஆனால் பிற்போக்குத்தனம் என்பது மிகவும் கடினமானது. வி.பி.சிங்கின் நடவடிக்கைகளுக்கு எதிர்க்கட்சிகளிடமிருந்து மட்டுமல்ல பெரும்பாலான காங்கிரஸ் தலைவர்களிடமிருந்தும் எதிர்ப்பு வந்தது.

வி.பி.சிங்கின் நடவடிக்கையை முதலாளித்துவத்திடம் சரணாகதி அடைந்த நடவடிக்கை என அவர்கள் விமர்சித்தனர். அடுத்த வருட பட்ஜெட் பழைய சோசலிஸ பாணியிலேயே அமைய வேண்டும் என வி.பி.சிங்கை அது நிர்பந்தித்தது.

வி.பி.சிங் பிரதமரான பின் 1990ல் தாக்கல் செய்த பட்ஜெட்டில் மீண்டும் முயற்சித்தார். புதிய தொழில் மற்றும் விவசாயக் கொள்கை களைக் கொண்டு வந்தார். ஆனால் அவரது ஆட்சி கூட்டணி ஆட்சி, கூட்டணிக் கட்சிக்காரர்களிடமிருந்தும் அவரது சொந்தக் கட்சியிட மிருந்தும் அவருக்கு எதிர்ப்பு எழுந்தது. அது அவரது பொருளாதார சீர்திருத்த நடவடிக்கையை தடுமாறச் செய்தது.

ஏழைகள் மற்றும் வாய்ப்பு மறுக்கப்பட்டவர்களுக்கு இடஒதுக்கீடு கொள்கையைக் கொண்டு வந்தவர் வி.பி.சிங். அத்தகைய வி.பி. சிங், சமூகநீதி பேசிய வி.பி.சிங் தாராளமய பொருளாதாரக் கொள்கைகளை எப்படி ஆதரித்தார் என்ற விமர்சனத்தையும் அவர் சந்தித்தார்.

இந்திய அரசியல் களத்தில் வெற்றிகண்ட காந்தியவாதி

6

அலகாபாத் மாவட்டத்தில் இருந்த மிகப்பெரிய ராஜவம்சத்தில் ராஜா தயாபகவதி பிரதாப் சிங்கின் மூன்றாவது மகனாகப் பிறந்து ஏகபோக ஆடம்பர வாழ்க்கை வாழ்ந்தவர் வி.பி.சிங்.

ஆயினும் காந்தியின் சுதந்திர இயக்கத்தின் தாக்கம் வி.பி.சிங்கிடம் இருந்தது. இவர் தனது பள்ளிப்படிப்பை முடிக்கும் போது இந்தியா சுதந்திரம் அடைந்தது. அந்தக் காலத்தில் டாயாமண்டா பகுதியில் பள்ளிக்கூட வசதிகூட இல்லை.

வி.பி.சிங் தனது பட்டப்படிப்பை முடித்ததும் தனது சொந்தச் செலவில் ஒரு பள்ளிக்கூடத்தை கட்டினார்.

1952ல் கட்டப்பட்ட அந்தப் பள்ளி இப்போதும் செயல்பட்டுக் கொண்டிருக்

கிறது. கல்லூரிக்குப் பிறகு தேசிய அளவிலான காந்தியத் தொண்டு நிறுவனமான சர்வோதயா சமாஜில் வி.பி.சிங் இணைந்தார். பொது வாழ்க்கையில் தானாக முன்வந்து பங்கெடுத்துக் கொண்டார்.

*1957*ல் பூமிதான இயக்கத்தில் தன்னை இணைத்துக் கொண்டு தனது அனைத்து நிலங்களையும் தானமாக வழங்கினார் வி.பி.சிங். இவ்வாறு எப்போதும் அடித்தட்டு மக்களுக்காகவே அவரது இதயம் துடித்துக் கொண்டிருந்தது.

அரசியல் வாழ்க்கையை விட்டு ஓய்வெடுத்து சிறுநீரகக் கோளாறு காரணமாக டயாலிசிஸ் செய்து கொண்டிருந்த காலத்தில் கூட நகரத்தை விட்டு அப்புறப்படுத்தப்படும் சேரிவாழ் மக்களின் போராட்டத்தில் பங்கெடுத்துக் கொண்டார்.

அரசுத் திட்டங்களுக்கு நிலம் வழங்கிய விவசாயிகள் தங்களுக்கு அதிகமாக இழப்பீடு தர வேண்டும் எனப் போராடியபோது அவர்களின் போராட்டத்தில் கலந்து கொண்டார்.

வி.பி. சிங் வெறும் கொள்கைவாதியாக இருக்கவில்லை. லட்சியவாதி யாக இருந்தார். அலகாபாத் பல்கலைக்கழகத்தில் அவர் படித்துக் கொண்டிருந்தபோது கம்யூனிஸ்ட் இயக்கங்களோடும், சோசலிஸ்ட் சிந்தனைகளோடும் அவருக்கு பரிச்சயம் ஏற்பட்டது.

அதே சமயத்தில் அவை அவரிடம் பெரிய தாக்கத்தை ஏற்படுத்த வில்லை. உண்மையில் காந்தியம் உள்பட வி.பி.சிங்கிடம் எந்தக் கொள்கையும் பெரிய பிடிப்பை உண்டாக்கவில்லை.

அதே சமயத்தில் தனக்கென்று ஒரு தனிபாணி வைத்திருந்தாார். பின்னாளில் அவர் காங்கிரஸ் பின்பற்றும் சோசலிச கொள்கைகள் ஏழைகளுக்கு எதுவும் செய்யவில்லை என உணர்ந்தார்.

*1990*ல் அவர் பிரதமராக இருந்தபோது கொண்டு வந்த பட்ஜெட்டில் தாராளமயக் கொள்கைகளும் இருந்தன. மக்கள் நலத்திட்டங்களும் இருந்தன. இதில் முரண்பாடு எதுவும் இருப்பதாக அவருக்குத் தோன்ற வில்லை.

இந்திய அரசியல் வரலாற்றில் பொருளாதாரத்தை தாராளமய மாக்கத்திற்கு திறந்து விட்ட வி.பி.சிங், அதற்கு அக்கம் பக்கமாக சில

நடவடிக்கைகளையும் எடுத்தார். தனியார் துறையை ஊக்குவித்த அதே சமயத்தில் கார்ப்பரேட் ஊழலைத் தடுப்பதற்கும் சில அதிரடி நடவடிக்கைகளை அவர் மேற்கொண்டார். இது அவரது லட்சியவாதத்தையும் பொருளாதார ஒருங்கிணைப்பை உருவாக்க வேண்டும் என்ற அவரின் விடாப்பிடியான ஆர்வத்தையும் பிரதிபலித்தது.

இவரது அந்தத் தனித்தன்மை அவரது வாழ்நாள் முழுவதும் தொடர்ந்தது. இதனை அவரது எதிர்ப்பாளர்கள் கூட ஒப்புக் கொண்டனர்.

வி.பி. சிங் வீடு ஒரு ஜோதிடக் குடும்பம்

7

வி.பி.சிங்கின் குடும்பத்தில் உள்ளவர்கள் கைரேகை சாஸ்திரத்திலும், ஜோதிடத்திலும் நம்பிக்கை உடையவர்கள். வி.பி. சிங்கிற்கு அத்தகைய நம்பிக்கை எதுவும் இல்லை.

வி.பி.சிங்கின் தந்தையாரும் அண்ணனும் வெறும் நம்பிக்கையாளர்கள் மட்டும் இல்லை. அவர்களே ஜோதிடமும் கைரேகையும் பார்க்கக் கூடியவர்கள்.

வி.பி.சிங் தனக்கு இவை இரண்டிலுமே எப்போதும் ஆர்வம் இருந்ததில்லை என்று கூறுவார்.

"இவர்கள் கூறும் பல அனுமானங்கள் தவறாகப் போனதை நானே நேரடியாகப் பார்த்திருக்கிறேன். ஆனால் அப்படித் தவறாகப் போனதை சொல்ல மாட்டார்

கள். எப்போதாவது அந்த அனுமானம் அப்படியே நடந்து விட்டால் அதைப் பற்றி மட்டும் சொல்லுவார்கள்" என்று வி.பி. சிங் கூறுவார்.

ஆனால் அவரது வீட்டிலிருந்த ஒரு ஜோதிடர் சொன்னது மட்டும் வி.பி.சிங்கின் வாழ்க்கையில் பலித்திருக்கிறது. அந்த ஜோதிடர் வேறு யாருமல்ல வி.பி.சிங்கின் மனைவி சீதா குமாரி சிங்தான்.

தனது கணவர் மிக உயரமான பதவிகளுக்கு எல்லாம் செல்வார். ஆனால் எதிலும் அவர் நிலைத்திருக்க மாட்டார் என்று சீதாகுமாரி சொல்லி இருக்கிறார்.

அவர் கூறியதைப் போலவே 1980களில் வி.பி.சிங் தனது அரசியல் வாழ்க்கையில் மிகப் பெரிய உயரங்களுக்குச் சென்றார்.

உத்தரபிரதேச முதல்வரானார். ஒன்றிய வர்த்தகத் துறை அமைச்சரானார். ஒன்றிய அரசில் நிதியமைச்சராக இருந்தார். பாதுகாப்புத் துறை அமைச்சர் ஆனார். கடைசியில் பிரதமர் பதவியே அவரைத் தேடி வந்தது, இவை அனைத்தும் ஒரே புத்தாண்டில் நடந்தன.

முன்னதாக 1974 அக்டோபரில் இருந்து 1977 வரையில் இணை அமைச்சர் பதவிகளையும் வகித்தார். ஆனால் ஒவ்வொரு பதவியிலும் வி.பி.சிங் இருந்தது கொஞ்ச கொஞ்ச காலம்தான்.

உத்தரபிரதேச முதலமைச்சராக அவர் பதவி வகித்தது சரியாக இரண்டே ஆண்டுகள். 1980 ஜூனில் இருந்து 1982 ஜூன் வரையிலும்.

ஒன்றிய அரசில் வர்த்தக அமைச்சராக 1983 ஜனவரியில் பதவியேற்றார். அந்தப் பதவி ஒரு வருடம் ஏழு மாதங்களில் 1984 ஆகஸ்டோடு முடிவுக்கு வந்தது.

ராஜிவ்காந்தி பிரதமராக இருந்தபோது அவரது அமைச்சரவையில் நிதியமைச்சராக 1985 ஜனவரியில் இருந்து 1987 ஜனவரி வரையில் இரண்டு ஆண்டுகள் பதவி வகித்தார்.

பின்னர் பாதுகாப்புத் துறை அமைச்சரானார். மூன்று ஆண்டுகளில் அந்தப் பதவியை ராஜினாமா செய்தார். கடைசியாக 1989 டிசம்பர் 2ஆம் தேதி அன்று பிரதமர் பதவியில் அமர்ந்தார். அந்தப் பதவியிலும் 11 மாதங்களே இருந்தார்.

ராஜிவ்காந்தியின் காங்கிரஸ் அமைச்சரவையில் கடைசியாக பாதுகாப்புத் துறை அமைச்சராகவும், அடுத்து ஜனதா தள அரசில் பிரதம ராகவும் அவர் பதவி வகித்த காலங்களுக்கு இடையில் இரண்டரை ஆண்டுகள் அவர் எந்தப் பதவியிலும் இல்லாமல் இருந்தார். வி.பி.சிங்கின் நடவடிக்கைகள் இந்திய அரசியல் வரலாற்றில் ஒரு பெரும் மாற்றத்தைக் கொண்டு வந்தன.

சமூக ரீதியிலும் கல்வியிலும், பின்தங்கிய வகுப்பினர் அல்லது பிற்படுத்தப்பட்ட வகுப்பினர் என்று அழைக்கப்படும் சமூகத்தவருக்கு ஒன்றிய அரசுப் பணிகளில் 27% இடஒதுக்கீட்டை அமல்படுத்தியதுதான் வி.பி.சிங்கின் அரசியல் வரலாற்றின் உச்சம். இந்திய வரலாற்றிலும் அது மறக்க முடியாத பக்கம்.

இந்து சமூகத்தில் உள்ள சாதியப்படி நிலைகளின் காரணமாக பின்தங்கியுள்ள மக்களை கைதூக்கி விட இந்தய அரசியல் சாசனம் முயற்சித்தது.

அதன் விளைவாக பட்டியல் சாதியினருக்கும் பட்டியலினப் பழங்குடி யினருக்கும் இடஒதுக்கீடு அளிக்கப்பட்டிருந்தது. ஆனால் பிற்படுத்தப் பட்ட அல்லது பிற பிற்படுத்தப்பட்ட வகுப்பினருக்கு இடஒதுக்கீடு இல்லை.

இது தொடர்பாக ஆய்வு செய்ய பிந்தேஸ்வரி பிரசாத் மண்டல் தலைமையில் இரண்டாவது பிற்படுத்தப்பட்ட வகுப்பினருக்கான கமிஷன் ஒன்று அமைக்கப்பட்டது. மண்டல் தனது அறிக்கையைச் சமர்ப்பித்த பின்னரும் அது நீண்ட காலமாக அமல்படுத்தப்படாமலேயே இருந்தது.

1990 ஆகஸ்ட் 7ஆம் தேதியன்று அந்த அறிக்கையை அமல்படுத்தி சட்டமாக்கிய வரலாற்று சிறப்புமிக்க அறிவிப்பை வெளியிட்டார் பிரதமர் வி.பி.சிங்.

இந்தியா முழுவதும் உள்ள கோடிக்கணக்கான பிற்படுத்தப்பட்ட சமூகத்தைச் சேர்ந்தவர்களின் வாழ்க்கையில் நடந்த மிகப்பெரும் சமூகப் பொருளாதார கல்வி ரீதியிலான மாற்றங்களுக்கு அந்த அறிவிப்புதான் விதையாக இருந்தது.

என்னைத் தூக்கிப் போடுங்கள்

8

இந்திய நாடாளுமன்றத்தில் நிகழ்த்தப்பட்ட நெகிழ்ச்சியான உரைகளில் ஒன்று தன்னுடைய ஆட்சி பறிபோகும் என்பதை உணர்ந்து தன்னுடைய செயல்பாட்டுக்கு வி.பி.சிங் துணிந்த தருணம்.

சில சமயங்களில் வாழ்வதைக் காட்டிலும் மரணத்தைத் தேர்ந்தெடுப்பது நல்ல வாய்ப்பு என்று சொன்னார் வி.பி.சிங்.

தன்னுடைய லட்சியத்துக்காக உயிர்த் தியாகம் செய்யும் ஒருவர் தன் மரணத்தைப் பெரிதாகப் பொருட்படுத்துவதில்லை என்றார்.

அடிப்படையில் விஸ்வநாத் பிரதாப் சிங் ஓர் அரச குடும்ப வாரிசு. 1931ல் தையா அரண்மனையில் பிறந்த

வி.பி.சிங்கை மண்டாவின் ராஜா தத்தெடுத்துக் கொள்வதற்கு முன்னரும் அவரை ராஜா என்றுதான் அழைத்தார்கள்.

ஆனால் ஆச்சர்ய வினோபா பாவே சொன்னதுபோல அடித்தட்டு மக்களைச் சந்தித்து 'நவீன சித்தார்த்தர்' ஆக அவர் உருவெடுப்பதை அவரைச் சுற்றியிருந்த எந்த அரண்மனைச் சுவரும் தடுக்கவில்லை.

1990ல் மண்டல ஆணையப் பரிந்துரைகளை அமலாக்க வி.பி.சிங் எடுத்த முடிவானது இந்திய வரலாற்றில் மிக முக்கியமான முன்னெடுப்பு. வெறும் 11 மாதக் காலத்திலேயே அவர் ஆட்சியை இழக்க அதுவும் முக்கியமான காரணம். ஆனால் தான் செய்யும் காரியத்தின் முக்கியத்துவத்தை அவர் உணர்ந்திருந்தார்.

பல நூற்றாண்டு பழைய அமைப்புடன் மோதும்போது எத்தகைய சிரமங்களை எதிர்கொள்ள வேண்டிவரும் என்பது தாங்கள் அறியாதது அல்ல என்றார் வி.பி.சிங்.

சமூக வாழ்க்கையில் மரியாதைக்காகப் போராடும் எளிய மக்களுக்கு அதிகாரத்தில் எப்போதும் பங்களிக்கப் போகிறோம் என்பதே நம்முன் உள்ள பெரிய கேள்வி என்றார் வி.பி.சிங்.

பிற்படுத்தப்பட்ட மக்களுக்காக இவ்வளவு பேசியவர் அடிப்படையில் தன்னை ஆதிக்கச் சாதியால் ஒருவராக உணர்ந்து இந்தக் காரியங்களை தார்மீக எழுச்சியில் செய்தார் என்பது இங்கே முக்கியமானது.

பிற்படுத்தப்பட்டோருக்கான இடஒதுக்கீட்டை வி.பி.சிங் என்னவாகப் பார்த்தார் என்பதை உணர்த்தக் கூடிய விதமாக அவருடைய இந்த நேர்காணல் அமைந்திருந்தது.

உங்களுடைய பாதைக்கு மக்களிடம் செல்வாக்கு இருப்பதுபோல் தெரியவில்லையே?

'அது உண்மையல்ல. 1989ல் எங்கள் தேர்தல் அறிக்கையை நாங்கள் வெளியிட்டபோது, தேசியச் செயல் திட்டத்தில் நீதியை மறுபடியும் இடம் பெறச் செய்வோம்' என்று தெளிவாகக் கூறியிருந்தோம். அரசியல் அறம், அதிகாரப் பரவலாக்கல், தேர்தல் சீர்திருத்தங்கள், பத்திரிகைச் சுதந்திரம் போன்ற அம்சங்களையெல்லாம் உள்ளடக்கிய விரிவான கோட்பாடுதான் நீதி.

அது பொருளாதார நீதியையும், சமூக நீதியையும் உள்ளடக்கியது. இதிலிருந்து நாங்கள் என்ன பெற்றோம்? என்பதல்ல நாம் கேட்க வேண்டிய கேள்வி. மாறாக ஏழைகளுக்கும் ஒடுக்கப்பட்டவர்களுக்கும் எங்களால் என்ன செய்ய முடிந்தது? என்பதைத்தான் கேட்க வேண்டும். எந்தக் கட்சியும் இதை அலட்சியப்படுத்த முடியாது. நாங்கள் அரசியல் சூழலையே மாற்றியமைத்திருக்கிறோம்.

உங்கள் கூட்டணியில் உள்ள நிறையக் கட்சிகள் காலத்துக்கு ஒவ்வாததாகவும் சிதைந்தும் போகுமா?

கூட்டணிகளை மாற்றியமைக்கும் நடவடிக்கைகள் இரண்டு மூன்று ஆண்டுகளில் நிலை பெற்று விடும். மதச்சார்பற்ற சமூக சக்திகளை அடையாளம் காண வேண்டுமே தவிர, மதச்சார்பற்ற கட்சிகளை அல்ல. எடுத்துக்காட்டாக தலித் மக்கள், ஒரு சக்தி வாய்ந்த மதச்சார்பற்ற சக்தி யாக இருக்கிறார்கள்.

அடுத்ததாக பிற்படுத்தப்பட்ட மக்கள் எனும் சக்தியானது சிறுபான்மையினருடன் சேர்ந்து வகுப்புவாதத்துக்கு எதிரான வலுவான தூணாக இருக்க முடியும்.

ஆனால் நம் நாடு மதச்சார்பற்ற நாடுதானே?

அது வெறும் மேல் பூச்சுதான்.

அப்படியென்றால் காந்தி, நேரு, கற்பனை செய்த மாதிரிகள் தோல்வி யடைந்து விட்டனவா?

இல்லை. காந்தி, நேரு எல்லோரும் சூழலை மேம்படுத்தவே முயன்றார்கள். ஏராளமான பொருளாதார சமூக அடுக்குகளைத் தகர்த் தெறிய அவர்கள் முயன்றார்கள். ஆனால் மதமும் இந்த அமைப்புமே மேலோங்கின. ஒரு அநீதியான சமூகக் கட்டமைப்பானது ஒரு அநீதியான அதிகாரக் கட்டமைப்பையே உற்பத்தி செய்திருக்கிறது. தனிப்பட்ட நபர்களையும், கட்சிகளையும் இதற்காக குற்றஞ்சாட்டி விட முடியாது.

அரசியல் சமூக பொருளாதார ஏகபோகங்கள் முடிவுகள் எடுப்பதி லிருந்து பெரும் அளவிலான மக்கள் திரளை ஒதுக்கியே வைத்திருக் கிறார்கள். அதனால் அவை ஜனநாயகமற்றவையாக இருக்கின்றன. இதுவரை ஆளும் மேல்தட்டினர் விளையாடி வந்தனர். ஏனையோர்

பார்த்து கைதட்ட மட்டுமே அழைக்கப்பட்டனர்.

இப்போது பார்வையாளர்களோ, 'நாங்களும் பந்தை உதைத்து கோல் வளைக்குள் தள்ள வேண்டும், எங்களுக்கென்று தனி அணி இருக்கிறது' என்று கூறுகிறார்கள்.

நீங்கள் சீர்திருத்தவாதியா?

இல்லை இல்லை. நான் வெறும் ஆய்வாளன் தான்.

அமைப்புடனும், ஊடகங்களுடனும் உங்கள் உறவு மோசமடைந்தது ஏன்?

இதற்கான பதிலை ஜவஹர்லால் நேரு பல்கலைக்கழகத்தைச் சேர்ந்த தலித் மாணவர்களின் குழு எனக்கு அளித்தது. ஒவ்வொரு நாளும் பத்திரிகைகளாலும் எங்களை ஆயிரம் ஆண்டுகளாக வசை பாடியவர்களாலும் நீங்கள் வசைபாடப்படுகிறீர்கள்.

நீங்கள் எங்கள் பக்கத்தில் நின்றால் வசையில் உங்களுக்கும் பங்கு கிடைக்கும் என்று அவர்கள் கூறினார்கள். அதுவே எனக்கு வெளிச்சத்தையும், தெம்பையும் கொடுத்தது. இன்னும் இரண்டு அனுபவங்கள் எனது வைராக்கியத்தை உறுதிப்படுத்தின.

பிற்படுத்தப்பட்ட வகுப்பைச் சேர்ந்த சில மாணவர்கள், 'நாங்கள் இந்த நாட்டின் இளைஞர்கள் இல்லையா? பட்டியலினத்தோரும், பிற்படுத்தப்பட்டவர்களும்தான் இந்த நாட்டின் நான்கில் மூன்று பங்கு என்ற அளவில் இருக்கிறோம்.

மண்டல் மூலமாக நீங்கள் எங்களுக்கு ஒரு விசயம் கொடுத்தீர்கள். ஒட்டுமொத்த நாடும் எங்கள் மீது பாய்ந்தது' என்று என்னிடம் கூறினார்கள்.

இது 27% அல்லது 10% என்பது பற்றிய கேள்வியல்ல. மாறாக ஆளும் மேல்தட்டினரின் இதயங்களில் எங்களுக்கு 1% கூட இடம் இல்லையா என்ற கேள்வி.

நாட்டில் நான்கில் மூன்று பங்கு இளைஞர்கள் இப்படி உணர ஆரம்பித்தார்கள் என்றால் நாடு என்னவாகும்? இன்னொரு முறை ஒரு பத்திரிகைகாரர் வயதான ஒரு தலித் பெண்மணியிடம், 'நீங்கள் வி.பி.சிங்கை ஏன் ஆதரிக்கிறீர்கள்?' என்று கேட்டார்.

அதற்கு அந்தப் பெண்மணி, 'ஏனென்றால் அவர் எனது சாதியைச் சேர்ந்தவர்' என்று பதில் கூறியிருக்கிறார்.

வி.பி.சிங் தலித் என்றா கூறுகிறீர்கள்? என்று அந்தப் பத்திரிகையாளர் திரும்பக் கேட்டார். ஆமாம், ஏனெனில் அவர் எங்களுக்காகப் போராடு கிறார் என்று அந்தப் பெண்மணி பதில் கூறியிருக்கிறார். ஆக கொஞ்சம் நம்பிக்கையாவது இருக்கிறது. அதை விட்டு விடக் கூடாது. வாக்குகள் எம்.பி.க்கள், எம்.எல்.ஏ.க்கள் எல்லாம் அந்த நம்பிக்கைக்கு ஈடாக மாட்டார்கள்.

ஆளும் மேல்தட்டு வர்க்கத்தின் சதிதான் உங்களைக் கவிழ்த்து விட்டதா?

நான் யாரையும் குற்றஞ்சாட்டவில்லை. அது இயல்பான எதிர்வினை தான். ஆளும் மேல் தட்டினர் ஒரு விஷயத்தைப் புரிந்து கொள்ள வேண்டும். நம் சமூகத்தின் நசுக்கப்பட்ட பிரிவினரை துரத்திச் சென்று ஒரு முட்டுச்சந்தில் நிறுத்துவோம் என்றால் நமது நாட்டில் மேலும் மேலும் அமைதியின்மையே ஏற்படும்.

வி.பி.சிங்கைத் தூக்கில் தொங்க விடுங்கள். ஆனால் ஒடுக்கப்பட்ட மக்களுக்கு அவர்களுக்கான நீதியைக் கொடுங்கள். இல்லையென்றால் இந்த நாடு யாராலும் நிர்வகிக்க முடியாத நிலையை நோக்கிச் சென்று விடும்.

✤

வி.பி.சிங்கின் எதிர் அரசியல் நிலைப்பாடு

9

ராஜிவ்காந்தியின் அமைச்சரவையில் இருந்த கால முழுவதும் வி.பி.சிங் எதிர் அரசியல் நிலைப்பாட்டில் இருந்து பெருங் குடைச்சலைக் கொடுத்து வந்ததாகவே காங்கிரஸ் கருதியது.

நிதியமைச்சராக நியாயமான தரமான வர்த்தகம் இருக்க வேண்டும் என்ற வி.பி.சிங்கின் முயற்சியில் காங்கிரசுக்கு நன்கொடை அளிக்கும் தொழிலதிபர் களைக்கூட அவர் விட்டு வைக்கவில்லை.

அவர்களின் தொழில் நிறுவனங்களில் வி.பி.சிங்கின் நிதியமைச்சகத்தின் கீழ் இயங்கிய அமலாக்கப் பிரிவுகளின் அதிரடி சோதனைகள் நடந்தன.

சில நேரங்களில் அது விசாரணை யோடு முடிவடைந்தது. சில நேரங்களில்

கைதுகளும் நடந்தன. கடைசியில் தொழிலதிபர்களின் அழுத்தத்தால் வி.பி.சிங்கை நிதியமைச்சகத்தில் இருந்து பாதுகாப்புத் துறைக்கு மாற்றினார் ராஜிவ்காந்தி.

இந்த இடமாற்றங்கள் வி.பி.சிங்கிற்கு ஆத்திரத்தை விளைவித்தன. வி.பி.சிங்கின் நடவடிக்கைகளால் பாதிக்கப்பட்டவர்களின் அவதூறுப் பிரச்சாரத்திற்கு ராஜிவ்காந்தியும் ஒத்துழைத்தது அவரது ஆத்திரத்தின் அளவைக் கூட்டியது.

இந்தக் கோபம் பின்னாளில் ஒரு வரலாற்றை உருவாக்கியது. பாதுகாப்புத் துறைக்கு மாற்றப்பட்டாலும் அவரது குணம் மாறவில்லை. பாதுகாப்புத் துறை தொடர்பான ஒப்பந்தங்களை ஆய்வு செய்தார்.

அவர் பதவிக்கு வருவதற்கு முன் அரசாங்கத்தால் கையெழுத்திடப் பட்ட ராணுவ ஒப்பந்தங்களை அவர் கேள்விக்குள்ளாக்கினார்.

ஜெர்மனைச் சேர்ந்த ஹோவால்ட்ஸ் ரெக்டெட்ச்சே வெர்ஃப்ட் எனும் கப்பல் கட்டுமான நிறுவனம் இந்தியாவிற்கு நான்கு நீர் மூழ்கிக் கப்பல்களை வழங்குவதற்கான 350 மில்லியன் டாலர் பெறுமானமுள்ள (ரூபாய் மதிப்பில் 2796 கோடி) ஒப்பந்தம் ஒன்றைப் பெறுவதற்காக சட்ட விரோதமாக 7 சதவீதம் கமிஷன் வழங்கியதை வி.பி.சிங் கண்டுபிடித்தார்.

இது தொடர்பாக பிரதமர் ராஜிவ்காந்தியைக் கலந்தாலோசிக்காமல் விசாரணைக்கு உத்தரவிட்டார். அதைப் பத்திரிகைகளிலும் வெளி யிட்டார். ராஜிவ்காந்தி இதனால் கோபமடைந்தார்.

இருவருக்கும் இடையே மோதல் ஆரம்பித்தது. அடுத்த நாள் வி.பி. சிங் தனது அமைச்சர் பதவியை ராஜினாமா செய்தார். அடுத்த மூன்று மாதங்களில் காங்கிரஸ் ஆட்சியும் முடிவுக்கு வந்தது.

வி.பி.சிங்கின் விமர்சகர்கள் இந்திய வர்த்தகத்தை ஊழலில் இருந்து மீட்கப் போவதாக அவர் சொல்வது போலியானது என்று விமர்சித்தனர். இந்திய தொழிலதிபர்கள் அரசியல் கட்சிகளுக்கு குறிப்பாக தேர்தல் காலங்களில் நிதி தர வேண்டிய கட்டாயம் ஏற்படுகிறது என்று அவர்கள் கூறினர்.

நீர்மூழ்கிக் கப்பல் பேர விசாரணை கூட அதற்காகத்தான் அமைக்கப் பட்டது என்று அவர்கள் கூறினர். அவர்களின் இந்த வாதத்தை வி.பி.சிங்

ஒப்புக் கொண்டார். அதே சமயத்தில் அரசியல் கட்சிகளுக்கு தொழிலதிபர்கள் நிதி அளிப்பதில் வெளிப்படைத்தன்மை வேண்டும் என்று கூறினார்.

பின்னாளில் அமைச்சர்கள் பதவி ஏற்கும் போது ரகசியக் காப்பு பிரமாணத்திற்குப் பதிலாக வெளிப்படைத்தன்மை காப்பு பிரமாணம் எடுக்க வேண்டும் என்று கூட வி.பி.சிங் கூறினார்.

வி.பி.சிங் காங்கிரசை விட்டு வெளியேறிய பிறகு வலிமையான எதிர்க்கட்சித் தலைவரானார். ராஜிவ்காந்தியையும் காங்கிரசையும் ஊழலையும் எதிர்த்து மிகப்பெரும் பிரச்சார இயக்கத்தை நடத்தினார்.

இந்தியா சுதந்திரம் பெற்றதில் இருந்து நடைபெற்ற மூன்று பெரிய ஊழல் எதிர்ப்பு பிரச்சார இயக்கத்தில் வி.பி.சிங் நடத்திய இயக்கம் இரண்டாவது. முதலாவது இந்திரா காந்திக்கு எதிராக 1974ல் ஜெயப்பிரகாஷ் நாராயணன் நடத்தியது. மூன்றாவது லோக்பால் மசோதா கொண்டு வர வேண்டும் எனக் கோரி 2011ல் அன்னா ஹசாரே அரவிந்த் கெஜ்ரிவால் நடத்திய இயக்கம்.

இந்த மூன்று ஊழல் எதிர்ப்பு பிரச்சார இயக்கங்களும் ஒரே மாதிரியான முடிவைத்தான் தந்தன. மூன்று இயக்கங்களின் போதும் அதுவரையில் ஆட்சியில் இருந்தவர்கள பதவி இறங்கினார்கள். ஆனாலும் ஊழல் எப்போதும் போலத் தொடர்ந்து கொண்டு தான் இருக்கிறது.

வி.பி.சிங் பல்வேறு தலைவர்களையும் காங்கிரசுக்கு எதிராக ஒன்றிணைத்தார். ஜனதா தளம் என்ற புதிய கட்சி ஒன்றை உருவாக்கி னார். அதன் தலைவரானார். பிற கட்சிகளுடன் தொகுதி உடன்பாடு செய்து கொண்டார். 1989 நாடாளுமன்றத் தேர்தலில் காங்கிரசுக்கு எதிரான ஐக்கிய முன்னணி ஒன்றை உருவாக்கினார்.

முன்னதாக 1977 எமர்ஜென்சியின்போது தான் இப்படிப்பட்ட கூட்டணி ஒன்று உருவானது. அந்த நேரத்தில் இந்திரா காந்தி முக்கியமான தலைவர்களை எல்லாம் சிறையில் அடைத்தார்.

மறுபடி காங்கிரஸ் ஆட்சிக்கு வந்தால் மீண்டும் தாங்கள் சிறைக்கு செல்ல நேரிடும் என எதிர்க்கட்சித் தலைவர்கள் அனைவரும் இந்திரா காந்திக்கு எதிராக ஒன்றிணைந்தனர்.

வி.பி.சிங் காலத்தில் அந்த நெருக்கடிகள் எதுவும் இல்லை. எனினும் ராஜிவ்காந்திக்கு எதிராகவும் காங்கிரசுக்கு எதிராகவும் அனைத்திந்தியத் தலைவர்களை ஒன்றிணைத்தார். அதற்கு முந்தைய 1984 தேர்தலில் காங்கிரஸ் கட்சி 491 இடங்களில் போட்டியிட்டு 404 இடங்களைக் கைப்பற்றி இருந்தது. அத்தகைய காங்கிரஸ் கட்சியை வி.பி.சிங் அணி தோற்கடித்தது.

நாடாளுமன்றத்தில் அவர் நம்பிக்கை ஓட்டு கிடைக்காமல் பதவியை விட்டு விலகினார். பிரதமராக இருந்தது 11 மாதங்கள்தான். இரவு வரை நாடாளுமன்றத்தால் ஓட்டெடுப்பு நீண்டு நள்ளிரவுச் செய்தியில் தூர்தர்ஷன் ஆங்கிலச் செய்தியின் பெண் செய்தி அறிவிப்பாளர் ஒருவர் அந்தச் செய்தியை VP Singh voted of Power என்று கூறியபோது அவரின் நா தழுதழுத்தது.

துயரத்தோடு அடுத்தவரிச் செய்தியைத் தொடர முடியாமல் தவித்ததை நாடு முழுவதும் லட்சோப லட்சம் மக்கள் பார்த்தனர்.

வி.பி.சிங் ஒழிந்தார் என்று பார்ப்பன வட்டாரங்களும், இந்துத்துவ சக்திகளும் மகிழ்ச்சியில் கூத்தாடின.

அப்போது ஒரு செய்தியாளர் வி.பி.சிங்கிடம் கேட்டார், பதவியை இழந்து விட்டீர்கள். பிரதமர் பதவியை இழக்கப் போவது உங்களுக்குத் தெரியும். அந்தப் பதவியிலிருந்த கடைசி நாளில் உங்கள் மனநிலை எப்படி இருந்தது? என்று விஷமத்தனத்தோடு அந்தக் கேள்வி இருந்தது.

அதற்கு வி.பி.சிங் பதில் சொன்னார். Gentleman, "There is no last date in the Political Calender (நண்பரே அரசியல் நாட்காட்டியில் கடைசி தேதி என்று எதுவும் கிடையாது.

மற்றொரு முறை ஒரு பார்ப்பன செய்தியாளர் விரக்தியின் உச்சிக்குப் போய் அவரிடம் கேட்டார், நீங்கள் எங்கே சென்றாலும் எங்கே, பேசினாலும் சமூகநீதி - சமூகநீதி என்பதை மட்டுமே தொடர்ந்து பேசி வருகிறீர்களே வேறு எந்த பிரச்சனையுமே உங்களுக்குத் தெரிய வில்லையா? என்று கேட்டார்.

வி.பி.சிங் பதில் சொன்னார். நண்பரே நான் பயணிக்கும் இடங்களுக் கெல்லாம் நீங்கள் தொடர்ந்து வர வேண்டும் என்று நான் கட்டாயப் படுத்தவில்லையே என்றார்.

தங்களுக்கு சாதகமான கருத்துக்களை கேள்வியாக்கி தலைவர்களிட மிருந்து சாதகமான பதிலைப் பெறுவது பார்ப்பன செய்தியாளர்களின் வழக்கமான தந்திரம். அற்பப் பிரச்சனைகளில்கூட அவளால் நலன் அடங்கி இருந்தால் அதை ஏதோ சர்வதேசப் பிரச்சனை போல கேள்வி கேட்பது உண்டு.

அத்தகைய தருணங்களில் வி.பி.சிங் தெளிவாக சொல்லியிருக்கிறார். உங்கள் கருத்துக்களை எனது வாய்க்குள் திணித்து பதில் பெற முயலா தீர்கள்.

ராஜிவ் அனுப்பிய இந்திய ராணுவம் ஈழத்திலே தமிழினப் படுகொலை களை நடத்தியபோது சர்வதேச அளவில் கண்டனங்கள் எழுந்தன. வி.பி.சிங் பிரதமராக இருந்த காலத்தில் தான் இந்திய ராணுவம் திருப்பி அழைக்கப்பட்டது. செய்தியாளர்கள் அப்போது வி.பி.சிங்கிடம் கேட்டனர்.

விடுதலைப் புலிகள் இயக்கத்தை நீங்கள் பயங்கரவாத இயக்கமாக கருதவில்லையா? என்று.

வி.பி.சிங் சொன்னார் : எந்த ஒரு இயக்கத்துக்கும் முத்திரை குத்துவதற் கான ரப்பர் ஸ்டாம்ப் எதுவும் என்று சட்டைப் பைக்குள் இல்லை.

மண்டல் கமிஷன் அமுலாக்கத்தின்போது பெங்களூரில் பார்ப்பனர் சங்கம் அவசரமாகக் கூடி இந்த ஆணை இந்து மதத்தை சாதி அடிப்படை யில் பிரித்து விடும். எனவே அமுல்படுத்தக் கூடாது என்று தீர்மானம் போட்டனர்.

சாதி அடிப்படையில் பிரிப்பது இந்து மதமா? அல்லது அரசு ஆணையா? ஏதோ இந்து மதத்துக்குள் சாதி நுழைந்ததே ஆகஸ்ட் 7ஆம் தேதி தான் என்பது போல நாடு முழுவதும் பார்ப்பனர்களும் பார்ப்பன பத்திரிகைகளும் ஒரே குரலில் ஓலமிட்டனர்.

அப்போது டெல்லி பல்கலைக் கழக பார்ப்பன மாணவர்கள்தான் எதிர்ப்புப் போராட்டத்துக்கு தலைமை தாங்கினர். விபரமறியாத பிற்படுத்தப்பட்ட தாழ்த்தப்பட்ட மாணவர்களையும் போராட்டத்தில் ஈடுபட வைத்தனர்.

பீகாரில் நடந்த கலவரத்தில் துப்பாக்கிச் சூடு நடந்தபோது அதில்

இறந்த 6 மாணவர்களும் பிற்படுத்தப்பட்ட சமுதாயத்தினர். எதிர்ப்புக் கலவரத்தில் பீகார், உ.பி, ம.பி, ஒரிசா, இராஜஸ்தான், அரியானா மாநிலங் களில் இறந்த 32 மாணவர்களும் பிற்படுத்தப்பட்ட சமுதாயத்தைச் சேர்ந்தவர்கள்.

அதே ஆண்டு ஆகஸ்ட் 24ம் தேதி நாடாளுமன்றத்தின் முன்பு மாணவர்கள் நடத்திய பேரணி கலவரமாக மாறியபோது துப்பாக்கிச் சூட்டில் உயிரிழந்தவரும், செப்டம்பர் 24ஆம் தேதி துப்பாக்கிச் சூட்டில் உயிரிழந்தவரும் முஸ்லீம் மாணவர்கள்தாம்.

மாணவர்கள் இடஒதுக்கீட்டை எதிர்த்து தீக்குளிப்பதாக பார்ப்பன ஏடுகள் செய்திகளை வெளியிட்டன. உண்மையில், பல மாணவர்கள் திட்டமிட்டு உயிருடன் எரிக்கப்பட்டு அவர்கள் தீக்குளித்ததாக நாடகமாடினார்கள்.

வரிந்து கட்டிய பார்ப்பன ஊடகங்கள் வி.பி.சிங் சமூக இழிவைக் கொண்டு வந்தவர் என்று இறுமாப்போடு கூறினர். அவ்வாறு எழுதிய இந்தியா டுடே ஏடுதான் கலவரங்களை ஊதி விட்டது. அப்படி இட ஒதுக்கீட்டுக்கு எதிராக தீவிரமாக பிரச்சாரம் செய்த அதே இந்தியா டுடே தான் தீக்குளிப்பு என்ற பெயரில் ராஜிவ் கோஸ்வாமி என்ற பிற்படுத்தப் பட்ட மாணவரை பார்ப்பன மாணவர்கள் தீக்குளிப்பதுபோல நாடகமாடுமாறு கூறி விட்டு பிறகு உண்மையில் தீக்குளிக்க வைத்தனர் என்ற செய்தியை மருத்துவமனையில் உயிருக்கு போராடிய கோஸ்வாமி யின் வாக்குமூலத்தின் வழியாக அம்பலப்படுத்தியது (இந்தியா டுடே அக்.6-20, 1990)

இந்தியன் எக்ஸ்பிரஸ் நாளேட்டின் ஆசிரியராக இருந்த பார்ப்பன அருண்ஷேயரி, வி.பி.சிங்குக்கும் இடஒதுக்கீட்டுக்கும் எதிரான குருக்ஷேத்திரப் போரையே நடத்தினர்.

ஆகஸ்ட் 15 முதல் செப்டம்பர் 30 வரை ஒன்றரை மாத காலத்தில் இந்தியன் எக்ஸ்பிரஸ் ஏட்டில் இடஒதுக்கீட்டுக்கு எதிராக அருண்ஷோரி எழுதி குவித்த தலையங்கங்கள், கட்டுரைகளின் எண்ணிக்கை ஏராளம். அதேபோல டைம்ஸ் ஆப் இந்தியா, இந்து போன்ற பத்திரிகைகளும் வரிந்து கட்டிக் கொண்டு எழுதின.

மண்டல் பரிந்துரை நாட்டையே அழித்து விடும். அரசு நிர்வாகத்தை மேலும் சீர்குலைக்க வைத்து விடும். இந்த அப்பட்டமான சந்தர்ப்பவாத முடிவு சமூகப் பதட்டத்தைத்தான் உருவாக்கப் போகிறது. இதன் முதன் விளைவு இதுவாக இருக்கும் என்று எக்ஸ்பிரஸ் எழுதியது.

நாற்பது ஆண்டுகாலமாக நவீன சமத்துவ சமுதாயத்தை உருவாக்கப் படிப்படியாக எட்டிய சாதனைகள் அனைத்தையும் ஒரே அடியில் வி.பி.சிங் வீழ்த்தி விட்டார் என்று டைம்ஸ் ஆப் இந்தியா பார்ப்பன நாளேடு எழுதியது.

வி.பி.சிங் அரசின் அந்த ஆணை வந்தவுடன் புதுடில்லியில் ஆர்.எஸ்.எஸ். தலைமையகத்தில் முக்கிய தலைவர்கள் கூடி வி.பி.சிங் ஆட்சிக்கு பாரதிய ஜனதாவின் ஆதரவை உடனே திரும்பப் பெற வேண்டும் என்று வற்புறுத்தினர்.

பாரதிய ஜனதா கட்சியின் பொதுச் செயலாளர் மனோகர் ஜோசியும், அந்தக் கூட்டத்தில் கலந்து கொண்டார். ஆனாலும் பாரதிய ஜனதா கட்சி உடனே ஆதரவைத் திரும்பப் பெற்று விடவில்லை. பிற்படுத்தப் பட்டோரின் எதிர்ப்புக்கு ஆளாக நேரிடும் என்று தயங்கியது.

காரணம் நாடாளுமன்றத்தில் மூன்று அல்லது நான்கு எண்ணிக்கையைத் தாண்டாத பாரதிய ஜனதா வி.பி.சிங் அணியில் இடம் பெற்றதால்தான் 86 உறுப்பினர்களைப் பெற முடிந்தது.

அந்த 86 பாஜக நாடாளுமன்ற உறுப்பினர்களில் 38 பேர் பிற்படுத்தப் பட்டோர். 12 பேர் தாழ்த்தப்பட்டோர் பிரிவைச் சேர்ந்தவர்கள். எனவே இவர்களின் எதிர்ப்புக்குள்ளாக நேரிடுமோ என்ற தயக்கம் பாஜகவுக்கு இருந்தது.

எதிர்ப்பை வேறு வழியில் காட்ட காரணம் தேடிக் கொண்டிருந்தது. ஆணையை எதிர்த்தது, ஆர்.எஸ்.எஸ். மட்டுமல்ல; காங்கிரஸ் கட்சியைச் சேர்ந்த வசந்த் சாத்தே என்ற பார்ப்பன நாடாளுமன்ற உறுப்பினர். ஆணையைத் திரும்பப் பெறக் கூறி நாடாளுமன்றத்தின் முன் உண்ணா விரதப் போராட்டத்தை அறிவித்தார்.

தனது கட்சியின் கருத்து பற்றிக்கூட அவர் கவலைப்படவில்லை. பார்ப்பன உயர்சாதி ஐ.ஏ.எஸ். அதிகாரிகள் ரகஸ்யமாகக் கூடிப் பேசி அரசுக்கு எதிராக செயல்படுவதென முடிவெடுத்தனர்.

முதல் கட்டமாக ஐ.ஏ.எஸ். அதிகாரிகளின் மனைவியர்களைத் திரட்டி, அணியாக்கி இடஒதுக்கீட்டுக்கு எதிராக ஊர்வலம் நடத்தினர்.

பிற்படுத்தப்பட்ட மக்களுக்கு 27 சதவீத ஒதுக்கீடு செய்யும் முடிவை வி.பி.சிங் தலைமையிலான அமைச்சரவை முடிவெடுத்து, அதற்கான ஆணையைப் பிறப்பித்தவர் அன்று சமூகநலத்துறை அமைச்சராக இருந்த ராம்விலாஸ் பஸ்வான் என்ற தலித்தான்.

ஒரு தலித் அமைச்சர் ஆணை வழியாகத்தான் பிற்படுத்தப்பட்டோருக்கு இடஒதுக்கீடு கிடைத்தது என்பதை வரலாறு மறக்கக் கூடாது. அதேபோல் அரசியலமைப்பு சட்டத்தில் அம்பேத்கர் உருவாக்கிய பிரிவுகள்தான் பிற்படுத்தப்பட்டோருக்கு வேலை வாய்ப்புகளில் இட ஒதுக்கீட்டை உறுதி செய்துள்ளது என்பதையும் பிற்படுத்தப்பட்டவர்கள் மறந்து விடக்கூடாது.

✻

பூலான்தேவியை சரணடையச் செய்த வி.பி.சிங்

10

பூலான்தேவியும் சம்பல் கொள்ளையும் இந்திய அரசியலில் மிகப்பெரிய அதிர்வுகளை உருவாக்கியதை அரசியல் பார்வையாளர்கள் எவராலும் மறுக்க முடியாது.

சர்வதேச அளவில் இந்தியாவின் ஆளுமை குறித்த சந்தேகக் கேள்விகளை ஒரு கட்டத்தில் சம்பல் கொள்ளை எழுப்பியதை ஆட்சியாளர்களால் அலட்சியப்படுத்திட முடியவில்லை.

கொலை, கொள்ளை, ஆட்கடத்தல், வழிப்பறி என சம்பல் பள்ளத்தாக்கின் கொள்ளைக்காரார்கள் கிராமப்புறங்களில் ஏற்படுத்திய சமூக பதட்டம், சாதி மோதல்கள் இவையெல்லாம் இந்திய அரசியலை உலுக்கியது.

ஊடகங்களுக்கு தொடர்ந்து பெருந்தீனி அளித்து இயல்பு வாழ்க்கையை முற்றிலும் சிதைத்து விட்டது.

முக்கியமாக உத்தரபிரதேசம் இந்தியாவின் ஜம்மு காஷ்மீர் பதட்டப் பிரதேசம் போல ஆகி விட்டது.

இந்தியாவில் அதிக மக்கள் தொகை கொண்ட மாநிலம் உத்திர பிரதேசம். லக்னோ இம்மாநிலத்தின் தலைநகர். அலகாபாத் கான்பூர், வாரணாசி, ஆக்ரா ஆகியவை மற்ற முக்கிய நகரங்கள்.

இந்தியாவின் ஆறு பிரதமர்கள் ஜவஹர்லால் நேரு, இந்திரா காந்தி, வி.பி.சிங், சந்திரசேகர், சரண்சிங், லால்பகதூர் சாஸ்திரி இம்மாநிலத்தில் பிறந்தவர்கள்.

இந்தியாவின் வடபகுதியில் அமைந்த மாநிலமான உத்தரபிரதேசம் இந்தியாவில் அதிக பரப்பளவு கொண்ட மாநிலங்களில் ஐந்தாம் இடம் வகிக்கிறது. உத்தரபிரதேசத்தின் அண்மையில் அமைந்த மாநிலங்கள் உத்தராகண்டம், இமாச்சலப்பிரதேசம், அரியானா, தில்லி, ராஜஸ்தான், மத்தியபிரதேசம், சட்டீஸ்கர், ஜார்க்கண்ட் மற்றும் பீகார் ஆகியவை.

உத்தரப்பிரதேசத்தின் வடக்கில் நேப்பால் உள்ளது. கங்கை, யமுனை, கோமதி ஆறு ஆகிய பெருநதிகள் உத்தரப்பிரதேசத்தின் வழியாக ஓடுவதால் இம்மாநிலம் செழிப்பாக உள்ளது.

2000ஆம் ஆண்டு உத்தரகாண்ட் மாநிலம் உத்தரப்பிரதேசத்திலிருந்து பிரிக்கப்பட்டது.

இந்திய மக்களவைக்கான தொகுதிகளில் உத்தரப்பிரதேசத்தில் 80 தொகுதிகள் உள்ளன.

இம்மாநிலத்தில் இந்து சமயத்தினரின் மக்கள்தொகை 79.73சதவீதமும், இசுலாமிய மக்கள்தொகை 19.26 சதவீதமும், சீக்கியர்கள் 0.32 சதவீதமும், கிறிஸ்தவ சமயத்தினர் 0.18 சதவீதமும், சமண சமயத்தினர் 0.11 சதவீதமும், பௌத்த சமயத்தினர் 0.10 சதவீதமும், பிற சமயத்தினர் 0.29 சதவீதமும் உள்ளனர்.

உத்தரபிரதேச முதலமைச்சராக வி.பி. சிங் இருந்த காலகட்டத்தில் சம்பல் பள்ளத்தாக்கு கொலை கொள்ளைச் சம்பவங்களும், பூலான் தேவி அரசு யந்திரத்திற்கு ஒரு அசைக்க முடியாத சவாலாகவும் இருந்த

நிலையில் இந்திய அரசாங்கத்திற்குமே மிகப்பெரிய தலைவலியாக மாறியது.

ஏனெனில் அந்த காலகட்டத்தில் காங்கிரஸ் கட்சிதான் இந்தியாவை ஆண்டு வந்தது. உத்தரபிரதேசத்திலும் காங்கிரஸ் கட்சியே ஆட்சி செய்தது.

இந்தியாவின் 10வது பிரதமராக அறியப்பட்ட வி.பி.சிங் அலகாபாத் நகரில் அரச குடும்பத்தில் பிறந்தவர். இவரது தந்தை உத்தரபிரதசேத்தில் இருந்த தையா சமஸ்தான மன்னர் ஆவார். அந்த மன்னருக்கு இரு மகன்கள். மூத்த மகன் சந்திரசேகர் பிரதாப் சிங். இரண்டாவது மகன் தான் வி.பி.சிங் என்றழைக்கப்பட்ட விஸ்வநாத் பிரதாப் சிங்.

வி.பி.சிங்குக்கு 5 வயதானபோது மண்டா நகரின் மன்னர் ராஜ்பகதூர் அவரை தனது வாரிசாக தத்து எடுத்துக் கொண்டார்.

1950ல் அலகாபாத் பல்கலைக்கழகத்தில் எம்.எஸ்.சி. படிப்பை முடித்த வி.பி.சிங் தீவிர அரசியலில் இறங்கினார்.

வினோபாவின் பூமிதான இயக்கத்தில் ஆர்வம் கொண்டவர். தனது சொந்த நிலத்தை அந்த இயக்கத்துக்கு தானமாக கொடுத்தார்.

1969ஆம் ஆண்டு உத்தரபிரதேச சட்டசபைத் தேர்தலில் காங்கிரஸ் சார்பில் போட்டியிட்டு எம்.எல்.ஏ. ஆனார்.

1971ல் முதன்முறையாக பாராளுமன்றத்துக்கு போட்டியிட்டு எம்.பி. ஆனார். 1974ஆம் ஆண்டு இந்திரா காந்தி மந்திரி சபையில் துணை வர்த்தக மத்திய மந்திரி ஆனார்.

இவர் நேரு காலத்தில் அலகாபாத் உள்ளூர் அரசியலில் நுழைந்து விரைவில் இந்திய தேசிய காங்கிரஸ் கட்சியில் தன் உறுதியான நேர்மை யின் காரணமாக புகழ் பெற்றார். இவரின் அரசியல் வாழ்வு முழுக்க நேர்மையாக இருந்து மதிப்பு பெற்றார்.

பிறகு மீண்டும் மாநில அரசியலுக்குத் திரும்பி 1980ஆம் ஆண்டு உத்தரபிரதேச மாநில முதல் மந்திரியாக பணியாற்றினார்.

1980ல் ஜனதா கட்சியிடமிருந்து ஆட்சியை இந்திய தேசிய காங்கிரஸ் கைப்பற்றியது. இந்திரா காந்தி இவரை உத்தரபிரதேசத்தின் முதல் அமைச்சராக நியமித்தார்.

தென்மேற்கு மாவட்டங்கள் வழிப்பறி கொள்ளை, கொலை போன்றவற்றால் கடுமையாக பாதிக்கப்பட்டிருந்தது.

வி. பி. சிங் முதல்வரானதும் வழிப்பறி கொள்ளை, கொலை போன்றவற்றைத் தடுக்கும் கடும் நடவடிக்கைகளை மேற்கொண்டார்.

சம்பல் பள்ளத்தாக்கு கொள்ளைக்காரி பூலான்தேவி கூட்டத்தினர் முதல்வராக இருந்த வி.பி. சிங் முன்பாக சரணடைந்தது இந்திய வரலாற்றில் ஒரு முக்கிய சம்பவமாக பார்க்கப்படுகிறது.

பூலான்தேவி கூட்டம் மட்டுமின்றி பல்வேறு கொள்ளை கூட்டம் ஆங்காங்கே இன்னும் அராஜகம் செய்து வந்த நிலையில் முழுமையாக அவர்களை சரணடையச் செய்ய முடியாததற்கு பொறுப்பேற்று வி.பி. சிங் தனது முதலமைச்சர் பதவியை ராஜினாமா செய்தது இந்திய அரசியல் அரங்கையே அதிரச் செய்தது.

சம்பல் கொள்ளைக்காரி பூலான்தேவி குறித்து ஆளுக்கு ஒரு கற்பனை இருந்தது உண்மை.

கொள்ளை, கொலை, வழிப்பறி, அராஜகம் அட்டூழியம் அத்தனைக்கும் ஏகோபித்த உரிமை பூண்ட ராட்சச காட்டுவாசிப் பெண்.

அமைதியான கிராமப்புறங்களில் திடும்மென அவளது அரக்கர் கூட்டம் வந்து இறங்கும். எங்கிருந்து வந்தார்கள் எப்படி வந்தார்கள் என யாருக்கும் தெரியாது. சில நிமிடங்களில் ஒட்டுமொத்த கிராமத்தின் குரல்வளையும் நொறுங்கிப் போகும்.

ஆடுகள், மாடுகள், கோழிகள், தானிய மூட்டைகள், சேர்த்து வைத்த பணப்பெட்டி, நகைகள் என தாகூர் இனமக்கள் கட்டிக்காத்த அனைத்தும் பூலான்தேவி கூட்டத்தினரின் காலடிக்கு வந்து சேரும். இல்லையென்றால் கொள்ளைக் கூட்டத்தினரின் துப்பாக்கி ரவைகளால் அந்தக் கிராமங்கள் இரவெல்லாம் தீபாவளி கொண்டாடும்.

ஆண்டுக்கணக்காக சம்பல் பள்ளத்தாக்கு கொள்ளையரசியின் அட்டகாசம் உத்தரபிரதேச காவல்துறைக்கு தீராத தலைவலி.

அடக்க முடியாத அவளது கொள்ளைச் சம்பவங்களால் சட்டமன்ற, நாடாளுமன்ற அவைகளும் அரசியலும் தங்களின் சுய அடையாளங்களை இழந்து அடிக்கடி வியர்த்து போவது வழக்கமாயிற்று.

பூலான்தேவி என்ற பெயரை மட்டுமே கேட்டும் உச்சரித்தும் இருந்த இந்திய தேச மக்கள் அவளது உருவத்தைப் பற்றி புராணங்களிலும் கதைகளிலும் தாங்கள் சந்தித்த வில்லி கதாபாத்திரங்களை மனதிற் கொண்டு வந்து தங்களின் கற்பனை ஓட்டத்தை இதுநாள் வரை செய்து வந்தனர்.

பூலான்தேவியைப் பற்றி ஊடகங்களும் பத்திரிகைகளுமே தங்களுக்கு தோன்றி யூகங்கள் அடிப்படையில் அவளைப் பற்றி கணக்கிலடங்காத கற்பனைக் கதைகளையும், சித்திரங்களையும் மக்களிடையே பல ஆண்டுகளாக விதைத்திருந்தனர்.

பூலான்தேவி ஒரு மாய தேவதை. மந்திர தந்திரம் அனைத்தும் அறிந்த சூனியக்காரி. எப்போது வருவாள், எப்போது மறைவாள் என்று தெரியாது. ஆறடி உயரத்தில் மலைகளை லாவகமாக நிமிடத்தில் தாண்டிச் செல்லும் பராக்கிரமசாலி என மனதுக்கு தோன்றும் கற்பனை களை எல்லாம் சொல்லிக் கொண்டிருப்பர் சிலர்.

அத்தனை கற்பனை கட்டுக்கதைகளையும் தூள்தூளாக உடைத் தெறிந்து தன் சுய வடிவத்தை அந்த மலையரசி பூலான்தேவி உலகுக்கு காண்பிக்கும் நாளும் வந்தது.

இத்தனை ஆண்டுகளாக இருந்த இரும்புத் திரையை அகற்றி மக்கள் முன் தான் யாரென்று வெளிப்படுத்த பூலான்தேவி தன்னுடைய 25 கொள்ளைக்காரர் கூட்டத்துடன் சரணடையப் போவதாக வெளிவந்த செய்தி இந்தியாவையே ஒரு கணம் உலுக்கி விட்டது.

வன்முறைக் குற்றங்களால் பெரும்பான்மை மக்களை வசீகரித்த சம்பல் பள்ளத்தாக்கு கொள்ளைக்காரி அச்சம் நிறைந்த விழிகளோடு பார்க்கக் கூடிய படபடப்பான தருணங்களுக்கு காத்திருந்தனர்.

கடந்த வருடம் பத்திரிகையாளர் குஷ்வந்த் சிங் பூலான்தேவியை சந்திக்க முனைந்த செய்தி பலராலும் பலவாறாக பேசப்பட்டது. பூலான் தேவியிடம் தற்போது எந்த கொள்ளைக் கூட்டமும் இல்லை. அவள் மட்டுமே எஞ்சியிருக்கிறாள் என்றும், மான்சிங் என்ற அவளது நிகழ்கால காதலனுடன் மட்டுமே சம்பல் பள்ளத்தாக்கில் இருந்து வருகிறாள் என்றும் வதந்திகள் பரவியது.

கொடூரமான கொள்ளைக்காரி என்றும் கொள்ளைக்கார கூட்டத்தின் கறுப்பு அழகி என்றும் வர்ணிக்கப்பட்டிருந்த பூலான்தேவி பெல்பாட்டம் டிரவுசருடன் பாப் முடிக்கற்றையுடன் குழந்தைத்தனமான முகத்துடன் பதட்டமான பார்வையுடன் இருந்தது அதிர்ச்சியாக இருந்தது.

ராஜேந்திர சதுர்வேதி என்ற காவல்துறை கண்காணிப்பாளர் கூறும் போது, அவள் மிகவும் முன் கோபக்காரியாகவும், பக்குவமற்ற முதிர்ச்சி யற்ற குணங்களையும் கொண்ட பெண்ணாக இருக்கிறாள். ஊடகங்கள் தான் அவளைப் பற்றி அதீதமாக கட்டுக்கதைகள் கூறி ஊதிப் பெருக்க வைத்து விட்டன என்றார்.

ஐந்தடிக்கும் குறைவான உயரத்தில் நெளிந்து போன முகத்தோடு உள்ள இந்த பெண் இரண்டு மாநிலங்களிலும் உள்ள பெரும்பான்மை மக்களை இத்தனை ஆண்டுகளாக ஆட்டிப் படைத்திருக்கிறாள் என்பதை நம்பவே முடியவில்லை. எப்போதும் படபடப்பும் பதட்டமும் கோபமும் நிறைந்த இந்த பெண் எப்போதும் துப்பாக்கி ஏந்தியபடி மணிக்கட்டு தேய வாழ்ந்திருப்பது ஆச்சர்யமாக இருக்கிறது என்றார் சம்பல் பள்ளத்தாக்கு துணை ஆய்வாளர் ஜெனரல் எம்.டி. சர்மா.

தன்னுடைய வயதான தாய், தந்தை, மூன்று சகோதரிகள் மற்றும் ஒரு சகோதரனுடன் கூடிய குடும்பத்தவருக்கு மத்தியில் நெருக்கியடித்து உட்கார்ந்து கொண்டிருக்கும் பூலான்தேவியை பார்க்கும் போது நம்பவே முடியவில்லை.

கணக்கிலடங்காத கொள்ளை, கொலை, ஆட்கடத்தல் சம்பவங்கள் அத்தனைக்கும் இவள் உண்மையிலேயே பொருத்தமானவளா என்பது கேள்விக்குறியாக இருந்தது.

அவள் தன்னுடைய குழந்தையை கொஞ்சும் நேரத்தில் மட்டும் அவளுடைய கண்களில் ஒருவித ஒளியும் இதழ்களில் மெல்ல விரியும் புன்னகையும் தோன்றி மறையும். மற்றபடி இறுகிய முகத்துடன் வாய்ப்பூட்டு போடப்பட்டவள் போல இருந்தாள்.

ஊடகங்களுக்கு பூலான்தேவி எப்போதுமே ஒரு சுவாரசியமான பொருளாக இருந்து வந்திருக்கிறாள். ஊடகங்களும் அவளை இரு மாநிலங்களுக்கு இடையே ஒரு புகழ்மிக்க பாலமாக்கி விட்டன.

கடந்த கோடை முதலே பூலானின் சரண்டர் தொடர்பான நடவடிக்கையில் மத்திய பிரதேச காவல் துறை அதிகாரிகள் முழு மூச்சாய் ஈடுபட்டு வந்தனர். ஆனால் அச்செய்தி மிகவும் ரகசியமாக பாதுகாக்கப் பட்டு வந்தது.

பூலான் சரண்டரை மிகப்பெரிய அளவில் மக்கள் முன்பாக திருவிழா போல காண்பித்து பெயரை தட்டிச் செல்ல மத்திய பிரதேச காவல் துறை ரகசியமாக திட்டமிட்டது நடக்காது போய் விட்டது.

இரண்டு நாட்களுக்கு முன்பே பூலான்தேவியின் சரண்டர் பிந்து என்னும் இடத்தில் உள்ள அணிவகுப்பு மைதானத்தில் நடைபெற்றது. அந்த இடத்திற்கு சற்று தொலைவில் உள்ள நீர்ப்பாசனத் துறை பங்களா கட்டிடத்தில் தான் பூலான்தேவியுடன் அவரது காதலர் மான்சிங் மற்றும் அவரது குடும்பத்தினர் ஆகியோருடன் பூலான்தேவியின் கொள்ளையர் கும்பல் எல்லோரும் தங்க வைக்கப்பட்டிருந்தனர்.

மூன்று நாட்களுக்கு முன்பு பிப்ரவரி 12ஆம் தேதியன்றுதான் உண்மையிலேயே பூலான்தேவி மத்திய பிரதேச காவல் துறை முன்பாக சரண்டர் ஆனார். இந்த சரண்டர் ஏற்கனவே மூன்று முறை முடிவு செய்து ரத்து செய்யப்பட்டது.

குடும்பத்தோடு சேர்ந்து சரண்டராக முடிவெடுத்ததன் காரணமாக அதற்கான கால அவகாசம் எடுப்பதில் இந்த சிரமம் ஏற்பட்டது மட்டு மின்றி உத்தரபிரதேசம் மற்றும் மத்திய பிரதேச காவல் துறை அதிகாரி களுக்கு இடையே ஏற்பட்ட உரசல் காரணமாகவும் இந்த காலதாமதம் ஏற்பட்டது.

ஜனவரி 6ஆம் தேதியன்று மத்திய பிரதேச காவல் துறை அதிகாரிகள் பூலான் குடும்பத்தாரை கொண்டு வருவதற்காக உத்தரபிரதேச ஜலன் மாவட்டத்திலுள்ள சேக்புர்குடா என்னும் கிராமத்துக்கு சென்றபோது உத்தரபிரதேசத்தை சேர்ந்த காவல் துறை, மத்திய பிரதேசக பிந்த் காவல் துறையைச் சேர்ந்த எஸ்.பி. மற்றும் போலீஸ்காரர்கள் மீது ஆட்கடத்தல் வழக்கு பதிவு செய்து விட்டனர்.

அதுபோலவே அடுத்த நாள் மத்திய பிரதேச காவல் துறை அதிகாரிகள் மான்சிங் குடும்பத்தை பிடிக்கச் சென்றபோது உத்தரபிரதேச காவல் துறை பிந்த் மாவட்டத்தை சேர்ந்த ஒரு சப்இன்ஸ்பெக்டர் உட்பட ஆறு

போலீஸ்காரர்களை கைது செய்து விட்டனர்.

இரண்டு மாநிலங்களின் காவல் துறை உரசல்களுக்கு முன்பே பூலான் சரண்டரில் குழப்பங்கள் நிகழ்ந்திருக்கிறது.

1982 ஜூலை மாதத்திலேயே பூலான் தேவியின் சரண்டர் தொடர்பான முயற்சிகள் நடைபெறத் துவங்கி விட்டது.

காவல் துறையினருக்கு தகவல் சொல்லியாக பரோலில் நவம்பர் மாதத்தில் சிறையிலிருந்து வெளியே அனுப்பப்பட்ட மால்கன்சிங் எனும் கொள்ளைக்காரன் கன்சியாம் என்பவனைச் சந்தித்து கொள்ளைக் கூட்டத்தை சரணடையும் முயற்சி மேற்கொள்ள தூண்டினான்.

உத்தரபிரதேசத்தின் ஜலான் மாவட்டத்திலுள்ள ராம்புரா என்னு மிடத்தில் நவம்பர் 18ல் சரண்டராக கன்சியாம் செய்த முயற்சி தோல்வி யில் முடிந்தது.

காவல்துறை அதிகாரி சதுர்வேதியை கன்சியாம் சந்தித்தான். அவனுடன் பூலான்தேவி ஆட்களுடன் தொடர்பு கொண்டிருந்த முஸ்லீம் எனும் கொள்ளைக்காரனும் சதுர்வேதியை சந்தித்தனர்.

நயாகான் பகுதியில் அச்சமயம் பூலான் கூட்டத்தினர் இருந்து வந்த தகவலை உம்ரி காவல் துறை வட்டாரத்துக்கு ஜனவரி துவக்கத்தில் முஸ்லீம் மற்றும் அவனது ஆட்கள் தெரிவித்தனர்.

ஜனவரி 26ல் ஒரு காவல் துறை அதிகாரிகள் குழு திடீரென உம்ரி பகுதிக்குள் புகுந்து முஸ்லீம் மற்றும் அவனது ஆட்கள் மீது துப்பாக்கிச் சூடு நடத்தியது.

அந்த துப்பாக்கிச் சூட்டின்போது காயமடைந்த பூலான்தேவி தன்னுடைய கூட்டத்துடன் தப்பித்து ஓடினாள். கன்சியாம் தங்களுக்கு துரோகம் இழைத்து விட்டது பூலான்தேவி அறிய நேர்ந்தது.

அச்சமயம் போபாலில் இருந்து ஒரு உத்தரவு வந்தது. எது எப்படியோ இந்த சரண்டர் நிச்சயம் குறிப்பிட்ட அந்த இடத்தில் நடக்கும் அநேகமாக அது பிப்ரவரி 10ஆம் தேதியிலிருந்து இருக்கலாம் என்று கூறப்பட்டது.

சதுர்வேதி காவல்துறை அதிகாரி மிகவும் ஆபத்தான விளையாட்டை விளையாடத் தொடங்கி இருந்தார். ஆயுதம் ஏதும் இன்றி தனியாக

கன்சியாம் மற்றும் பூலானை எப்படியாவது பிடித்து கொண்டு செல்லும் முயற்சியாக சென்றார்.

தங்களது காவல்துறையினர் தற்செயலாக சுட்டதால் அவர்களின் கூட்டத்தைச் சேர்ந்த முஸ்லீம் இறந்து விட்டார் என்று சமாதானம் கூறி அவர்களை சரண்டர் அடைய சம்மதிக்கச் செய்தார்.

இதற்கிடையில் பிப்ரவரி 6ல் மத்திய பிரதேச காவல் துறை டாடியா மாவட்டத்தில் உள்ள சீந்தாடங்காட்டில் கன்சியாம் குழுவினர் சரண்டர் ஆக காத்திருக்கின்றனர் என்ற தகவலறிந்து புறப்பட்டு சென்றனர்.

கன்சியாம் குழுவினருடன் அன்று சுட்டுக் கொல்லப்பட்டிருப்பான். ஆனால் காவல் துறையினரின் என்கவுண்டர் மீது கடும் ஆட்சேபம் தெரிவித்து போபாலிலிருந்து உத்தரவுகள் வந்திருந்ததால் அது நடக்க வில்லை.

எது எப்படியோ திரும்பவும் பூலான்தேவி மத்தியப் பிரதேச காவல் துறையின் சொத்தாக உருவாகி விட்டார். மத்திய பிரதேச முதன் மந்திரி அவரது சரண்டரை முடிவுக்கு கொண்டு வர முழு மூச்சாய் இறங்கி யிருந்தார்.

பிப்ரவரி 12ஆம் தேதி காலையில் பிந்த் நகரத்தின் பள்ளி ஒன்றின் மொட்டை மாடி மீது தோன்றி கூடியிருந்த கொள்ளையர்களின் அணி வகுப்பை பார்வையிட்டார்.

இந்திய மற்றும் சர்வதேச ஊடகங்கள் மத்திய பிரதேச காவல் துறை மற்றும் பொது மக்கள் தொடர்பு அதிகாரிகளுக்கு அங்கு செய்யப் பட்டிருந்த பிரமாதமான ஏற்பாடுகளுக்கு நன்றி தெரிவித்தன.

அந்தத் திடலில் பார்வையாளர்களாக 4000 பேர்களுக்கு மேல் வந்தமர்ந்திருந்தனர்.

உற்சாகமான அந்த சரணடையும் விழா அப்போது துவங்கியது. வரிசையாக நின்ற கொள்ளையர்கள் தங்கள் ஆயுதங்களையும் புல்லட் நிறைந்த பெல்ட்டினையும் கழற்றி மகாத்மா காந்தி மற்றும் துர்கா தேவி யின் உருவப்படம் முன்பாகவும் முதலமைச்சர் முன்பாகவும் வைத்த போது பார்வையாளர்கள் அனைவரும் மிகுந்த உற்சாகம் ததும்ப கோஷங் களை எழுப்பினர்.

ஒரு துப்பாக்கிக் குண்டுக்கு பதிலடியாக ஒரு துப்பாக்கி குண்டுதான் இருக்க வேண்டும். கொள்ளைக்காரர்களை இந்த நாட்டின் கதாநாயகனாக கௌரவிப்பது கேவலம். இதற்கு நீங்கள் வளையல் அணிந்து வீட்டுக்குள் இருக்கலாம் என்று அந்த பார்வையாளர் கூட்டத்திலிருந்து சிலர் முதலமைச்சரை நோக்கி கற்களை எறிந்தபடி ஆவேசமாக கூச்சலிட்டனர்.

உடனடியாக அந்தத் தீய சக்திகளை காவல் துறை பிடித்து வெளியேற்றியது.

புகைப்படக்காரர்களின் கூட்டம் கட்டுக்கடங்காமல் பல கோணங்களில் அந்த கொள்ளையர் மற்றும் பூலான்தேவி சரணடையும் நிகழ்ச்சியை படம் எடுக்க முனைந்தது. இதன் காரணமாக பார்வையாளர்கள் கூட்டமும் மிகுந்த சிரமத்திற்குள்ளாகியது.

சமுதாய ஏற்றத்தாழ்வுகள் மற்றும் புற காரணங்களினால் கொள்ளையர்களாக திசைமாறிப் போனவர்கள் திருந்தி வாழ்வதற்கான சந்தர்ப்பத்தை இந்த அரசு அமைத்து தந்தபோது அதனை பயன்படுத்திக் கொள்ள சம்மதித்த அந்த கொள்ளையர் கூட்டம் தேசத்தின் நல்லதொரு அடையாளமாக அந்த விழாவில் அங்கீகரிக்கப்பட்டனர்.

கொரில்லாக்களைப் போல தலைமறைவாக காடு விட்டு காடு தாண்டியபடியே காலம் எல்லாம் அலைந்து திரிந்தும் காவல் துறையின் என்கவுண்டரில் சுட்டுக் கொல்லப்பட்டும் அழிந்து போவதற்கு பதிலாக சட்டத்தின் முன் தவறை உணர்ந்து சரணாகதி ஆவதில் தங்களின் உயிர் பாதுகாப்பு உத்தரவாதம் கிடைத்ததில் அவர்கள் முகத்தில் எல்லாம் மகிழ்ச்சி ரேகைகள் தென்பட்டன.

கரன்சிங் என்ற கொள்ளைக்காரன் கன்சியாம் சிங்கின் மூத்த சகோதரன். அந்த மூத்த சகோதரன் கன்சியாம் சிங் கடந்த வாரத்தில் சரணடைந்த நிலையில் கரன்சிங் உத்தரபிரதேச காவல் துறை யூனிபாரத்தில் சரணடைய வந்திருந்தான்.

எட்டு பேர்களுடன் 1974ல் பூலான்தேவியுடன் இருந்த கன்சியாம் தன்னுடைய குடும்பத்தாருக்கு சொந்தமான நிலத்தை அந்த ஊரிலிருந்த பாதிரியார் ஒருவர் அபகரித்துக் கொண்டதால் அவரைக் கொன்று விட்டான். அந்த வழக்கு அவன் மீது இன்னும் நிலுவையில் இருந்தது.

மற்ற கொள்ளைக்காரர்கள் மீது வழிப்பறி, ஆள்கடத்தல், கொலைகள் என்று சொல்லப்படும் 56 குற்றங்கள் நிலுவையில் இருந்தது.

கன்சியாம் மற்றும் கரன்சிங் மீதும் ஏராளமான குற்றச்சாட்டுகள் நிலுவையில் இருந்த நிலையில் அவர்கள் இருவரையும் அடையாளம் காட்டுபவருக்கு தலைக்கு ரூ.7000 தருவதாக உத்தரபிரதேசம் மற்றும் மத்திய பிரதேச காவல் துறை அறிவித்திருந்தது.

கொள்ளையர்களின் குழுத் தலைவனாக இருந்த கன்சியாம் பாபா என்று ஒரு காலத்தில் அழைக்கப்பட்டான்.

கரன்சிங் அண்ணனைப் போல் இல்லாமல் திருமணம் செய்து கொண்டான்.

கன்சியாம் மற்றும் கரன்சிங் இருவரும் ஒரு கட்டத்தில் சரணடைய தீர்மானித்து விட்டனர். சூழ்நிலைகள் எல்லாம் மிகவும் மோசமாக போய்க் கொண்டிருக்கிறது. ஐந்து வருடங்களாக வீடு தங்காமல் ஓடிக் கொண்டே இருக்கிறோம். நாம் சிறையில் இருந்தால் கூட நாம் நினைத்த படி வாழலாம். இனியும் ஓடிக் கொண்டிருக்க முடியாது என்று முடிவெடுத்தனர்.

கிட்டதட்ட ஒவ்வொரு கொள்ளைக்காரனும் இது போன்றதொரு முடிவுக்கு மனதளவில் தள்ளப்பட்டிருந்தனர்.

உயிரோடு வாழ வேண்டும் என்ற தாகம் அவர்களை உந்தித் தள்ளிக் கொண்டே இருந்தது.

பூலான்தேவி தலைக்கு 1981ல் நடந்த பீமாய் படுகொலையின்போதே ரூபாய் ஒரு லட்சம் சன்மானம் அறிவிக்கப்பட்டிருந்தது.

சம்பல் கொள்ளைக்காரர்களின் எண்ணிக்கையை குறைக்கும் முயற்சி யில் கடந்த இரண்டு ஆண்டுகளாகவே காவல் துறை கடும் தொடர் முயற்சியில் ஈடுபட்டு வந்தது.

1980, 81ல் 500 பேர் இருந்த கூட்டத்தினை 30 என்ற அளவுக்கு கொண்டு வந்துள்ளதாக கூறப்பட்டது.

குறைந்தபட்சம் 160 பேர்களாவது என்கவுண்டரில் சுட்டுக் கொல்லப் பட்டிருப்பார்கள். எஞ்சியவர்கள் சிறையில் அடைக்கப்பட்டிருந்தனர்.

14 கோரிக்கைகளுக்கு மேல் முன் வைத்து சரண்டராகி குவாலியர் சிறையில் இருந்த பூலான் தூக்கிலிடப்பட மாட்டார்.

திறந்தவெளிச் சிறைச்சாலையில் தான் பூலான் வைக்கப்பட்டிருந்தார். சிறப்பு நீதிமன்றம் மூலம் உத்தரபிரதேசத்திலிருந்து அவள் சம்பந்தப் பட்ட வழக்குகள் அனைத்தும் மத்திய பிரதேசத்துக்கு கொண்டு வரப்பட்டது.

அவளது குடும்பத்தினரின் வாழ்வாதாரத்திற்கும் பாதுகாப்பிற்குமான ஏற்பாடுகள் எல்லாம் செய்து தரப்பட்டது.

பூலான்தேவி சரண்டராகும்போது, அவர் எது வேண்டுமானாலும் கோரிக்கை வைக்க அனுமதி உண்டு. ஆனால் அது சட்டத்திற்கு உட்பட்டு முறையாக இருக்க வேண்டும். அவருக்கு அடிப்படையாக ஒரு பெண்ணுக் குரிய அனைத்தும் கிடைக்க உத்தரவாதம் உண்டு. அவர் மீதான குற்றங்களின் விசாரணை முடியும் வரை குறைந்தது பத்து வருட காலம் சிறையில் இருக்க வேண்டி வரும் என்று காவல் அதிகாரி ஒருவர் கூறினார்.

●

1983 பிப்ரவரி மாதத்தில் ஒரு மாலை நேரம் அது ஒரு குளிர் மிகுந்த இரவு. மத்திய பிரதேசத்தின் சம்பல் நதி பள்ளத்தாக்கு பகுதியில் பனிரெண்டு கொள்ளைக்காரர்களுடன் நடந்து கொண்டிருக்கிறாள். அவளுடைய தோளில் ஏ 315 துப்பாக்கி தொங்குகிறது. இடுப்பு பெல்டில் ரிவால்வர் மூடி இருக்கிறது.

மலைப்பாதை மிகவும் குதூகலமாகவும் இரு பக்கமும் மலைப் பாறைகள் உயர்ந்தும் நீண்டும் செல்கின்றன. ஏற்றமும் இறக்கமுமாக 250 அடி உயரத்திற்கு மேல் அந்த பாதை வளைந்து நெளிந்து செல்கிறது.

அடிக்கொரு தரம் பூலான்தேவி தனக்கு பின்னே வந்து கொண்டிருக் கும் காவல் துறை சூப்பிரண்டு ராஜேந்திர சதுர்வேதி மீது ஒரு கண் வைத்துக் கொண்டே வருகிறாள்.

அந்த காவல் அதிகாரி பிந்து மாவட்டத்தை சேர்ந்தவர். பூலான்தேவி யின் நிபந்தனையின் காரணமாக ஆயுதம் ஏதுமற்றவராகவே உடன் வந்து கொண்டிருந்தார். ஆனால் காவல் உடையில் இருந்தார்.

1987 இடஒதுக்கீடு போராட்டம்

11

தமிழ்நாட்டில் 1987 இடஒதுக்கீடு போராட்டம் என்பது வன்னிய சமுதாய மக்களால் செப்டம்பர் 1987ஆம் ஆண்டில் நடத்தப்பட்ட ஒரு மாபெரும் போராட்டம் ஆகும்.

வன்னியர் சாதியினருக்கு பிற்படுத்தப் பட்டோருக்கான இடஒதுக்கீட்டில் உள் ஒதுக்கீடு கோரி வன்னியர் சாதி சங்கத்தின ரால் நடத்தப்பட்ட போராட்டம் ஆகும்.

தமிழ்நாட்டில் கல்வி மற்றும் வேலை வாய்ப்பில் வன்னியர்களுக்கு 20 விழுக் காடும், மத்திய அரசின் கல்வி மற்றும் வேலை வாய்ப்பில் இரண்டு விழுக்காடும் இட ஒதுக்கீடு வழங்க வேண்டும் என்று வலியுறுத்தி தொடர்சாலை மறியல் போராட்டம் நடைபெற்றது. இப்

போராட்டம் மருத்துவர் இராமதாசின் தலைமையில் நடைபெற்றது.

இந்த இடஒதுக்கீடு போராட்டக்காரர்களை அடக்குவதற்கு தமிழக காவல் துறையினரால் நடத்தப்பட்ட துப்பாக்கிச் சூட்டில் 21 பேர் சுட்டுக் கொல்லப்பட்டனர்.

1987ஆம் ஆண்டுகளில் வன்னிய சமுதாயத்தினர் தமிழக அரசின் இடஒதுக்கீடு பட்டியலில் பிற்படுத்தப்பட்ட பிரிவில் இருந்தனர். இதனால் கல்வி மற்றும் வேலை வாய்ப்புகளில் மிகவும் பின்தங்கிய நிலையில் இருந்துள்ளனர்.

அந்தக் காலகட்டத்தில் வன்னியர் சங்கம் மற்றும் பாட்டாளி மக்கள் கட்சியின் நிறுவனருமான மருத்துவர் இராமதாஸ் ஊர் ஊராகச் சென்று வன்னியர் மக்களின் வாழ்வாதாரத்தை எடுத்துக் கூறி வன்னிய சமுதாய மக்களை ஒன்றிணைத்தார்.

இதன் விளைவாக தமிழ்நாடு முழுவதும் வன்னியர்களால் குறிப்பாக வடதமிழகத்தில் போராட்டம் வலுப்பெற்றது. இப்போராட்டம் மருத்துவர் இராமதாஸின் தலைமையில் நடைபெற்றது.

இப்போராட்டத்தின்போது தமிழ்நாட்டின் வடமாவட்டங்களின் சாலைகளின் இரு கரையிலும் இருந்த மரங்களை வெட்டி சாலைகளின் குறுக்கே போட்டு போக்குவரத்து மறிக்கப்பட்டது.

இப்போராட்டம் தொடர்ச்சியாக 7 நாட்கள் வன்னியர்களால் தொடர் சாலை மறியல் போராட்டம் நடைபெற்றது. இப்போராட்டத்தால் தமிழகம் முழுவதும் பாதிக்கப்பட்டது.

இப்போராட்டத்தில் வன்னியர் சமுதாயத்தைச் சேர்ந்த 21 பேர் காவல் துறையினரால் சுட்டுக் கொல்லப்பட்டனர். 18000 பேர் இராமதாஸ் உட்பட சிறையில் அடைக்கப்பட்டனர்.

அப்போதைய தமிழக முதல்வரான எம்.ஜி.ஆர். இப்போராட்டத்தின் போது உடல்நலக் குறைவால் அமெரிக்காவில் சிகிச்சை பெற்று வந்தார்.

இப்போராட்டத்தை அறிந்த எம்.ஜி.ஆர். சிகிச்சை பெற்று தமிழகம் திரும்பியவுடன் நவம்பர் 25, 1987 அன்று அனைத்து சமுதாயத்தினரையும் அழைத்து பேச்சு வார்த்தை நடத்தினார். இப்பேச்சு வார்த்தையில் வன்னிய சமுதாய சார்பில் மருத்துவர் இராமதாஸ் உட்பட பலர் கலந்து

கொண்டனர்.

அப்போது வன்னியர் நிலை குறித்தும் விரிவாக எடுத்துக் கூறப் பட்டது. பின்னர் எம்.ஜி.ஆர் இது குறித்து நடவடிக்கை எடுப்பதாக கூறினார். ஆனால் சில நாட்களிலேயே எம்.ஜி.ஆர். காலமானார்.

அதன் பிறகு 1989ஆம் ஆண்டுகளில் மு. கருணாநிதி தலைமையில் தி.மு.க. ஆட்சி வந்தது. அதன் பிறகு மீண்டும் வன்னியர் சங்கம் சார்பில் இடஒதுக்கீடு வேண்டி வலியுறுத்தப்பட்டது. பின்பு மு. கருணாநிதி தனது சொந்த சமூகமான இசை வேளாளர் சமூகத்தையும் வன்னியர் சமுதாயத் துடன் சேர்த்து மொத்தம் 108 சமுதாயத்தை மிகவும் பிற்படுத்தப்பட்ட பட்டியலில் இணைத்தார். அதன் விளைவாகவே தமிழ்நாட்டில் கல்வி மற்றும் வேலை வாய்ப்பில் வன்னியர் சமுதாயம் உட்பட மொத்தம் 108 சமுதாயத்திற்கு 20 விழுக்காடு வழங்கப்படுகிறது.

இப்போராட்டத்தின்போது போராட்டக்காரர்களை அடக்குவதற்கு தமிழக காவல் துறையினரால் நடத்தப்பட்ட துப்பாக்கி சூட்டில் 21 பேர் சுட்டுக் கொல்லப்பட்டனர். இவர்களின் நினைவு நாளான செப்டம்பர் மாதம் 17ம் தேதி ஒவ்வொரு வருடமும் வன்னியர் சங்கம் மற்றும் பாட்டாளி மக்கள் கட்சியின் சார்பில் வீரவணக்க நாளாக கடைப் பிடிக்கப்படுகிறது.

கல்வி மற்றும் வேலை வாய்ப்பில் வன்னியர்களுக்கு 20% தனி இடஒதுக்கீடு வழங்கிட வேண்டும் என்ற கோரிக்கையை வலியுறுத்தி 1987ஆம் ஆண்டு நடைபெற்ற ஒருவார கால தொடர் சாலை மறியல் போராட்டத்தில் உயிர்த்தியாகம் செய்த 21 பேருக்கு 4 கோடியில் விழுப்புரத்தில் மணிமண்டபம் அமைக்கப்படும் என்றும் அவர்களின் குடும்பத்தினருக்கு கல்வித் தகுதிக்கேற்ப அரசு வேலை வாய்ப்பு வழங்கப்படும் என்று முதல்வர் மு.க. ஸ்டாலின் 2, செப்டம்பர் 2021 அன்று சட்டசபையில் அறிவித்தார்.

காவிரி நடுவர் மன்றமும் வி.பி. சிங் உதவியும்

12

காலம் காலமாக கர்நாடகத்திற்கும் தமிழ்நாட்டிற்கும் இடையே காவிரி நீர் பங்கீடு தொடர்பாக இருந்த தகராறைப் போக்குவதற்கு வி.பி. சிங் ஏற்படுத்திய காவிரி நடுவர் மன்ற தீர்ப்பு பெரிதும் உதவும் என்றே எல்லோராலும் எதிர் பார்க்கப்பட்டது.

1990 ஜூன் மாதத்தில் ஏற்படுத்தப் பட்ட இந்த நடுவர் மன்றத் தீர்ப்பில் காவிரி மேலாண்மை வாரியமும், காவிரி நீர் ஒழுங்காற்றுக் குழுவும் உடனடியாக அமைக்கப்பட வேண்டும் என்று உத்தர விடப்பட்டிருந்தது.

அந்த உத்தரவையேற்று அப்போது இருந்த ஐக்கிய முற்போக்கு கூட்டணி அரசு காவிரி மேலாண்மை வாரியம்

அமைப்பதற்காக கருத்துருவை சட்ட அமைச்சகத்திற்கு அனுப்பியது.

பின்னர் சட்ட அமைச்சகமும் அதற்கான பணிகளில் ஈடுபட்டுக் கொண்டிருந்தபோது கர்நாடக அரசு உச்சநீதிமன்றத்தில் நடுவர்மன்ற தீர்ப்பை எதிர்த்து வழக்கு போட்டது.

அது நிலுவையில் இருப்பதால் இந்த முயற்சி அப்படியே கிடப்பில் போடப்பட்டது. இந்த நிலையில் இவ்வளவு நாட்களும் தமிழ்நாட்டின் சார்பில் காவிரி மேலாண்மை வாரியத்தை அமைக்க வேண்டும் என்று வற்புறுத்திய போதெல்லாம் மத்திய அரசாங்கம் அதற்கு எந்தவித மாற்றுக் கருத்தும் சொல்லாத நிலையில் இரண்டு நாட்களில் காவிரி மேலாண்மை வாரியம் அமைப்பது என்பது ஒரு பரிந்துரைதான். அது உத்தரவு அல்ல. மேலும் உச்சநீதிமன்றம் இந்த மேலாண்மை வாரியத்தை அமைப்பதில் தலையிட முடியாது.

காவிரி தலைக்காவிரி, குடகு என்ற இடத்தில் தற்போதைய கர்நாடகா வில் பிறக்கிறது. கர்நாடகாவின் தெற்கு மற்றும் கிழக்கு பகுதியின் வாயிலாக தமிழகத்தில் நுழையும் காவிரி தெற்கு, தென்கிழக்குப் பகுதிகளில் பாய்ந்து இரு கிளைகளாகப் பிரிந்து சென்று இறுதியில் வங்காள விரிகுடாவில் கலக்கிறது.

காவிரி நதியில் கலக்கும் சிறு ஆறுகள் சிம்ஸா, ஹேமாவதி, அர்க்காவதி, ஹொன்னுகோல், லக்ஷ்மணதீர்த்தா, காபினி, பவானி ஆறு, லோக பவானி, அமராவதி மற்றும் நொய்யல் ஆறு.

காவிரி பாயும் மாநிலங்கள் கர்நாடகா, தமிழ்நாடு, கேரளா மற்றும் புதுச்சேரி, காவிரிப் படுகையின் நீர்த்தேக்கத்தின் அளவு : 8115559 கி.மீ (3133459 மைல்கள்) நீளம் 765 கி.மீ.

காவிரி விடுவிப்பு சராசரியாக : 235.7 Cubic meter/sec (8324 Cubic feet/sec)

காவிரி படுகை	கர்நாடகா	தமிழ்நாடு	கேரளா	புதுச்சேரி
காவிரி படுகை (சதுர கி.மீ.)	34273 (42%)	44016(54%)	2866 (3.5%)	148 (-)
தரிசு பஞ்சமான நிலப்பகுதி சதுர கி.மீ	21870 (63.8%)	12790 (29.2%)	-	-

காவிரி நதிநீர் விவகாரத்தைப் பொறுத்தமட்டில் முந்தைய ஆண்டுகளின் ஒப்பந்தங்களைப் பற்றிய பார்வை காவிரி வரலாற்றை உள்வாங்குவதற்கு தேவையான ஒன்றாகும்.

18.02.1892ல் சென்னை மாகாணத்துக்கும் மைசூர் சமஸ்தானத்துக்கும் இடையில் முதல் காவிரி நீர்ப்பகிர்வு உடன்படிக்கை செய்யப்பட்டது. அந்த ஒப்பந்தப்படி மைசூர் மாகாணம் கூடுதலாக வேளாண்மை செய்ய வேண்டுமென்றால் சென்னை மாகாணத்தின் ஒப்புதலைப் பெற வேண்டும். இல்லையேல் புதிதாக வேளாண்மை செய்யக் கூடாது என்று கூறப்பட்டிருந்தது.

14 ஆண்டுகள் கழித்து நடுவர் குழு மற்றும் ஆய்வுக்குழுவின் வழிகாட்டுதல்படி 18.02.1924ல் மைசூர் - கண்ணம்பாடியில் கிருஷ்ணராஜ சாகர் அணையையும் இங்கே மேட்டூர் அணையையும் அடிப்படையாக வைத்து இந்திய அரசின் மேற்பார்வையில் சென்னை மாகாணத்துக்கும் மைசூர் சமஸ்தானத்துக்கும் 50 ஆண்டுகால உடன்படிக்கை செய்யப் பட்டது.

1956ல் மொழிவாரி மாநிலமாக பிரிக்கப்பட்டபோது காவிரி உற்பத்தியாகும் குடகு கர்நாடகாவிற்குச் சென்றது. மேலும் காரைக்கால் காவிரி நீரால் பயனடைந்து வந்ததால் புதுச்சேரியும், கபினி நீரின் பிறப்பிடம் கேரளாவிற்குச் சென்றதால் 1960ல் கேரளமும் நீர்ப்பங்கீடு கேட்டு உரிமைப் பிரச்சனையை எழுப்பின.

1924-1974 உடன்படிப்பை முடிவுக்கு வந்தபோது கர்நாடகா நீர் தர மறுத்தது. இதற்கிடையே 1892, 1924 ஒப்பந்தங்களை மதிக்காமல் நீர்ப் பங்கீட்டை கர்நாடகா மறுக்கிறது என்று தமிழகம் 17.02.1970ல் மத்திய அரசிடம் நடுவர் தீர்ப்பாயத்தை அமைக்க கோரிக்கை வைக்கிறது. 16 ஆண்டுகளாகியும் நடுவர் தீர்ப்பாயத்தை அமைக்காத காரணத்தால் மாநிலங்களுக்கிடையேயான நீர்த்தகராறு 1956 சட்டத்தின் கீழ் தமிழகம் நடுவர் தீர்ப்பாயத்திடம் சொல்வதென முடிவெடுக்கிறது. நடுவர் தீர்ப்பாயக் குழுவை அமைக்காமல் மத்திய அரசு காலதாமதம் செய்கிறது. இதனையடுத்து உச்சநீதிமன்றம் தலையிட்டதன் பேரில் 1990 ஜூனில் தான் காவிரி நடுவர் தீர்ப்பாயம் (நடுவர் மன்றம்) அமைக்கப்படுகிறது. அக்காலக் கட்டத்திலிருந்த மத்திய அரசின் அலட்சியப் போக்கினால் தமிழகம் இழந்தது ஏராளம். ஏனெனில் கர்நாடகாவில் விவசாயம்

செய்யும் நிலப்பரப்பு விரிவாக்கப்பட்டுக் கொண்டே சென்றது.

காவிரி நதிநீர் நடுவர் தீர்ப்பாயத்தில் மூன்று நீதிபதிகள் அதன் உறுப்பினரங்களாக நியமிக்கப்பட்டனர். தீர்ப்பாயத்தின் முடிவான தீர்ப்பு அளிக்கப்படும்வரை 25.06.1991 அன்று இடைக்கால உத்தரவாக தமிழ்நாட்டிற்கு 205 டி.எம்.சி. நீரை ஆண்டுதோறும் வழங்க வேண்டும் என்று ஆணையிட்டது. பத்து நாட்களுக்கு பிறகு தீர்ப்பாயத்தின் உத்தரவை ஏற்க மறுத்து கர்நாடக சட்டமன்றம் ஒருமனமாகத் தீர்மானம் ஒன்றை நிறைவேற்றியது.

தன்னுடைய அலுவலர்களுக்கும் கர்நாடக அரசு ஒரு சுற்றறிக்கையை அனுப்பி மாநில விவசாயிகளின் நலனைக் காக்கும் வகையில் காவிரி நீரைக் காப்பாற்றிப் பாதுகாக்குமாறு உத்தரவிட்டது. விவகாரம் உச்சநீதி மன்றத்துக்கு சென்றது.

கர்நாடகாவின் தீர்மானம் அரசியலமைப்புச் சட்ட வரம்பை மீறுவது என்று உச்சநீதிமன்றம் கூறியது. இதனையடுத்து மத்திய அரசு கர்நாடக விட வேண்டிய தண்ணீரின் அளவைக் குறிப்பிட்டு தனது கெஸட்டில் வெளியிட்டு அதை அதிகாரப் பூர்வமாக்கியது.

அதற்கு பதிலளிக்கும் வகையில் அப்போதைய கர்நாடகா முதல்வர் எஸ். பங்காரப்பா பொது வேலை நிறுத்தத்திற்கு அழைப்பு விடுத்தார். இதனையடுத்து தமிழகத்திற்கு எதிராக கர்நாடகம் முழுவதும் கடும் எதிர்ப்புகள் கிளம்பின. கலவரங்கள் நிகழ்ந்தன. தமிழகத்திலும் பல கோடி இழப்புகள் ஏற்பட்டது.

இதற்கிடையே கர்நாடகம் அதன் பாசனப் பரப்பை அப்போதைய 1120000 ஏக்கருக்கு மேல் விரிவுபடுத்தக் கூடாது என்றும் தீர்ப்பாயம் ஆணையிட்டது. இந்த இடைக்காலத் தீர்ப்புக்கு எதிராக கர்நாடக அரசு அவசரச் சட்டம் பிறப்பித்தது. பின்னர் குடியரசுத் தலைவர் கேட்டுக் கொண்டபடி உச்சநீதிமன்றம் தலையிட்டு அந்த அவசர சட்டத்தை நீக்கியது.

கர்நாடக அரசு பாசனப் பகுதிகளை அதிகப்படுத்தியது. அரசியல் லாபங்களை முன் வைத்து உச்சநீதிமன்றம், நடுவர் தீர்ப்பாயம் அறிவிக்கும் நீரின் அளவை, மழைக் காலங்களில் அதிக நீர்வரத்து இருந்தால் திறந்து விடுவதும் மழை குறைவான ஆண்டுகளில் அல்லது நீர்ப்

பற்றாக்குறை ஏற்படும் மாதங்களில் தண்ணீரைத் திறந்து விடுவதில் உள்ள சிக்கலைக் காரணம் காட்டி நடுவர் தீர்ப்பாயத்தின் உத்தரவுப்படி திறந்து விட இயலாது என்று காரணம் காட்டுவதும் வாடிக்கையானது. தமிழகம் தனக்கான நீதி கேட்டு உச்சநீதிமன்றம் செல்வதும், கர்நாடகமும் தனது பங்கிற்கு வழக்குகளைப் போடுவதும் கடந்த 28 ஆண்டுகளுக்கும் மேலாக நடந்து வந்தது.

தமக்கான தண்ணீரின் அளவைக் குறைந்து விடக் கூடாது என்ற கவலையில் கேரளாவும், புதுச்சேரி யூனியனும் கூட வழக்குகளைப் பதிவு செய்தன.

●

காவிரி நதிநீர்ப் பங்கீட்டு வழக்கை விசாரித்த நடுவர் மன்றம் கடந்த 2007ல் இறுதி உத்தரவு பிறப்பித்தது. இதில் காவிரி மேலாண்மை வாரியம் அமைக்கவும், தமிழகத்துக்கு 192 டிஎம்சி தண்ணீர் வழங்கவும் உத்தர விடப்பட்டிருந்தது.

இந்த தீர்ப்பை எதிர்த்து தமிழகம், கர்நாடகா, கேரளா ஆகிய மாநிலங்கள் உச்சநீதிமன்றத்தில் மேல்முறையீடு செய்தன.

கடந்த 10 ஆண்டுகளுக்கும் மேலாக நடந்த இவ்வழக்கில் கடந்த பிப்ரவரி மாதம் 16ஆம் தேதி உச்சநீதிமன்றம் தீர்ப்பு வழங்கியது.

அதில் தமிழகத்துக்கு வழங்கப்பட்ட காவிரி நீரின் அளவை 192 டிஎம்சியில் இருந்து 177.25 டிஎம்சி ஆக குறைக்கப்பட்டது. மேலும் கர்நாடகாவுக்கு 284.75 டிஎம்சி நீரும் கேரளாவுக்கு 30 டிஎம்சி நீரும் புதுச்சேரிக்கு 7 டிஎம்சி நீரும் வழங்க வேண்டும் என்றும் இந்தத் தீர்ப்பை நடைமுறைப்படுத்த மத்திய அரசு 6 வாரங்களுக்குள் செயல் திட்டத்தை (ஸ்கீம்) உருவாக்க வேண்டும் எனவும் உத்தரவிடப்பட்டது.

கர்நாடக தேர்தலைக் காரணம் காட்டி இழுத்தடிக்கப்பட்டு வந்த நிலையில் கடந்த மே 14ம் தேதி மத்திய அரசு 14 பக்க செயல்திட்ட வரைவு அறிக்கையை தாக்கல் செய்தது. இதில் தமிழகம், புதுச்சேரி, கேரளா ஆகிய அரசுகள் பல்வேறு திருத்தங்களை மேற்கொண்டன.

இதனையடுத்து தமிழக அரசின் கோரிக்கையின்படி காவிரி மேலாண்மை ஆணையம் என பெயர் மாற்றப்பட்டது.

மேலும் இதன் தலைமை அலுவலகம் பெங்களூருவில் இருந்து டெல்லிக்கு மாற்றப்பட்டது. நீர் பங்கீடு, ஆய்வுகளை மேற்கொள்வது, அணைகள் திறப்பது, இறுதி முடிவு எடுப்பது உள்ளிட்ட அனைத்து அதிகாரமும் ஆணையத்துக்கே இருக்க வேண்டும் என்பதையும் உச்சநீதிமன்றம் உறுதி செய்தது.

இதன் தொடர்ச்சியாக கடந்த மே 18ம் தேதி திருத்தப்பட்ட வரைவு அறிக்கையை உச்சநீதிமன்ற தலைமை நீதிபதி தீபக் மிஸ்ரா, ஏ.எம். கான்வில்கர், டி.ஒய். சந்திரசூட் ஆகியோர் முன்னிலையில் மத்திய அரசு தாக்கல் செய்தது.

அதனை ஏற்றுக் கொண்ட உச்சநீதிமன்றம் காவிரி தீர்ப்பை செயல் படுத்தும் வரைவு அறிக்கையின்படி காவிரி மேலாண்மை ஆணையத்தை பருவ காலத்துக்குள் (ஜூன்) அரசு அமைக்க வேண்டும். வரைவு அறிக்கையில் குறிப்பிடப்பட்டுள்ள அம்சங்களின்படி புதிய அமைப்பு செயல்பட வேண்டும். இந்த தீர்ப்பு அடுத்த 15 ஆண்டுகளுக்கு அமலில் இருக்கும். இது தொடர்பான அறிவிப்பை மத்திய அரசு உடனடியாக அரசிதழில் வெளியிட வேண்டும் என உத்தரவிட்டது.

இதனைத் தொடர்ந்து மத்திய நீர்வளத் துறை மற்றும் ஆற்று மேம்பாட்டுத் துறை அமைச்சகம் மாநிலங்களுக்கிடையேயான நதிநீர் பங்கீட்டு சட்டம் 6 (ஏ) 1956ன் படி காவிரி மேலாண்மை ஆணையம் அமைக்க மத்திய அரசு ஒப்புதல் அளித்துள்ளது என அறிவித்தது.

அதன் பின்னர் மத்திய நீர்வளத்துறை மூத்த இணை ஆணையர் ஆர்.கே. கனோடியா, மத்திய அரசிதழ் அச்சக இயக்குநருக்கு ஆணை ஒன்றை பிறப்பித்தார்.

அதில் கர்நாடகா, தமிழகம் உள்ளிட்ட மாநிலங்களுக்கு இடையே யான காவிரி நதி நீர் பங்கீட்டை மேற்கொள்ளும் காவிரி மேலாண்மை ஆணையம் அமைப்பதற்கான அறிவிப்பை உடனடியாக மத்திய அரசிதழ் மற்றும் இணைய தளத்தில் வெளியிட வேண்டும் என குறிப்பிடப் பட்டிருந்தது.

மத்திய அரசிதழில் காவிரி மேலாண்மை ஆணையம் வெளியிடப் பட்டதால் உச்சநீதிமன்ற உத்தரவு உடனடியாக செயல்வடிவம் பெற்றுள்ளது. அதன்படி மத்திய அமைச்சர் நிதின்கட்கரி காவிரி

மேலாண்மை ஆணையத்தின் தற்காலிக தலைவராக மத்திய நீர்வளத் துறை செயலாளர் யூ.பி. சிங்கை நியமித்துள்ளார்.

நான்கு மாநில அரசுகளுடன் கலந்தாலோசித்த பின்னர், இந்த ஆணையத்துக்கு நிரந்தர தலைவர், நியமன உறுப்பினர்கள் உள்ளிட்டோரை நியமிக்கும் பணிகள் விரைவில் துவக்கப்படும் என மத்திய நீர்வளத்துறை அறிவித்துள்ளது.

இன்று வரையிலும் தொடர்ச்சியாக ஆட்சியிலிருந்த மத்திய அரசுகள் காவிரிப் பிரச்சனையை நேர்மையாக அணுகவில்லை என்பதுதான் பெரும்பான்மையோர் விமர்சனமாக இருந்து வருகிறது.

இந்த பிரச்சனை தீர காவிரி மேலாண்மை வாரியம் விரைவாக அமைப்பது தான் ஒரே வழி.

காவிரி மேலாண்மை வாரியமும் நீர்ப்பிரச்சனை தீர்க்கும் குழுவும் மத்திய அரசின் கட்டுப்பாட்டில் இல்லாத வகையில் தனி அமைப்பாக செயல்படும் சுதந்திரம் வேண்டும்.

காவிரி மேலாண்மை வாரியம் நீரின் அளவைப் பொறுத்தும் மழையின் தன்மையைப் பொறுத்தும் விடக் கூடிய நீரின் அளவை ஒவ்வொரு பத்து நாட்களுக்கும் பரிசீலனை செய்ய வேண்டும். பல்வேறு மாநிலங்களுக் கிடையே செல்லும் நதிகள் தேசிய சொத்து என்ற உச்சநீதிமன்றத்தின் கூற்றை நிருபிக்க கர்நாடகாவின் தலையீடு நீர் வெளியிடுவதில் இருக்கக் கூடாது.

அரசியல் வரைவில் மாநிலங்கள் கூடுதல் நிலங்களை விவசாயத்திற்கு பயன்படுத்துவது பற்றிய ஒப்பந்தங்கள் இருக்க வேண்டும்.

கர்நாடகாவின் காவிரிப் பாசனப் படுகையில் விவசாயம் குறிப்பிட்ட ஏக்கருக்கு மேல் இருக்கக் கூடாது என்ற சட்ட உத்தரவும் போட இயலாத காரணத்தால் தமிழகம் இன்று பாதிப்புக்குள்ளாகி வருகிறது. இதனால் திறந்து விடப்படும் தண்ணீரின் அளவும் குறைகிறது.

பருவ மாற்றங்களால் ஏற்படும் வெப்பம், கர்நாடகாவில் பெய்யும் மழையின் அளவுக்குறைவு போன்ற காரணங்களாலும் தமிழகத்திற்கு கொடுக்க வேண்டிய குறிப்பிட்ட அளவிலான நீர்வர இயலாமல் போகிறது.

மத்திய நீர் கமிட்டி (Central Water Commission) *1971-2004 வரையிலான காலக்கட்டத்தில் பெய்த மழை பற்றிய ஓர் ஆய்வை மேற்கொண்டது. அது காவிரி படுகையின் மழையின் அளவு குறைந்து வருகிறது எனத் தெரிவித்தது.*

இந்தியன் இன்ஸ்ட்டியூட் ஆப் சயின்ஸ் மேற்கொண்ட ஆய்விலும் பருவநிலை மாற்றங்களால் காவிரிப் படுகையில் மழையின் அளவு குறைந்து வருகிறது என்று தெரிவித்தது. குடகு பகுதியிலும் மழையின் அளவு குறைந்து வருவதாகவும் தற்போதைய ஆய்வுகள் தெரிவிக்கின்றன.

காவிரி நீர்ப்பிரச்சனை வாரியம் (CWDT – Cauvery Water Disitibute Tribunal) 205 டிஎம்சி வழங்கச் சொல்லி இருந்தது. ஆனால் மழையில்லா காலகட்டத்திலோ தண்ணீர் வரத்து குறைவாக இருக்கும் மாநிலங்களில் எந்த அளவு நீர் வழங்க வேண்டும். அதை எவ்வாறு கணக்கிடுவது என்ற தெளிவை முன் வைக்கவில்லை. ஏனெனில் காவிரி மேலாண்மை வாரியம் இன்னும் அமைக்கப்படவில்லை.

காவிரி மேலாண்மை வாரியம் அமைக்கப்பட்டால்கூட ஆண்டு தோறும் நீரின் அளவைக் குறைக்கச் சொன்னாலோ, அதிகரிக்கச் சொன்னாலோ இரு மாநிலங்களில் ஏதோ ஒரு மாநிலம் உச்சநீதி மன்றத்தை அணுகி வழக்கு தொடரும் என்பதற்கான அதிக சாத்தியக் கூறுகள் தொடர்கின்றன.

தனக்கு எதிரான எந்த முடிவை மேலாண்மை வாரியம் எடுத்தாலும் அதையே அரசியல் பிரச்சனையாக்கி மாநில அரசுகள் முன்னெடுத்துச் செல்லும். அது உறுதி.

மீண்டும் மீண்டும் ஏதோ ஒரு காரணத்தை முன்வைத்து கர்நாடகமோ தமிழகமோ இதை அரசியலாக்கும் வகையில் செயல்பட்டால் காவிரி மேலாண்மை வாரியம் என்பது நதிநீர்ப் பங்கிட்டுப் பிரச்சனையை தீர்த்து வைக்குமா என்பது சந்தேகமே.

மத்திய அரசு மாநில அரசு உச்சநீதிமன்றம் போன்றவை காவிரி மேலாண்மை கூறும் விசயங்களை ஏற்று நடக்க கடுமையாக அறிவுறுத்தப் பட வேண்டும்.

காவிரி மேலாண்மை வாரியத்தில் நான்கு மாநிலத்தை சேர்ந்த பிரதிநிதிகள் துறைச் சார்ந்த வல்லுநர் குழு, தொழில்நுட்பக் குழு மற்றும்

அதன் தலைமைப் பொறுப்பை வகிக்கும் நீதிபதி குழு அறிக்கையை சமர்ப்பிப்பதன் மூலம் மாநிலங்களுக்கிடையே எந்தப் பிரச்சனையும் இல்லாமல் நீரைப் பகிர்ந்து கொள்ள முடியும் என்பதே மேலாண்மை வாரியம் அமைக்கப்பட வேண்டும் என்பவர்களின் கோரிக்கையாக உள்ளது.

தமிழக விவசாயிகள் கேட்பது பயிர் காக்கும் தண்ணீர் அல்ல. உயிர் காக்கும் தண்ணீர். இந்த நிலையில் உச்சநீதிமன்றம் மிகக் கவனமாக இரு மாநிலங்களுக்கும் அறிவுரை கூறும் வகையில், 'வாழு, வாழ விடு' என்ற தத்துவத்தின் அடிப்படையில் வாடிக் கொண்டிருக்கும் தமிழ்நாட்டிற்கு உதவுவதற்கு கர்நாடகம் முன் வர வேண்டும் என்று கூறி தற்போது 15000 கனஅடி வீதம் 10 நாட்களுக்கு தண்ணீர் திறந்து விட உத்தரவிட்டுள்ளது.

இந்த கணக்குப்படி பார்த்தால் 13 டிஎம்சி தண்ணீர் தான் தமிழகத்திற்கு கிடைக்கும். இந்த தண்ணீரை வைத்து சம்பா சாகுபடியை நாற்று நட்டு தொடங்க முடியாமல் நேரிடையாக நடவு செய்து தொடங்க முடியுமா? என்ற ஐயப்பாட்டில் விவசாயிகள் உள்ளனர்.

ஒரு வேளை இந்த தண்ணீரை வைத்து பயிர் சாகுபடி செய்து விட்டாலும் வடகிழக்கு பருவமழை பொய்த்து விட்டால் பயிர்கள் கருகி விடும் அபாயமும் இருக்கிறது.

காவிரி பிரச்சனை தமிழ்நாட்டுக்கும், கர்நாடகத்திற்கும் இடையே ஆண்டுதோறும் தலையெடுப்பதும் இயற்கை அன்னை கருணையால் மழை பொழிந்தவுடன் மறந்து போய்விடுவதும் வாடிக்கையாக இருக்கிறது.

இந்தப் பிரச்சனையை தீர்க்க வேண்டுமென்றால காவிரி மேலாண்மை வாரியம் அமைவதுதான் முதல் நடவடிக்கையாக இருக்க வேண்டும்.

உச்சநீதிமன்றத்தின் உத்தரவையடுத்து கர்நாடக மாநிலத்தில் பெரிய அளவில் வன்முறை சம்பவங்கள் நடந்தன. தமிழகத்தைச் சேர்ந்த பஸ்கள், லாரிகள், பெங்களுருவில் தீ வைத்து கொளுத்தப்பட்டன.

தமிழர்கள் பல இடங்களில் தாக்கப்பட்டனர். தமிழகத்தில் சில இடங்களில் வன்முறை சம்பவங்கள் நடந்தன.

இதையடுத்து இந்த உத்தரவின்மீது திருத்தம் கோரும் மனுவை

கர்நாடக அரசு தாக்கல் செய்தது. அந்த மனுவை செப்டம்பர் 12ஆம் தேதி விசாரித்த சுப்ரீம் கோர்ட்டு தமிழகத்துக்கு காவிரியாற்றில் வினாடிக்கு 12000 கனஅடி வீதம் 20ஆம் தேதி வரை திறந்து விட வேண்டும் என்று உத்தரவு பிறப்பித்தது.

இதற்கிடையில் காவிரி மேற்பார்வை குழு கூட்டம் 20ஆம் தேதி டெல்லியில் நடைபெற்றது. கூட்டத்தில் 21ம் தேதி முதல் 30ம் தேதி வரை வினாடிக்கு 3000 கனஅடி வீதம் தமிழகத்துக்கு 10 நாட்கள் தண்ணீர் திறந்து விட வேண்டும் என்று காவிரி மேற்பார்வை குழு உத்தரவிட்டது.

இந்த நிலையில் தமிழக அரசு தாக்கல் செய்த இடைக்கால மனுமீதான விசாரணை சுப்ரீம் கோர்ட்டில் நீதிபதிகள் தீபக் மிஸ்ரா யு.யு. லலித் ஆகியோர் அடங்கிய அமர்வு முன்பாக 20ஆம் தேதி நடந்தது.

காவிரி மேற்பார்வை குழு எடுத்த முடிவு மீதான அறிக்கையை கூடுதல் சொலிசிட்டர் ஜெனரல் பிங்கி ஆனந்த கோர்ட்டில் தாக்கல் செய்தார்.

இதையடுத்து கர்நாடக தரப்பில் ஆஜரான மூத்த வழக்கறிஞர் பாலி நாரிமன் தனது வாதத்தில் கூறியதாவது :

காவிரி மேற்பார்வை குழுவின் முடிவு எங்களுக்கு ஏற்புடையது அல்ல. இது குறித்த எங்கள் ஆட்சேபனையை நாங்கள் கோர்ட்டுக்கு 22ம் தேதி தாக்கல் செய்வோம்.

இதுபோன்ற உத்தரவை பிறப்பிக்க காவிரி மேற்பார்வை குழுவுக்கு எந்த அதிகாரமும் இல்லை. அவர்கள் உண்மை நிலவரத்தின் அடிப்படையில் இந்த உத்தரவை பிறப்பிக்கவில்லை. தமிழக அரசு அளித்த சில புள்ளி விவரங்களின் அடிப்படையில் தான் இந்த உத்தரவு பிறப்பிக்கப்பட்டு இருக்கிறது. இது எங்களுக்கு ஏற்புடையது அல்ல. தமிழகம் முன் வைக்கும் கோரிக்கை நியாயமற்றது.

கர்நாடக மாநிலத்தின் குடிநீர் தேவைக்காக உள்ள தண்ணீரை அவர்கள் தங்கள் மாநிலத்தில் பயிர் பாசனத்திற்காக கேட்கின்றனர். மேட்டூர் அணையில் போதுமான நீர் அளவு இருந்தும் அவர்கள் அளவுக்கு அதிகமான பங்கீடு கேட்கிறார்கள். இது எந்த வகையிலும் நியாயமானது அல்ல. இது விசயமாக கோர்ட்டு இடைக்கால உத்தரவு எதையும் பிறப்பிக்கக்கூடாது என்று வேண்டுகிறேன்.

அப்படி ஏதாவது உத்தரவை பிறப்பித்தால் அது தவறானதாகும். இது கர்நாடகாவின் குடிநீர் பிரச்சனை தொடர்பானது என்றார்.

இதனைத் தொடர்ந்து தமிழக தரப்பில் ஆஜரான வக்கீல் சேகர் நாட்டே தனது வாதத்தில் கூறியதாவது :

தமிழகத்தில் தண்ணீர் பற்றாக்குறை என்பதால் எங்களுடைய தேவைக்கு அதிக முக்கியத்துவம் உள்ளது. குடிநீர் தேவைக்காக தங்களுக்கு அதிக தண்ணீர் வேண்டும் என்பதால் தண்ணீர் திறந்து விட முடியாது என்று கர்நாடகா கூறுவது பொய்யான சாக்காகும் என்று கூறினார்.

இதற்கிடையில் அப்போதைய தமிழக முதல்வர் ஜெயலலிதா மத்திய அரசுக்கு இது தொடர்பாக விளக்கமான அறிக்கையை வாசித்தார்.

காவிரி நடுவர் மன்றத்தின் இறுதித் தீர்ப்பின்படி இந்த ஆண்டு ஆகஸ்டு மாதம் 31ம் தேதி வரை தமிழ்நாட்டிற்கு 60983 டி.எம்.சி. தண்ணீர் திறக்க வேண்டியுள்ளது.

தமிழ்நாட்டிற்கு இந்த அளவுக்கு தண்ணீர் திறந்து விடப்பட வேண்டியுள்ளதாலும், காவிரி டெல்டா பகுதியில் சம்பா பயிரை காப்பாற்ற வேண்டிய நோக்கம் காரணமாகவும் இடைக்கால உத்தரவு களைப் பெற சுப்ரீம் கோர்ட்டை அணுக வேண்டிய கட்டாயத்திற்கு தமிழ்நாடு தள்ளப்பட்டது.

10 நாட்களுக்கு 15000 கனஅடி தண்ணீர் திறந்து விட வேண்டும் என கடந்த 5 மற்றும் 6 தேதிகளில் சுப்ரீம் கோர்ட்டு முதலில் உத்தரவு பிறப்பித்தது.

பின்னர் 12ஆம் தேதி இந்த உத்தரவில் மாற்றம் செய்யப்பட்டு 20ஆம் தேதி வரை தினமும் 12000 கனஅடி வீதம் தண்ணீர் திறந்து விட வேண்டும் என்றும் சுப்ரீம் கோர்ட் உத்தரவிட்டது. இது மொத்தம் 17.366 டி.எம்.சி. தண்ணீர் ஆகும். ஆனால் தேவையான அளவு தண்ணீரை திறந்துவிட கர்நாடக அரசு தவறி விட்டது. மேலும் சுப்ரீம் கோர்ட்டின் உத்தரவுக்கு கட்டுப்படவில்லை.

இந்த நிலையில் கடந்த 20ஆம் தேதி சுப்ரீம் கோர்ட்டு தனது உத்தரவை திருத்தி அமைத்து 21ஆம் தேதி முதல் 27ஆம் தேதி வரை 6000 கனஅடி

தண்ணீர் திறந்து விட உத்தரவு பிறப்பித்தது. இது மொத்தம் 3.629 டி.எம்.சி. தண்ணீராகும்.

ஆனால் சுப்ரீம் கோர்ட்டின் உத்தரவை மதிக்காததோடு நீதி மன்றத்தை அவமதிக்கும் வகையில் கர்நாடகம் நடந்து கொண்டது. சுப்ரீம் கோர்ட்டு உத்தரவுப்படி குறிப்பிட்ட அளவு தண்ணீரை திறந்து விட தவறியதோடு ஏற்கனவே தமிழ்நாட்டிற்கு வழங்க வேண்டிய தண்ணீரையும் திறந்து விட கர்நாடகம் தவறியுள்ளது.

வேண்டுமென்றே இவ்வாறு புறக்கணிப்பது இந்திய அரசியல் சாசன உணர்வுக்கு எதிரானது. சுப்ரீம் கோர்ட்டை அவமதிக்கும் செயலாகும். சுப்ரீம் கோர்ட்டின் உத்தரவுகளை கர்நாடக அரசு செயல்படுத்தாததோடு கட்டுக்கடங்காத கும்பல் சட்டம் - ஒழுங்கை சீர்குலைக்க அனுமதித்தது.

குறிப்பிட்டபடி தண்ணீர் திறந்து விடாதது மட்டுமின்றி கடந்த 5ஆம் தேதி முதல் இடைக்கால உத்தரவை சுப்ரீம் கோர்ட் பிறப்பித்தது. முதல் கர்நாடகத்தில் பிழைப்பை தேடிச் சென்றுள்ள ஏழை தமிழர்களுக்கு எதிராக திட்டமிட்டு வன்முறை கட்டவிழ்த்து விடப்பட்டது.

தமிழர்களுக்கு சொந்தமான பல சொத்துக்கள் மற்றும் பல நிறுவனங்கள் குறி வைத்து திட்டமிட்டு தாக்கப்பட்டன. கர்நாடகாவில் வாழும் தமிழர்கள் அச்சத்தின் பிடியில் சிக்கியுள்ளனர்.

தமிழர்கள் மீது தாக்குதல் நடத்தும் வன்முறை கும்பலைக் கட்டுப் படுத்த கர்நாடக அரசு அதிகாரிகள் எந்த ஒரு நடவடிக்கையும் எடுக்கவில்லை. பல்வேறு அரசியல் அமைப்புகள் இத்தகைய வன்முறை சம்பவங்களை ஊக்குவித்திருப்பதாக நம்ப வேண்டியுள்ளது. சட்டம் ஒழுங்கை பராமரிக்க வேண்டியவர்கள் இத்தகைய சம்பவங்களை களிப்புடன் கவனித்துக் கொண்டிருக்கின்றனர்.

காவிரி நடுவர் மன்றத்தின் இடைக்கால உத்தரவினை கர்நாடக அரசு ஒரு முறை கூட செயல்படுத்தவில்லை. அம்மாநிலத்தில் உள்ள அணை களில் தேக்க முடியாத அளவுக்கு உபரிநீர் உற்பத்தியாகும் போது தான் அந்த தண்ணீர் தமிழகத்திற்கு திறந்து விடப்படுகிறது.

16 ஆண்டுகள் விசாரணைக்கு பின்னர் காவிரி நடுவர் மன்றம் தனது இறுதி ஆணையை பிறப்பித்தது. நடுவர் மன்றம் தமிழ்நாட்டிற்கு ஆண்டொன்றுக்கு 419 டிஎம்சி தண்ணீரை ஒதுக்கீடு செய்ததுடன் இரு

மாநில எல்லையில் 192 டிஎம்சி தண்ணீர் கிடைப்பதை உறுதி செய்ய வேண்டும் என்றும் கூறியிருந்தது. இந்தத் தண்ணீர் தமிழகத்திற்கு தேவைப்படும் தண்ணீரைக் காட்டிலும் மிகவும் குறைவானதாகும்.

ஆனால் கர்நாடக அணைகள் கொள்ளாத அளவுக்கு உபரிநீர் தேங்கும் காலங்களைத் தவிர எந்த ஆண்டிலும் கர்நாடகம் 192 டி.எம்.சி. தண்ணீரை தமிழகத்திற்கு விடுவித்ததில்லை.

2011ஆம் ஆண்டு நான் தமிழக முதலமைச்சராக பதவியேற்றவுடன் காவிரி நடுவர் மன்ற ஆணையை மத்திய அரசிதழில் வெளியிட தீவிர முயற்சிகளை மேற்கொண்டேன்.

நீண்ட போராட்டத்திற்குப் பின் சுப்ரிம் கோர்ட் உத்தரவின்படி காவிரி நடுவர் மன்ற இறுதி ஆணை 2013ஆம் ஆண்டு பிப்ரவரி மாதம் 19ஆம் தேதி மத்திய அரசிதழில் வெளியிடப்பட்டதன் மூலம் தமிழ்நாட்டிற்கு நீதி கிடைத்தது.

நடுவர் மன்ற ஆணை என்பது சுப்ரீம் கோர்ட்டு உத்தரவின் அந்தஸ்து பெற்றதாகும் என்பதை மறந்து விடக் கூடாது.

எனவே அது இந்திய சட்டத்தின் அந்தஸ்தை பெற்றதாகும். காவிரி நடுவர் மன்ற இறுதித் தீர்ப்பின்படி காவிரி மேலாண்மை வாரியத்தை அமைக்க வேண்டியது கட்டாயமாகும். இது தொடர்பாக நான் மத்திய அரசிடம் இடை விடாமல் பிரச்சனையை எழுப்பி வந்தேன்.

இந்த பிரச்சனையிலும் சுப்ரீம் கோர்ட்டு இம்மாதம் 20ஆம் தேதியில் இருந்து 4 வார காலத்திற்குள் காவிரி மேலாண்மை வாரியத்தை அமைக்க வேண்டும் என உத்தரவு பிறப்பித்து தமிழ்நாட்டுக்கு நீதி வழங்கியுள்ளது.

சுப்ரீம் கோர்ட்டு உத்தரவை மீறும் வகையில் இரு மாநிலங்களுக்கு இடையே பாயும் காவிரி நதி நீரை, கர்நாடகம் தனக்கே உரியதாக சொந்தம் கொண்டாடி வருகிறது என்பதை இந்த கூட்டம் கருத்தில் கொள்ள வேண்டும்.

1991ஆம் ஆண்டு ஜனாதிபதி கருத்து கேட்டபோது சுப்ரீம் கோர்ட்டு முழு அமர்வு தெரிவித்த கருத்துக்களை இங்கு குறிப்பிடுவது பொருத்த மாக இருக்கும்.

இரு மாநிலங்களிடையே பாயும் நதியின் நீர் அதனால் வளம் பெறும் மாநிலங்களிடையே ஓடினாலும் அந்த தண்ணீர் எந்தவொரு மாநிலத்திற்கும் அது சொந்தமல்ல. ஓடும் தண்ணீரில் எந்த மாநிலமும் தனி உரிமை கோர முடியாது. அப்படிக் கோருவதன் மூலம் உரிமையுள்ள மற்ற மாநிலங்களுக்கு அவற்றுக்கான நீர்பங்கினை மறுக்க முடியாது என சுப்ரிம் கோர்ட்டு முழு அமர்வு அப்போது தெரிவித்து இருந்தது.

தமிழகம் கீழ் பகுதியில் உள்ள மாநிலமாகும். காவிரி நதியில் தங்கு தடையின்றி வரும் தண்ணீரை அடிப்படையாகக் கொண்டே தமிழகத்தில் நீண்ட காலமாக பாசன அமைப்புகள் உருவாக்கப் பட்டுள்ளன.

தமிழகத்திற்கு நியாயமான கிடைக்க வேண்டிய பங்கு தண்ணீரை கர்நாடகா மறுப்பதன் மூலம் தமிழ்நாட்டில் வேளாண் சாகுபடிகள் முறைகள் பெரிதும் பாதிக்கப்பட்டுள்ளன.

தமிழ்நாடு, கர்நாடகாவையும் இந்திய அரசையும் பலமுறை கோரியும் அவை செவி மடுக்கப்படவில்லை.

இதனையடுத்து சுப்ரீம் கோர்ட்டுக்கு சென்று நியாயம் பெறுவதைத் தவிர வேறு வழியில்லாமல் போய் விட்டது. சுப்ரிம் கோர்ட்டு தமிழகத்தின் கோரிக்கையில் உள்ள நியாயத்தையும் நீதித் தன்மையை யும் எப்போதுமே உணர்ந்து வந்திருக்கிறது.

இப்போதுகூட சுப்ரிம் கோர்ட்டு தமிழ்நாட்டின் கோரிக்கையில் உள்ள நியாயத்தை உணர்ந்து காவிரியில் உடனடியாக சிறிது தண்ணீரை திறந்து விட இடைக்கால நிவாரணமாக உத்தரவு பிறப்பித்துள்ளது.

இந்த தண்ணீர் தமிழ்நாடு எதிர்பார்ப்பதைக் காட்டிலும் மிகவும் குறைவானது என்ற போதிலும் அதைக் கூட கர்நாடக அரசு திறந்து விடாமல் சுப்ரிம் கோர்ட்டு உத்தரவை மீறி வருகிறது.

இருந்த போதிலும் சுப்ரிம் கோர்ட்டு மிகவும் பெருந்தன்மையுடன் இரு மாநில அரசுகளின் நிர்வாகத் தலைமைகளை அழைத்து பிரச்சனைக்கு தீர்வு காணுமாறு உத்தரவு பிறப்பித்துள்ளது.

எனினும் கர்நாடக அரசு தொடர்ந்து பிடிவாதப் போக்கை கை கொண்டிருப்பதால் இந்த கூட்டத்தினால் உரிய பயன் கிடைக்குமா என்ற

சந்தேகம் எனக்கு இருக்கிறது. இதற்கு ஒரே வழி சுப்ரிம் கோர்ட் உத்தரவை மதித்து நடக்குமாறு கர்நாடக அரசை நிர்ப்பந்தப்படுத்துவதே ஆகும்.

சுப்ரிம்கோர்ட்டின் முன்பாகவும் இம்மாதம் நடைபெற்ற மேற் பார்வைக் குழு கூட்டத்தில் தமிழ்நாடு தனது கோரிக்கைகளையும் மனுக்களையும் தெளிவாக எடுத்து வைத்துள்ளது.

காவிரி மேலாண்மை வாரியத்தை அமைத்தே ஆக வேண்டும் என இந்திய அரசிடம் நான் தொடர்ந்து பலமுறை வலியுறுத்தி இருக்கிறேன்.

அதிகாரிகளால் நிர்வகிக்கப்படும் நடுநிலைமையான தொழில்நுட்பக் குழுவான காவிரி மேலாண்மை வாரியம் நடுவர் மன்றத் தீர்ப்பின்படி ஏற்படுத்தப்பட்டால் தான் காவிரியால் பயனடையும் மாநிலங்களில் நியாயமான கோரிக்கைகள் நிறைவேற்றப்படும் என எப்போதுமே நான் நம்பி வருகிறேன்.

நான்கு வார கால அவகாசம் முடியும் வரை காத்திருக்காமல் இந்திய அரசு காவிரி மேலாண்மை வாரியத்தை சுப்ரிம் கோர்ட்டு தீர்ப்பின்படி உடனடியாக அமைக்க வேண்டும் என வலியுறுத்துகிறேன்.

இந்த வழக்கில் உரிய உத்தரவுகளை பிறப்பிக்க இயலாமல் இரு மாநில கூட்டத்திற்கு அழைப்பு விடுக்கவில்லை என்பதை சுப்ரிம் கோர்ட்டு தெளிவாக குறிப்பிட்டுள்ளதை மறந்து விடக்கூடாது.

இதே போன்று சட்டத்திற்கு உட்பட்டு உரிய உத்தரவுகளை பிறப்பிக்க இல்லாமல் இந்த கூட்டத்தை அழைக்கவில்லை என்பதையும் சுப்ரிம் கோர்ட்டு தெளிவுபடுத்தியிருக்கிறது.

ஜனநாயக நாடான இந்தியாவின் கூட்டாட்சி தத்துவத்திற்கு மதிப்பளிக்க வேண்டும் என்பதற்காகவே தீர்ப்பளிப்பதற்கு முன்பாகவே இந்தக் கூட்டத்தை நடத்த வேண்டும் என்பதற்காக இத்தகைய உத்தரவை பிறப்பித்துள்ளதாகவும் சுப்ரிம் கோர்ட்டு தெரிவித்துள்ளது. தமிழ்நாட்டில் பாசனத்திற்கு தண்ணீர் மிகவும் தேவையாக இருக்கிறது.

சுப்ரிம் கோர்ட்டு உத்தரவுக்கு இணங்க கர்நாடகா உடனடியாக தண்ணீர் திறந்து விடுவதை மத்திய அரசு உறுதி செய்ய வேண்டும். சுப்ரிம் கோர்ட்டு கடந்த 5, 12, 20 மற்றும் 27 ஆகிய தேதிகளில் பிறப்பித்த

உத்தரவுகளின்படி கர்நாடகா தமிழகத்திற்கு தண்ணீர் திறந்து விட வேண்டும்.

மேலும் காவிரி நடுவர்மன்ற இறுதித் தீர்ப்பில் குறிப்பிட்ட அளவு தண்ணீரையும், ஏற்கனவே 26ம் தேதி நிலவரப்படி தரப்பட வேண்டிய 76.042 டிஎம்சி அடி தண்ணீரையும் திறந்து விட வேண்டும்.

காவிரி டெல்டா பகுதியில் ஒரு போக சம்பா பயிரையாவது காப்பாற்ற இந்த தண்ணீர் அத்தியாவசியமாகும். மேலும் மத்திய அரசு சுப்ரீம் கோர்ட்டு ஆணையின்படி உடனடியாக காவிரி மேலாண்மை வாரியத்தை அமைக்க வேண்டும் என்று முதல் அமைச்சர் ஜெயலலிதா கூறினார்.

●

ஆண்டாண்டு காலமாக நீடித்துக் கொண்டிருக்கும் காவிரிநீர்ச் சிக்கலைத் தீர்க்க மேலாண்மை வாரியத்தை அமைப்பது என்ற முடிவுக்கு உச்சநீதிமன்றம் உள்ளிட்ட அனைவருமே வந்து விட்டனர் இப்போது.

அதைச் செய்த பிறகு காவிரி நீரைத் திறந்து விடுவதைத் தவிர கர்நாடக அரசுக்கு வேறு வழியே இல்லை என்றெல்லாம் பேசப்படுகிறது.

அப்படியெனில் அந்த அளவுக்கு வானளாவிய அதிகாரம் கொண்டதா காவிரி மேலாண்மை வாரியம்?

உண்மையில் காவிரிப் பிரச்சனையைத் தீர்க்க அமைக்கப்பட்ட நடுவர் மன்றம் தனது இறுதித் தீர்ப்பை முறையாகவும், உறுதியாகவும் அமல்படுத்த இரண்டு அமைப்புகள் வேண்டுமென்று சொல்லியிருந்தது. அவை காவிரி மேலாண்மை வாரியம் மற்றும் காவிரி ஒழுங்காற்றுக் குழு. அதோடு அவற்றுக்கான பணிகளையும் அதிகார எல்லைகளையும் விரிவாகப் பேசியிருந்தது.

மத்திய நீர்பாசனத் துறையின் நேரடி கட்டுப்பாட்டில் இயங்கக் கூடிய மேலாண்மை வாரியத்துக்கு ஒரு முழு நேரத் தலைவரையும் இரண்டு முழு நேர உறுப்பினர்களையும் மத்திய அரசு நியமிக்க வேண்டும்.

இவர்கள் நீர்த்தேக்க நிர்வாகம், விவசாயம் உள்ளிட்ட துறைகளில் 15 முதல் 20 ஆண்டுகள் விரிவான கள அனுபவமும் நிபுணத்துவமும் பெற்ற தலைமைப் பொறியாளர்களாக இருக்க வேண்டும்.

மேலும் மத்திய விவசாயத் துறையும் நீர்ப்பாசனத் துறையும் தலைமைப் பொறியாளர், ஆணையர் அந்தஸ்து கொண்ட தலா ஒரு உறுப்பினரைப் பகுதி நேர உறுப்பினர்களாக வாரியத்துக்கு பரிந்துரைக்க வேண்டும்.

அடுத்து தமிழ்நாடு, கேரளம், கர்நாடகம், புதுச்சேரி ஆகிய மாநில அரசுகள் தலா ஒரு உறுப்பினரை வாரியத்துக்கு பரிந்துரைக்க வேண்டும். இவர்கள் பொதுப்பணி, விவசாயம், நீர்வளத் துறையைச் சேர்ந்த தலைமைப் பொறியாளர் அந்தஸ்தில் இருக்க வேண்டும்.

இறுதியாக வாரியத்தின் செயலாளர், இவர் சம்பந்தப்பட்ட மாநிலங் களைச் சாராத கண்காணிப்புப் பொறியாளர் அந்தஸ்து கொண்டவர்.

வாரியக் கூட்டத்தை நடத்துவதற்கான குறைவெண் (கோரம்) 6. அது இல்லாததன் காரணமாக தள்ளி வைக்கப்பட்ட கூட்டத்தை அடுத்த மூன்று நாட்களுக்குள் கூட்டியாக வேண்டும். வாரியத்தில் விவாதிக்கப் பட்டு எடுக்கப்படும் எந்தவொரு முடிவும் பெரும்பான்மை அடிப்படையி லானது.

மத்திய அரசின் ஒப்புதலுடன் மேலாண்மை வாரியம் நிறுவப்பட்ட நொடியிலிருந்து தமிழகத்தின் கீழ்பவானி, அமராவதி, மேட்டூர், கர்நாடகத்தின் ஹேமாவதி, ஹேரங்கி, கபினி, கிருஷ்ண ராஜசாகர், கேரளாவின் பாணாசுர சாகர் ஆகிய அணைகள் காவிரி மேலாண்மை வாரியத்தின் ஒருங்கிணைந்த வழிகாட்டுதலின்படியே சம்பந்தப்பட்ட மாநில அரசுகளால் இயக்கப்பட வேண்டும். கட்டுப்படுத்த முடியாது. வழிகாட்ட மட்டுமே இயலும்.

காவிரி ஒழுங்காற்றுக் குழுவை உருவாக்குவது மேலாண்மை வாரியத்தின் முதல் பணி. நீர்ப்பாசனத் துறையிலிருந்து ஒரு முழு நேர உறுப்பினர். சம்பந்தப்பட்ட நான்கு மாநிலங்களின் பிரதிநிதிகள் மத்திய நீர் ஆணையத்தின் பிரதிநிதி, மத்திய விவசாய அமைச்சகப் பிரதிநிதி, காவிரி மேலாண்மை வாரியச் செயலாளர் ஆகியோரைக் கொண்ட குழுவாக இந்த ஒழுங்காற்றுக் குழு நிறுவப்படும்.

அனைத்து அணைகளிலும் இருக்கும் நீரின் அளவு, காவிரி நீர்ப்பிடிப்புப் பகுதியில் பெய்யும் மழையின் அளவு குறித்த தகவல்களைச் சேகரிப்பது, வாரியத்தின் வழிகாட்டுதலின்படி சம்பந்தப்பட்ட மாநிலங்களுக்கு

நீரைத் திறந்து விடுவது, பருவகால, வருடாந்திர அறிக்கை தயாரிப்பு ஆகியன இந்த ஒழுங்காற்றுக் குழுவின் முக்கியமான பணிகள். இவற்றுக்கு தேவைப்படும் பணியாளர்களை மேலாண்மை வாரியமே நியமித்துக் கொள்ளலாம்.

ஒவ்வொரு ஆண்டின் ஜூன் முதல் தேதியன்றும் அந்த ஆண்டுக்கான நீர்த்தேவை குறித்து ஒவ்வொரு மாநில அரசும் தத்தமது பிரதிநிதிகளின் வழியே மேலாண்மை வாரியத்துக்கு அறிக்கை தந்து விட வேண்டும்.

பாசனப் பரப்பு, சாகுபடி பருவம் ஆகியவற்றை ஆய்வு செய்து நடுவர் மன்ற தீர்ப்பின் அடிப்படையில் உரிய நீரைத் திறந்து விட காவிரி ஒழுங்காற்றுக் குழுவுக்கு உத்தரவிடுவது காவிரி மேலாண்மை வாரியத்தின் பணி.

பற்றாக்குறை காலங்களில் நடுவர் மன்றத் தீர்ப்பு குறிப்பிட்டிருக்கும் விகிதத்தின்படி நீர்ப்பங்கீட்டு அளவை வாரியம் நிர்ணயிக்கும்.

அணைக்கட்டுகளில் தேவைப்படும் ஹைட்ராலிக் கட்டமைப்புகளை உருவாக்கவும், அளவீட்டுக் கருவிகளைப் பொருத்தவும், சம்பந்தப்பட்ட மாநில அரசுகளுக்கு உத்தர விடுவதும், பணிகளை கண்காணிப்பதும் வாரியத்தின் வரம்புக்கு உட்பட்டவை. வாரியம் விரும்பினால் எப்போது வேண்டுமானாலும் நீர்த்தேக்கங்களில் சேமிக்கப்பட்டிருக்கும் நீரின் அளவு மழைநீர் அளவு, திறந்து விடப்பட்ட நீரின் அளவு, பயன்படுத்தப் பட்ட நீரின் அளவு தொடர்பான விவரங்களைச் சம்பந்தப்பட்ட மாநில அரசுகளிடமிருந்து கேட்டுப் பெற முடியும்.

மேலாண்மை வாரிய உறுப்பினர்கள் விரும்பினால் எந்தவொரு அணைக்கட்டு, நீர்த்தேக்கம் உள்ளிட்ட பகுதிகளுக்கும் எப்போது வேண்டுமானாலும் நேரில் சென்று பார்வையிடுவது, தகவல்களைக் கோருவது, அளவீட்டுக் கருவியைப் பொருத்தும் பணிகளைப் பார்வை யிடுவது கேள்வி எழுப்புவது, குறைகளை சுட்டிக் காட்டுவது, தேவை யெனில் பணிகளை நிறுத்துவது போன்றவற்றைச் செய்ய முடியும்.

இறுதியாக மேலாண்மை வாரியத்தின் பணிகளுக்கு சம்பந்தப்பட்ட மாநிலங்கள் ஒத்துழைக்க மறுத்தால் அவற்றின் மீது மத்திய அரசின் உதவியைக் கேட்க முடியும். இந்த இடம்தான் நெருடலைத் தருகிறது. மத்திய அரசின் உதவி என்றால் எப்படியானது என்ற தெளிவு இல்லை.

அரசியல் காரணங்களுக்காக மத்திய அரசு உதவி செய்யத் தயங்கவோ, மறுக்கவோ செய்தால் மேலாண்மை வாரியத்தின் அடுத்தகட்ட நடவடிக்கை என்ன? தனக்கு இருக்கும் வழக்கு தொடரும் உரிமையைப் பயன்படுத்தித் திரும்பவும் உச்சநீதிமன்றம் தான் செல்ல வேண்டுமா? ஒரு வேளை உச்சநீதிமன்றம் சம்பந்தப்பட்ட மாநில அரசுகளைப் பேச்சு வார்த்தை நடத்தச் சொன்னால் ஆரம்பித்த இடத்திலேயே மீண்டும் வந்து நிற்க வேண்டுமா? எனில் காவிரி மேலாண்மை வாரியம் அமைத்ததன் நோக்கமே பாழ்பட்டுப் போகும். எனவே இதன் அதிகார எல்லைகள் இன்னும் தெளிவுபடுத்தப்பட வேண்டும் என்று கருதப்படுகிறது.

எனினும் இந்தத் தீர்ப்பு மகிழ்ச்சி தரக்கூடியதுதான். காவிரி மேலாண்மை வாரியம் ஒழுங்கு முறை குழு எவ்வாறு அமைக்கப்பட வேண்டும்? எப்படி இயங்க வேண்டும் என நடுவர் மன்றம் இறுதித் தீர்ப்பில் துல்லியமான வழிகாட்டுதல்கள் மற்றும் வரையறைகள் வழங்கப் பட்டுள்ளன.

குஜராத் மாநிலம் நர்மதா நதிக்கு மேலாண்மை வாரியம் அமைக்கப் பட்டதால் குஜராத் - மத்தியபிரதேசம் இடையே நதிநீர் பங்கீட்டில் சுமூகமான சூழல் நிலவுகிறது.

கிருஷ்ணா மேலாண்மை வாரியம் அமைக்கப்பட்டதால் ஆந்திரா, கர்நாடகா, மகாராஷ்டிரா, இடையே நதிநீர் பங்கீடு சுமுகமாக நடக்கிறது. பக்ராநங்கல் அணை மேலாண்மை வாரியம் அமைக்கப்பட்டதால் இமாச்சலப்பிரதேசம், பஞ்சாப், அரியானா ஆகிய மாநிலங்களுக்கிடையே நியாயமான நதிநீர் பங்கீடு சுமுகமாக நடக்கிறது.

காவிரி மேலாண்மை வாரியம் மற்றும் ஒழுங்குமுறை குழு அமைப்பதில் மத்திய அரசு கால தாமதம் செய்துவிட்ட போதிலும் இது முறைப்படி நடந்தால் காலம் காலமாக இருந்து வரும் காவிரி தலைவலி தமிழகத்தை விட்டு நீங்கும் என்பதில் மாற்றுக்கருத்து இல்லை.

இந்தியாவில் இடஒதுக்கீடு

13

இடஒதுக்கீடு என்பது சமுதாயத்தில் அழுத்தப்பட்ட மக்களுக்கு கல்வி, வேலை வாய்ப்பு, அரசியல் பதவிகள் என பல்வேறு துறைகளில், இடங்களை அவர்களின் பாதிப்பு நிலை, அல்லது பங்கு பெற்றுள்ள நிலை, மக்கள்தொகைக்கு ஏற்ப ஒதுக்கி அவர்களுக்குரிய பிரதிநிதித்துவத்தை பெறச் செய்து, காலப் போக்கில் சமுதாய சமத்துவத்தை ஏற்படுத்தும் திட்டமாகும்.

அப்படி அழுத்தப்பட்ட மக்கள் இனம் சாதி, சமூக நிலை, மொழி, பாலினம், வாழிடம், பொருளாதாரச் சூழல், மாற்றுத்திறன் போன்ற வற்றில் எந்தக் காரணியால் பாதிக்கப்பட்டார்களோ அதே காரணியின் அடிப்படையில் இட ஒதுக்கீடு வழங்கப்படுகிறது.

எடுத்துக்காட்டாக பெண்கள் பல சமூகங்களில் படிப்பு, வெளி வேலை இல்லாமல் வீட்டு வேலையே செய்து வந்தனர். அவர்கள் பங்கினை உறுதி செய்ய வேலை வாய்ப்பு, அரசியல் பதவிகளில் குறிப்பிட்ட அளவு இடங்கள் பெண்களுக்கு என ஒதுக்கப்பட்டது.

இந்தியாவில் பல சாதிகளுக்கு படிப்பு உரிமைகள், சொத்துரிமை மறுக்கப்பட்டு சமூக ரீதியில் தாழ்நிலையில் அழுத்தப்பட்டனர்.

பாதிக்கப்பட்ட வகுப்பினருக்கு பாதிக்கப்பட்ட அளவுக்கேற்பவும் மக்கள்தொகைக்கேற்பவும், உரிமைகளும் வாய்ப்புகளும் கிடைக்க இடஒதுக்கீடு பயன்படுகிறது.

வெள்ளையின, கருப்பின ஏற்றத்தாழ்வால் பாதிக்கப்பட்ட நாடுகளில் இன அடிப்படையில் இடஒதுக்கீடு வழங்கப்படுகிறது.

இடஒதுக்கீடு பாதிக்கபட்டவர்களின் பொருளாதாரத்தை உயர்த்தி னாலும் அதன் அடிப்படை நோக்கம் வறுமை ஒழிப்பு அல்ல. அனைத்து வகுப்பு மக்களையும் எந்தக் காரணத்தால் பாதிக்கப்பட்டார்களோ அதே காரணத்தைக் கொண்டு பிரதிநிதித்துவப்படுத்துவதே இடஒதுக்கீட்டின் முதன்மை நோக்கம் ஆகும்.

நடைமுறை அல்லது சமநிலையின்மை, சமநீதி, சமூக நீதி, நீதி ஆகியவை இடஒதுக்கீடு தொடர்பான கோட்பாடுகள் ஆகும். இந்த நிலைகளை தொடர்புபடுத்தியே இடஒதுக்கீடு செயல்படுத்தப்படுகிறது.

இந்திய அரசின் இடஒதுக்கீடு என்பது இந்திய அரசால் கல்வி மற்றும் வேலை வாய்ப்புகளில் வழங்கப்படும் இடஒதுக்கீட்டின் சதவீதம் இது. 1931 மக்கள்தொகை கணக்கெடுப்பு விபரங்களின்படி கணக்கிடப் பட்டுள்ளது.

கல்வி நிலையங்களிலும் அரசு மற்றும் அரசு சார்ந்த துறைகளில் வேலை வாய்ப்பில் பட்டியல் சமூகத்தினர் மற்றும் பழங்குடிகளுக்கு (SC, ST) முறையே 15% மற்றும் 7.5% இடஒதுக்கீடு வழங்கப்பட்டுள்ளது.

ஒரு சில மாநிலங்களில் இவர்களுக்கு துணைப்பிரிவுகளாக பிரித்து இடஒதுக்கீடு வழங்கப்படுகிறது. மத்திய அரசில் பட்டியல் வகுப்பினரை பட்டியல் பழங்குடியினர் என்ற பெயர்களில் இடஒதுக்கீடு வழங்கப் படுகிறது.

இதர பிற்படுத்தப்பட்ட வகுப்பினர்களுக்கு (OBC) *27.5%* இடஒதுக்கீடு வழங்கப்பட்டுள்ளது. பல்வேறு மாநில அரசுகளில் BC, MBC, BC-A, BC-B, OBC-A, OBC-B, OBC எனப் பல்வேறு துணைப் பிரிவுகளாக வகைப் படுத்தப்பட்டுள்ள பிற்படுத்தப்பட்ட பிரிவினர் மத்திய அரசில் இதர பிற்படுத்தப்பட்ட வகுப்பினர் எனக் குறிப்பிடுகின்றனர்.

குடும்பத்தின் ஆண்டு வருமானம் ரூபாய் எட்டு லட்சத்துக்கு குறைவாக இருப்பவர்களுக்கு மட்டுமே OBC இடஒதுக்கீடு வழங்கப்படு கிறது.

இவர்கள் இதர பிற்படுத்தப்பட்ட வகுப்பு கிரிமிலேயர் அல்லாதவர் (OBC-Non creamy layer *)* எனக் குறிப்பிடுகின்றனர்.

குடும்பத்தின் ஆண்டு வருமானம் எட்டு லட்சத்துக்கு அதிகமாக இருப்பவர்களுக்கு இந்த இடஒதுக்கீடு கிடையாது. இவர்கள் இதர பிற்படுத்தப்பட்ட வகுப்பு - கிரிமிலேயர் எனக் குறிப்பிடப்படுகின்றனர். இந்த வருமான வரம்பானது அவ்வப்போது உயர்த்தப்பட்டு வருகிறது.

அரசியலமைப்பு சட்டப்பிரிவுகளாக *15* மற்றும் *16*ன் கீழ் சமூக மற்றம் கல்வி ரீதியாக பின்தங்கியவர்களுக்கு மட்டுமே இடஒதுக்கீடு வழங்க முடியும். பொருளாதார அடிப்படையில் இடஒதுக்கீடு வழங்க முடியாது.

எனவே அரசு வேலை வாய்ப்பு மற்றும் உயர்கல்வி நிறுவன சேர்க்கை யில் உயர் சாதிகளின் ஏழைகளுக்கு *10%* சதவீத இடஒதுக்கீடு வழங்க வகை செய்யும் வகையில் திருத்தம் செய்ய *124*வது அரசியலமைப்புத் திருத்த சட்டமசோதா ஜனவரி *2019*ஆம் ஆண்டில் நாடாளுமன்றத்தின் இரு அவைகளில் பெரும்பான்மையான வாக்குகளால் நிறைவேற்றப் பட்டது.

பொதுப் பிரிவினரில் ஏழைகளுக்கு *10%* இடஒதுக்கீடு சட்டம் *14* ஜனவரி *2019* முதல் நடைமுறைக்கு வந்தது.

இச்சட்டத் திருத்தத்தின்படி உயர்சாதி பிராமணர், ராஜபுத்திரர் (தாகூர்) ஜாட், மராத்தா, பூமிஹர், ஜெயின், நகரத்தார் போன்ற வர்த்தக சமூகத்தைச் சேர்ந்த ஏழைகள் பயனடைவர். உயர்சாதியினரில் ஆண்டு வருமானம் அல்லது *5* ஏக்கருக்கும் குறைவான நிலம் வைத்திருக்கும் குடும்பத்தைச் சேர்ந்தவர்கள் பயன்பெற முடியும்.

பிற பிரிவுகளின் கீழ் இடஒதுக்கீடு பெறும் ஜாதிகளைச் சேர்ந்த ஏழைகள் இந்தப் பிரிவில் பயன்பெற முடியாது.

மாநில அரசுகளில் பட்டியல் சமூகத்தினர் மற்றும் பட்டியல் பழங்குடிகளுக்கு (SC, ST) முறையே 15% மற்றம் 7.5% இடஒதுக்கீடு வழங்கப்பட்டுள்ளது. மலைப்பிரதேசமான வடகிழக்கு மாநிலங்களின் பழங்குடியினருக்கு பிற மாநிலங்களை விட கூடுதல் இடஒதுக்கீடு வழங்கப்பட்டுள்ளது.

பிற்படுத்தப்பட்ட வகுப்பினருக்கான இடஒதுக்கீடு மாநிலந்தோறும் வேறுபடுகிறது. ஜம்மு காஷ்மீர் மாநிலத்தில் பட்டியல் சமூகத்தினர் மற்றும் பழங்குடி மக்களுக்கு தனி இடஒதுக்கீடு வழங்கப்படவில்லை.

பொதுப் பிரிவினரின் ஏழைகளுக்கு 10% இடஒதுக்கீட்டிற்கு மாநில அரசுகளே முடிவு எடுக்கலாம் என இந்திய அரசு கூறியுள்ளது.

சில மாநில அரசுகள் பெண்களுக்கு 30 முதல் 33% வரை வேலை வாய்ப்பிலும் கல்வி நிறுவனங்களிலும் இடஒதுக்கீடு செய்யப்பட்டுள்ளது.

தமிழ்நாட்டில் கல்வி மற்றும் அரசு வேலை வாய்ப்புகளில் பொதுப் பிரிவினருக்கு (OC) 31%, பிற்படுத்தப்பட்ட பிரிவினருக்கு (BC) 26.5%, பிற்படுத்தப்பட்ட இசுலாமியருக்கு (BCM) 3.5% உள் இடஒதுக்கீடும், மிகவும் பிற்படுத்தப்பட்ட பிரிவினருக்கு (MBC) 20% பட்டில் சாதியின அருந்ததியினருக்கு (SCA) 3% உள் இடஒதுக்கீடும், பட்டியல் பழங்குடி யினருக்கு (ST) 1% இடஒதுக்கீடு வழங்கப்படுகிறது.

இடஒதுக்கீடு (Reservation) என்பது அந்தந்த பிரிவினைச் சார்ந்த அனைவருக்கும் குறிப்பிட்ட நோக்கத்திற்காக இடங்களை ஒதுக்கி வைத்து வழங்கப்படுவதாகும்.

பங்கு ஒதுக்கீடு (Quoto) என்பது ஒரு பொதுவான வகையினருக்கு குறிப்பிட்ட அளவு இடங்களை ஒதுக்குவதாகும். இதனை ஒரு உள் இடஒதுக்கீடு எனலாம். எடுத்துக்காட்டாக SC, ST,OBC-NCL, FC-EWS இட ஒதுக்கீட்டில் அந்தந்த பிரிவினைச் சார்ந்த அனைவருக்கும் வாய்ப்பு வழங்கப்படும். பெண்கள் பங்கு ஒதுக்கீட்டில் பெண்களுக்கு என்று தனியே பங்கு வழங்கப்படும்.

முன்னாள் படைவீரர்களுக்கு இந்திய அரசு மற்றும் இந்திய அரசு சார்ந்த பொதுத்துறை நிறுவனங்களில் வேலை வாய்ப்பில் 10% இடஒதுக்கீடு செய்யப்பட்டுள்ளது.

மாற்றுத்திறனாளிகளுக்கு அரசு மற்றும் பொதுத்துறை நிறுவன வேலை வாய்ப்பில் 4% இடஒதுக்கீடு செய்யப்பட்டுள்ளது.

அம்பேத்கரின் ராஜபாட்டையில் வி.பி. சிங்

14

சமூகநீதி அரசியலில் வெளிச்சம் பாய்ச்சிய அண்ணல் அம்பேத்கரின் சித்தாந்த ராஜபாட்டையில் தனது அரசியல் படிக்கட்டுகளை தீர்மானமாக அடி எடுத்து வைத்து சாதனை படைத்தவர் வி.பி. சிங்க.

இந்தியாவின் ஒன்றிய அரசில் முதன் முதல் கூட்டணி ஆட்சியைக் கொடுத்த பெருமைக்குரியவர் வி.பி.சிங்.

அரசியல் நாகரீகத்திற்கும் பண்பாட்டுக்கும் உயர்ந்த லட்சியங்களுக்கும் அடையாளச் சின்னமாக விளங்கிய வி.பி.சிங் தன் ஆதர்ச வழிகாட்டியாக அம்பேத்கரை எப்போதும் இதயத்தில் நிறுத்தியதன் காரணமாகவே இட ஒதுக்கீட்டு நாயகனாக அவரால் இந்தியாவில் வலம் வர முடிகிறது.

அரச பரம்பரையில் வந்தவராக இருந்தபோதிலும் அன்றாடங்காய்ச்சி மக்களின் நலன்களுக்காக தன்னை அர்ப்பணித்துக் கொண்ட வி.பி.சிங், அண்ணல் அம்பேத்கர் வழியில் நின்று இந்திய அரசியலில் புதிய சகஸ்தம் படைத்தவர் இடஒதுக்கீட்டில் தன் பதவியை தியாகம் செய்தாலும் திருப்புமுனையை ஏற்படுத்தியவர்.

அண்ணல் அம்பேத்கரின் நூற்றாண்டு நிறைவையொட்டி அவரது படைப்புகளை இந்தியிலும் பிற மாநில மொழிகளிலும் மொழிபெயர்க்கச் செய்து சாமானிய மனிதருக்கும்கூட கிடைக்க ஏற்பாடு செய்தார் வி.பி.சிங்.

அம்பேத்கருக்கு பாரத ரத்னா விருது வழங்கப்பட்டது. அவரது உருவப்படம் நாடாளுமன்றக் கூட்டத்திற்குள் திறந்து வைக்கப் பட்டதும் வி.பி.சிங் ஆட்சிக் காலத்தில்தான்.

மதவெறி குண்டுகள் காந்தியார் மீது நேரடியாக பாய்ந்தது என்றால், அதே இந்துத்துவா மதவெறி வேறு வகையில் வி.பி.சிங் உயிரைப் பறித்தது.

அவர் வாழ்க்கை முழுவதும் லட்சிய உறுதி கொண்டவராகவே திகழ்ந்தார். பதவி அதிகாரங்களை கொள்கைக்காக உதறி எறிவதே அவரது வாழ்க்கையாக இருந்திருக்கிறது.

பதவிக்காக எல்லாவற்றையும் துறக்கக்கூடிய இன்றைய அரசியல் பொது வாழ்க்கையில் வி.பி.சிங் ஒரு மாறுபட்ட அதிசயமாகவே விளங்கினார். அரசியலில் எல்லாம் கெட்டு விட்டது. நேர்மையில்லை. லஞ்சம் தலை விரித்தாடுகிறது. ஒழுக்கம் போய் விட்டது என்றெல்லாம் கூக்குரல் போடும் பார்ப்பனர்களும், பார்ப்பன தலைவர்களும் இந்த நேர்மையான மனிதர் வி.பி.சிங்கை பாராட்டி இருக்கிறார்களா? இல்லை. இழிவு செய்தார்கள். ஏளனம் செய்தார்கள். உயிரைக் குடிக்க எண்ணி னார்கள் என்பதுதான் உண்மை.

வி.பி.சிங்கின் சிறுநீரகம் பாதிக்கப்பட்டது மதவெறிக்கு எதிராக பம்பாயில் அவர் உண்ணாவிரதம் இருந்ததால்தான். மதவெறிக்கு பலியானது தான் வி.பி.சிங்கின் உயிர்.

அயோத்தியில் பாபர் மசூதி இடிக்கப்பட்டு இரண்டு வாரங்களுக்குப் பிறகு முஸ்லீம்களுக்கு எதிரான கலவரத்தை இந்துத்துவா சக்திகள்

திட்டமிட்டுத் தொடங்கின. அப்போது மகாராஷ்டிராவில் பாஜக, சிவசேனா கூட்டணி ஆட்சி நடந்து கொண்டிருந்தது. ஆட்சியின் ஆதரவோடு இந்தக் கலவரங்கள் நடந்தன.

சிவசேனா தலைவர் பால்தாக்கரே தனது வீட்டிலிருந்து கலவரங்களுக்கான உத்தரவுகளை பிறப்பித்ததையும், சாட்சி சொல்வதற்கு ஒரு முஸ்லீம்கூட உயிருடன் இருக்கக் கூடாது என்று உத்தரவு போட்டதையும் கலவரங்கள் பற்றி விசாரித்த ஸ்ரீகிருஷ்ணா விசாரணை ஆணையத்தின் பரிந்துரை கூறியுள்ளது. அந்தக் காலகட்டத்தில் தமிழகத்தில் சுற்றுப் பயணம் செய்து கொண்டிருந்தார் வி.பி.சிங்.

1993 ஜனவரி முதல் வாரத்தில் கலவரம் தீவிரமானவுடன் சென்னையிலிருந்து பெங்களூர் போய் அங்கே தமது கட்சித் தலைவர்களுடன் கலந்து பேசி விட்டு கலவரத்தை எப்படியாவது நிறுத்த வேண்டும் என்ற பதைப்பில் பம்பாய் போனார்.

கலவரத்தை ஆட்சியாளர்களும் மதவெறி வன்முறையாளர்களும் நிறுத்த வேண்டும் என்று உண்ணாவிரதப் போராட்டத்தை அறிவித்தார்.

பாஜக சிவசேனா ஆட்சி வி.பி.சிங் போராட்டத்தை அலட்சியப் படுத்தியது. வி.பி.சிங் உண்ணாவிரதமும் தொடர்ந்தது.

வி.பி.சிங் உடல்நிலையும் மிகவும் பாதிக்கப்பட்டு வந்தது. இந்த நிலையில் இந்துத்துவா சக்திகள் வி.பி.சிங் உண்ணாவிரதத்தைக் கேலி செய்யும் நோக்கத்தோடு, அவரது போராட்ட இடத்துக்கு அருகே ஒரு பந்தலைப் போட்டுக் கொண்டு உண்ணும் விரதம் என்று கூறி சாப்பிடும் போராட்டத்தை தொடங்கினர். இதற்கு அரசும் அனுமதி அளித்தது.

இந்த நிலையில்தான் வி.பி.சிங் இதற்கு என்னுடைய பதில் இனி தண்ணீரும் நான் குடிக்கப் போவதில்லை என்று அறிவித்து தண்ணீரும் குடிக்காமலே வி.பி.சிங் உண்ணாவிரதம் தொடர்ந்தார். இதனால் அவரது உடல்நிலை மிகவும் மோசமாகி விட்டதாக மருத்துவர்கள் அறிக்கை தந்த நிலையிலும் பாஜக ஆட்சி வி.பி.சிங் அப்படியே மரணத்தை சந்திக்கட்டும் என்று முடிவு செய்து விட்டது.

அப்போதுதான் வி.பி.சிங்கின் நம்பிக்கைக்குரிய நண்பராக எப்போதும் அவருடன் இருக்கும் சுதர்சன் லோயல்கா என்பவர் பதைபதைத்து, மகாராஷ்டிரா அரசு வி.பி.சிங்கை கைது செய்து மருத்துவமனையில்

உடனே அனுமதிக்காவிட்டால் ஆட்சியின் மீது கொலை முயற்சி வழக்கு தொடருவேன் என்று அறிக்கை விடுத்தார்.

அதைக் கண்டு பயந்த நிலையில்தான் ஆட்சியாளர்கள் வி.பி.சிங்கை கைது செய்தனர். அவரது சிறுநீரகம் அப்போதிருந்து செயலிழக்கத் தொடங்கியதுதான். அவர் வாழ்நாள் முழுவதும் சிறுநீரகத்துடன் போராட வேண்டியிருந்தது.

●

புரட்சியாளர் அம்பேத்கர் எனும் தனி ஒரு மனிதப் போராளியால் உருவாக்கப்பட்டது இந்திய அரசியலமைப்புச் சட்டம். இந்தியாவிற்கான அரசியலமைப்பு உருவான வரலாற்றுப் பின்னணி ஒவ்வொரு இந்தியனும் அறிய வேண்டிய தலையாய கடமையாகும்.

அரசியலமைப்புச் சட்டத்தை உருவாக்க அரும்பாடுபட்ட அம்பேத்கர் அவர்களின் உழைப்பு மகத்தானது.

இந்தியத் துணைக் கண்டத்தின் பெரும்பாலான பகுதிகள் 1858 முதல் 1947 வரை ஆங்கிலேயர்களின் காலனி ஆட்சியின் கீழ் இருந்தது. இந்திய விடுதலைப் போராட்டம் தொடங்கியதிலிருந்து லார்ட் பிரன்வுட்டின் சவாலுக்கு எதிராக 1928ல் நேருவின் அறிக்கை இருந்து அரசியல் நிர்ணய சபை வேண்டும் என்ற கோரிக்கை எழுந்தது. எம்.என்.ராய் அவர்கள் தான் அதற்கான கருத்தினை முன் வைத்தார்.

இந்தியர்களுக்கு அரசமைப்பு எழுதும் ஆற்றல் இல்லை. வெளியிடப் பட்டது. இதில் பிரிட்டிஷ் மேலாதிக்கத்துக்கு உட்பட்ட சுயாட்சி கேட்கப்பட்டது. நேதாஜி உள்ளிட்டோர் குழு விடுதலை கோரினார்கள். 1929ல் முழு விடுதலை தீர்மானம் கொண்டு வரலாம் என்றார் காந்தி.

அமைச்சரவை தூதுக்குழு அறிவுரைப்படி 1946ஆம் ஆண்டு சூலை மாதம் அரசியல் நிர்ணய சபைக்கான தேர்தல் நடைபெற்றது. டிசம்பர் மாதம் சபை கூடியது. தலைவராக இராசேந்திர பிரசாத் தேர்ந்தெடுக்கப் பட்டார்.

1947 ஆகஸ்ட் 15 பிரிட்டிஷ் இந்தியாவானது இந்தியா, பாகிஸ்தான் என்ற இரண்டு நாடுகளாகப் பிரிக்கப்பட்டது. சுதந்திர இந்தியாவிற்கான அரசியலமைப்பை மட்டும் உருவாக்கும் பணியை அரசியல் நிர்ணய சபை செய்தது.

இந்திய அரசியலமைப்பின் முகப்புரையில், இறையாண்மை உடைய ஜனநாயக சமத்துவ சுதந்திரக் குடியரசு என்றும் இந்திய ஒன்றியம் என்றும் பெயரிடப்பட்டுள்ளது.

இந்திய அரசியலமைப்பு 22 பகுதிகள், 12 அட்டவணைகளும், 395 பிரிவுகளுமாக பிரிக்கப்பட்டுள்ளன. இந்திய அரசமைப்பின் தனிச்சிறப்பு களில் அடிப்படை உரிமைகளும் அடங்கும். மாறிவரும் சமூக அரசியல் சூழலுக்கேற்ப 98 முறைகள் 2013 வரை இந்திய அரசியலமைப்பு திருத்தப் பட்டுள்ளது.

இந்திய அரசமைப்புச் சட்டம் உருவாக்கப்படும்போது பல்வேறு நாடு களின் அரசமைப்பு சட்டங்களின் கூறுகள் எடுத்துக் கொள்ளப்பட்டன. இதனால் இந்திய அரசமைப்பு சட்டத்தை கடன்களின் பொதி என்பர்.

1947 ஆகஸ்ட் 29ல் அரசியல் நிர்ணய சபை நிறைவேற்றிய தீர்மானத்தின் அடிப்படையில் இந்திய அரசியலமைப்புச் சட்டத்தை எழுத புரட்சியாளர் அம்பேத்கர் தலைமையில் அவர் உட்பட ஏழு பேர் கொண்ட அரசியலமைப்புச் சட்ட வரைவுக்குழு உருவாக்கப்பட்டது.

திரு.கோபால்சாமி ஐயங்கார், திரு.அல்லாடி கிருஷ்ணமூர்த்தி, திரு.கே.எம். முன்ஷி, திரு. சையது முகமது சாதுல்லா, திரு. மாதவராவ், திரு.டி.பி.கைதான் ஆகியோர் உறுப்பினர்களாக இக்குழுவில் இடம் பெற்றனர்.

இதில் ஒருவர் வெளிநாடு சென்று விட்டார். ஒருவர் இறந்து போயுள்ளார். பிறர் அம்பேத்கருக்கு முறையான ஒத்துழைப்பு அளிக்க வில்லை என்று கூறப்படுகிறது.

அம்பேத்கர் என்ற அந்த ஒற்றை மனிதர் தன் உடல், பொருள், ஆவி அத்தனையையும் அர்ப்பணித்து ஆறு மாதத்தில் உருவாக்கப்பட்ட அரசியலமைப்புச் சட்டம். இந்த 6 மாதத்தில் அமெரிக்கா, அன்றைய சோவியத் யூனியன், கனடா, இங்கிலாந்து, ஜெர்மனி, ஆஸ்திரேலியா, அயர்லாந்து, தென் அமெரிக்கா ஆகிய 11 நாடுகளின் அரசியமைப்பு சட்டத்தை முழுமையாக வரிக்கு வரி படித்து உள்வாங்கி மனதில் அதை அசைப் போட்டு சிந்தித்து நமது இந்திய நாட்டிற்கு பொருத்தமான தேவையான சட்டப் பிரிவுகளை உள்ளடக்கிய இந்திய அரசியலமைப்பு சட்டத்தை எழுதியுள்ளார்.

அம்பேத்கர் தலைமையிலான குழு தனது வரைவு அறிக்கையை 1948 பிப்ரவரி 21ல் ஒப்படைத்தது. 1949 நவம்பர் 26ல் அரசியல் நிர்ணய சபை மூலம் அரசமைப்புச் சட்டம் ஏற்றுக் கொள்ளப்பட்டது. இந்நாள் சட்ட தினமாக உள்ளது.

ஜனவரி 26, 1930ல் லாகூரில் நடைபெற்ற இந்திய தேசிய காங்கிரஸ் மாநாட்டில் இந்தியாவிற்கு சுதந்திரம் பெற்றே தீருவது என்ற தீர்மானம் முதன்முதலாக நிறைவேற்றப்பட்டது. இதன் நினைவாக ஜனவரி 26ஆம் தேதி இந்தியக் குடியரசு நாளாக ஏற்பது என்றும் அரசியல் நிர்ணய சபை முடிவு செய்யப்பட்டது.

அதனால் இந்திய அரசியலமைப்புச் சட்டம் 1950 சனவரி 26 அன்று நடைமுறைக்கு வந்தது. இது குடியரசு நாளாகும். அன்றே பிரிட்டிஷ் அரசாட்சியில் இருந்து இந்தியா நீக்கப்பட்டது. அரசியலமைப்பின்படி இந்தியா ஒரு கூட்டாட்சி நாடாகும். ஆனாலும் நடைமுறையில் கூட்டாட்சி என்ற சொல்லிற்குப் பதிலாக ஒன்றியம் சொல்தான் பயன் படுத்தப்பட்டுள்ளது.

இந்திய அரசியலமைப்புச் சட்டத்திற்கு புரட்சியாளர் அம்பேத்கர் அவர்களால் பிற நாடுகளின் அரசமைப்புச் சட்டங்களில் இருந்து பல கூறுகளை எடுத்துக் கொண்டார்.

உதாரணமாக கனடாவில் இருந்து கூட்டாட்சி முறை, அமெரிக்க ஐக்கிய நாடுகளின் அடிப்படை உரிமைகள் மற்றும் நீதி, அன்றைய சோவியத் யூனியனிடமிருந்து அடிப்படைக் கடமைகள், தென் ஆப்பிரிக்காவிடம் இருந்து அரசு நெறிமுறைக் கோட்பாடுகள், ஜெர்மனி யிடமிருந்து அவசர நிலை, இங்கிலாந்திடமிருந்து பாராளுமன்றம் மற்றும் சட்டத்தின் ஆட்சி, ஆஸ்திரேலியாவிடமிருந்து அதிகாரப் பொதுப் பட்டியல் போன்றவையாகும்.

●

1950ம் ஆண்டு ஜனவரி 26ம் தேதி இந்தியா உண்மையான சுதந்திரம் பெறும் என்று அம்பேத்கர் அரசியலமைப்பு சபையில் கூறினார்.

வளர்ந்து வரும் இந்தியக் குடியரசின் நேரு உள்ளடக்கிய மற்றும் முற்போக்கான உள்ளடக்கங்களை வழங்கிய போது, அம்பேத்கர் சமகால முக்கியத்துவம் வாய்ந்த மிகவும் கூர்மையான மற்றும் பொருத்தமான

தீர்மானங்களைக் கூறினார்.

பேரவையில் முஸ்லீம்களின் பிரதிநிதித்துவம் போதுமானதாக இல்லையென்றும், எனவே முஸ்லீம்களின் பிரதிநிதித்துவம் போதுமான தாக இல்லை என்றால் மக்களிடம் இருந்து பெறப்படும் இறை யாண்மைக்கு எந்த அர்த்தமும் இருக்காது என்றும் அவர் சுட்டிக் காட்டினார்.

இந்தியா அரசியல் ரீதியாகவும், சமூக ரீதியாகவும் பொருளாதார ரீதியாகவும் பிளவுப்பட்டுள்ளது என்பதை வெளிப்படையாக ஒப்புக் கொண்டாலும், அரசியல் நிர்ணய சபையின் உறுப்பினர்கள் பலர் போரிடும் முகாம்களின் குழுவைச் சேர்ந்தவர்கள் என்றும், அத்தகைய முகாமின் தலைவர்களில் ஒருவர் யாரை ஏற்றுக் கொண்டாலும் நேரம் கொடுக்கப்பட்டதை அவர் நம்பினார்.

'நம்முடைய எல்லா சாதிகளும் சமயங்களோடு, ஏதோ ஒரு வகையில் நாம் ஒன்றுபட்ட மக்களாக இருப்போம் என்பதில் எனக்கு சிறிதும் தயக்கம் இல்லை' என்று அவர் கூறினார் அம்பேத்கர்.

"...இந்தியப் பிரிவினைக்கு முஸ்லீம் லீக்கின் போராட்டம் இருந்த போதிலும் என்றாவது ஒருநாள் போதுமான வெளிச்சம் முஸ்லீம்களிடமே உதயமாகும். அவர்களும் ஐக்கிய இந்தியாதான் தங்களுக்கு நல்லது என்று நினைக்கத் தொடங்குவார்கள் என்றும் அவர் கூறினார்.

உண்மையில் அம்பேத்கர் பெரும்பான்மைக் கட்சிக்கு முன் மொழிந்தது என்னவென் றால் குடியரசைக் காட்டியெழுப்புவதில் முன் மாதிரியான அரசாட்சியைக் காட்ட வேண்டும். அங்கு அனைவருக்கும் இடம் இருக்கும். இதன் மூலம் அதிகாரத்தை மக்களிடமிருந்து சட்டபூர்வ மாக பெற முடியும்.

அம்பேத்கரின் இத்தகைய தொலைநோக்குப் பார்வை காந்தியின் குடியரசுக் கண்ணோட்டத்துடன் நெருக்கமாக ஒத்துப்போகிறது.

மகாத்மாகாந்தி 1930ல் கராச்சி அமர்வில் இந்திய தேசிய காங்கிரஸிற் கான அடிப்படை உரிமைகள் பற்றிய தீர்மானத்தை நிறைவேற்றிய போது மாநிலத்தின் மதத்திற்கு நடுநிலைமையை வலியுறுத்தினார்.

அம்பேத்கர் இந்திய ஐக்கிய நாடுகளுக்கான அரசியலமைப்புக்கான

தனது முன்மொழிவில் மதத்திற்கு மாநிலத்தின் நடுநிலைமையை வலியுறுத்தினார்.

ஒன்பது நீதிபதிகள் கொண்ட பெஞ்ச் வரலாற்றுச் சிறப்புமிக்க பொம்மை தீர்ப்பில் மதச்சார்பின்மை என்பது அரசியலமைப்பின் அடிப்படைக் கட்டமைப்பாக உச்சநீதிமன்றத்தால் கருதப்படுகிறது.

சமத்துவமின்மை அதிகரித்து மக்களை ஓரங்காட்டி சுரண்டலுக்கு பலியாக்குவதுதான் மிகவும் ஆபத்தானது. 1949ம் ஆண்டு நவம்பர் 26ம் தேதி அரசியலமைப்புச் சட்டம் ஏற்றுக் கொள்ளப்பட்டபோது டாக்டர் அம்பேத்கர் மிகவும் சரியாகச் சொன்னார்.

'ஜனவரி 26, 1950ல் நலம் முரண்பாடான வாழ்க்கையில் நுழையப் போகிறோம். நமது சமூக மற்றும் பொருளாதார வாழ்வில் சமத்துவ மின்மை இருக்கும். மறுப்பது எவ்வளவு காலம் தொடரும்?' நமது அரசியல் ஜனநாயகத்தை அழைத்துவதன் மூலம் நாம் அவ்வாறு செய்வோம்..." என்று சுட்டிக் காட்டினார் அம்பேத்கர்.

குடியரசு தினத்தின் சிறப்பம்சம் என்னவென்றால் நமக்காக நாமே உருவாக்கிய அரசியலமைப்புச் சட்டம் நடைமுறைக்கு வந்தது இதே நாளில்தான். 1950ம் ஆண்டு ஜனவரி 26ல் நடைமுறைக்கு வந்தது.

இதுதான் இதுவரை உலக நாடுகளின் இடையே எழுதப்பட்டதில் மிக நீண்ட அரசியலமைப்பாகும். இதில் மொத்தம் 22 பிரிவுகள், 12 அட்டவணைகள், 465 உட்பிரிவுகள் மற்றும் 117369 சொற்கள் உள்ளன என்பவை அவற்றுள் அடிப்படையானவை.

அதேபோல் இந்திய அரசியலமைப்பை உருவாக்கும் பணி 1947ம் ஆண்டு ஆகஸ்ட் 26ல் அரசியல் நிர்ணய சபையால் அரசியலமைப்பு வரைவுக்குழு உருவாக்குவதில் தொடங்கியது.

இக்குழு அளித்த அறிக்கை, 1949 நவம்பர் 26ல் அரசியல் நிர்ணய சபையின் தலைவர் இராஜேந்திர பிரசாத்தின் கையொப்பம் பெற்றதுடன் பணிகள் நிறைவு பெற்றது.

காந்திஜியை மதித்த அதே நேரத்தில் அவரது கருத்துக்களில் முரண் படவும் அம்பேத்கர் தயங்கவில்லை. தாழ்த்தப்பட்ட இனத்தவர்களை ஹரிஜன் என்று காந்திஜி அழைத்தார்.

ஆனால் அந்தப் பெயரை அம்பேத்கர் வெறுத்தார். தாழ்த்தப் பட்டவர்கள் கடவுளின் குழந்தைகள் என்றால் மற்றவர்கள் சாத்தானின் குழந்தைகளா? என்று அவர் கேள்வி எழுப்பினார்.

வாழ்க்கையில் பல்வேறு வெறுப்பூட்டும் சம்பவங்கள் நடந்தபோதும் யாரையும் தனிப்பட்ட முறையில் எதிரியாக அம்பேத்கர் ஒரு போதும் கருதியதில்லை.

வெறும் போராட்டங்கள் மூலம் தனது சமுதாயத்தை முன்னேற்று வதில் அவருக்கு உடன்பாடில்லை. தாழ்த்தப்பட்டவர்கள் படிப்பின் மூலமே உச்சநிலையை எட்ட முடியும் என்று அவர் உறுதியாக நம்பினார். அதற்கு தானே முன்னுதாரணமாக இருந்தார்.

அதனால்தான் அப்போது இருந்த பல தலித் இனத் தலைவர்களை விடவும் அம்பேத்கர் பிரபலமாக திகழ்ந்தார். அவரைக் கொள்கை ரீதியாக எதிர்த்தவர்கள் கூட அவருக்கு நண்பர்களாகத் திகழ்ந்தார்கள்.

சோதனைகளையும் சாதனைகளாக மாற்றியவர் அம்பேத்கர். அம்பேத்கர் தாழ்த்தப்பட்ட மக்களின் தலைவராக மட்டும் திகழவில்லை. அவர் ஒரு சிறந்த பேச்சாளராகவும் கல்வியாளராகவும் சட்ட மேதை யாகவும் திகழ்ந்தார்.

சுதந்திர இந்தியாவின் அரசியல் நிர்ணய சபையின் தலைவராக சட்டமியற்ற அரும்பாடுபட்டவர் அம்பேத்கர்.

சட்டம் இயற்றும் நேரத்தில் தனது தீர்க்கமான சிந்தனையாலும், தொலைநோக்கு பார்வையாலும் பல முக்கிய சட்டங்களை உருவாக்கினார். நம் நாட்டின் முதல் சட்ட அமைச்சராக விளங்கினார். 1951ல் இந்து சட்டத் தொகுப்பு மசோதா அறிமுகப்படுத்தப்பட்டபோது அதை எதிர்த்து பதவி விலகினார்.

இந்திய குடியரசு கட்சியை நிறுவிய அம்பேத்கர் தனது இறுதிக் காலத்தில் புத்த மதத்தை பிரச்சாரம் செய்வதில் கழித்தார். 1956ம் ஆண்டு டிசம்பர் 6ம் தேதி அண்ணல் அம்பேத்கர் காலமானார்.

●

புரட்சியாளர் டாக்டர் அம்பேத்கரை எந்த ஒரு வரையறைக்குள்ளும் கொண்டு அடக்கிவிட முடியாது. அவர் பட்டியல் இன மக்களுக்காகப்

போராடினார்.

அரசியல் வரைவுக்குழு தலைவராக இருந்து இந்திய அரசியல் அமைப்புச் சட்டப் புத்தகத்தை வகுத்தளித்தார். பெண்களின் உரிமைகளைக் கருத்தில் கொண்டு அவர்களுக்கு சம நீதி கிடைக்க இந்தச் சட்டத் திருத்தத்தை கொண்டு வந்தார்.

ஒன்றுபட்ட இந்த தேசத்தை சாதியையும் மதத்தையும் காரணம் காட்டி மக்களை பிளவுபடுத்தியது இந்து மதம். அதன் ஆணிவேர் வர்ணாசிரம கோட்பாடு மனுஸ் மிருதியில் அடங்கி உள்ளது என்பதை அறிந்து அதை எதிர்த்தார்.

இந்து மதம் என்பது மற்ற மதங்களைப் போன்ற வரலாறைக் கொண்டதல்ல. மாறாக அது திட்டமிட்டு உருவாக்கப்பட்டது. அது இந்த மண்ணின் மைந்தர்களின் மதமாக இருக்க முடியாது என்று கருதி தன் வாழ்நாளின் பெரும்பங்கை இந்து மதத்தினை வேரறுக்கவே போராடினார்.

காலனியாதிக்க பொருளாதார நிலையை கருத்தில் கொண்டு இங்கிலாந்தில் படிக்கும் பொழுது ரூபாயின் மதிப்பை ஆராய்ச்சி செய்தார்.

இந்தியா வெள்ளையரிடமிருந்து விடுதலை பெறும் நாளில் அது எல்லோருக்குமான இந்திய தேசமாக இருக்க வேண்டுமென கருதினார்.

இந்தியர்கள் அனைவரும் சுதந்திரம் சமத்துவம், சகோதரத்துவத்துடன் இருக்கவே அவர் விரும்பினார்.

பட்டியல் இன மக்களை இந்து மதம் அடிமைப்படுத்தியபோது அவர்களின் முழு விடுதலைக்கான தீர்வை குறித்து சிந்தித்தார்.

அதனடிப்படையில் 1956 அக்டோபர் மாதம் 14ம் நாள் 10 லட்சம் மக்களுடன் பௌத்தம் ஏற்று பண்பாட்டு புரட்சி செய்தார்.

கண்டவர்கள் எல்லாம் சொல்வதை கண்மூடித்தனமாக நம்பாமல் அவற்றுக்கு அறிவியல் ஆதாரத்தை தேடினார். சுதந்திர இந்தியாவின் தொழில்துறை அமைச்சராகவும், சட்ட அமைச்சராகவும் இருந்து அந்த பதவியை அலங்கரித்தார். நவீன இந்தியாவின் தந்தையாகவும் விளங்கினார்.

இன்றைக்கு இந்தியாவில் ரிசர்வ் வங்கி தோன்றுவதற்கு அம்பேத்கரது முனைவர் பட்ட ஆய்வே துணை நின்றது.

கல்வி விரும்பிக் கற்கப்பட்ட போதும் பார்ப்பனர்கள் மட்டும்தான் கற்க வேண்டும். மாறாக சூத்திரர்கள் கற்கக் கூடாது. தப்பித்தவறி கூட அவர்களின் காதுகளில் கல்வி கற்கும் போது விழுந்து விட்டால் அவர்களின் காதுகளில் ஈயத்தை காய்ச்சி ஊற்ற வேண்டும் என்று கூறியவர்களுக்கு மத்தியில் இதுவரை தன்னுடைய வாழ்நாளில் லட்சக்கணக்கான நூல்களை படித்த பெருமைக்குரிய தலைசிறந்த மகனாக அம்பேத்கர் திகழ்கிறார்.

பிற்போக்குத்தனமான கருத்துக்களையும், வஞ்சகத்தையும் வன்மத்தையும் வெளிக் கொணர்ந்து வந்து இந்து மதப்பற்றாளர்களையும் பக்தர்களையும் மோகன்தாஸ் கரம்சந்த் காந்தியின் முகத்திரையை கிழித்து தொங்க விட்டார்.

இந்தியா வெள்ளையர்களில் அடிமைப்பட்டுக் கிடந்தபோது அவர்களை எதிர்த்துப் போராடிய காந்தி, நேரு, வல்லபாய் படேல் உள்ளிட்ட முன்னணித் தலைவர்களைச் சிறையில் அடைத்தனர் ஆங்கிலேயர்.

ஆனால் சினம் கொண்ட சிங்கத்தையும் பிடரி மயிரையும் பிடித்து தொங்கியும் சினத்தை சீண்டிப் பார்த்த பெருமை பாபாசாகேப் அம்பேத்கருக்கு உண்டு.

குறிப்பாக 1930, 1931, 1932 ஆகிய ஆண்டுகளில் நடைபெற்ற மூன்று வட்டமேஜை மாநாடுகளில் லண்டனிலேயே கலந்து கொண்டு அங்கே அவர்களுடைய தாய் நாட்டில் ஆங்கிலேயர்களை இந்தியாவை அடிமைப் படுத்தியது தவறு என்றும் குற்றம் என்றும் கண்டித்தபோதும் அவரை ஒருநாள் கூட சிறையில் அடைக்க முடியாத அளவிற்கு அவருடைய புகழ் ஓங்கி இருந்தது.

இவை எல்லாவற்றுக்கும் காரணம் பாபா சாகேப் அம்பேத்கர் வாழ்ந்த காலத்தில் உலகம் ஒப்புக் கொண்ட ஏழு அறிவாளிகளில் அம்பேத்கரும் ஒருவராக இருந்தார் என்பதுதான்.

தலைசிறந்த வழக்கறிஞராக இருந்தும், பாராட்டத்தகுந்த பேராசிரிய ராகவும் இருந்தும் தன் சொந்த சம்பாதியத்தில் கிடைத்த வருமானத்தைக்

கொண்டு கல்வி கற்க முடியாத ஏழை எளியோருக்கும் கல்வி மறுக்கப் பட்ட மக்களுக்காகவும் சித்தார்த்தா கல்லூரியை நிறுவி கல்விப் பணியை யும் செய்த பெருமைக்குரிய மனிதர் இவர்.

இந்த உலகமே போற்றுகின்ற அளவிற்கு உயர்ந்த தகைசாப் பெருமைக்கு இந்திய அரசாங்கம் 1990ம் ஆண்டு இந்தியாவின் உயரிய விருதான பாரத ரத்னா விருதைக் கொடுத்து இந்தியா பெருமை தேடிக் கொண்டது.

யாரை பிடிக்கக் கூடாது, யாரைப் பார்க்கக் கூடாது, யார் தொட்டால் தீட்டு, பார்த்தால் தீட்டு, என்று ஊரைவிட்டு ஒதுக்கி வைத்து சேரியில் வாழ்ந்த ஒரு சாதாரண மனிதர்தான் இன்று உலகமே வியக்கும் அளவிற்கு தன்னுடைய அறிவாலும் தன்னுடைய உழைப்பாலும் தன்னுடைய கடுமையான போராட்டத்தாலும் வியந்து பார்க்கப்படுகிறது.

எங்கோ கடல் தாண்டி வாழும் மக்களும் அறிவு ஜீவிகளும் பாபா சாகேப் அம்பேத்கரின் புகழை அறிந்திருக்கிறார்கள். ஆனால் சொந்த ஊரில் சொந்த நாட்டில் அவரை தினம் தினம் இருட்டடிப்பு செய்யப்பட்டு வருகிறது.

இந்தியா 247 ஆண்டுகள் ஆங்கிலேயரிடமும், பிரஞ்சுக்காரர்களிடமும், டச்சுக்காரர்களிடமும், போர்த்துக்கீசியர்களிடமும் அடிமைப்பட்டுக் கிடந்தது. அதன்பின்னர் தான் 1947ம் ஆண்டு ஆகஸ்ட் மாதம் 15ம் நாள் இந்தியா விடுதலை பெற்றது.

இந்தியா என்கிற நாடு மட்டும்தான் விடுதலை பெற்றதே ஒழிய இந்தியர்களில் பெரும்பான்மையான மக்கள் இன்று வரை பழைய அடிமைத்தனத்திலிருந்து விடுபடவில்லை என்பதே உண்மை.

ஒரு குறிப்பிட்ட இனமக்களை இன்றுவரை ஊருக்கு ஒதுக்குப் புறமாக ஓரங்கட்டி அவர்கள் வாழும் பகுதி சேரி எனப் பெயரிட்டு ஒதுக்கி வைத்துள்ளனர்.

தொட்டால் தீட்டு, பார்த்தால் தீட்டு என்று எண்ணி தீண்டாமை சுவர் எழுப்பி அவர்களை விலக்கி வைப்பது கண் கூடாக காண முடிகிறது. இந்த நூற்றாண்டிலேயே இப்படியென்றால் ஆண்டுகளை பின்னோக்கிப் பயணப்பட்டால் பட்டியலினத்தவர் அனுபவித்த கொடுமைகளை உலகில் வேறு எங்கும் யாரும் அனுபவிக்கவில்லை.

இந்தியாவில் நடைபெற்ற பட்டியல் இன மக்களுக்கு எதிராக சாதி இந்துக்கள் செய்த கொடும் செயல்களால் இந்த உயர்சாதி இந்துக்கள் மீதும் ஒரு மிகப் பெரிய கோபம் ஏற்படும் சூழல் ஏற்பட்டது.

இங்கு தங்களை முற்போக்குவாதிகள் என்று பிதற்றிக் கொண்டு இருந்தவர்கள் கூட பட்டியலின மக்களின் விடுதலைக்காக உண்மையாக இல்லை.

இதில் ஜோதிராவ் புலே, சாகுமஹாராஜ் உள்ளிட்ட ஒரு சிலர்தான் சாதி இந்துக்களின் வெறுப்புக்கு ஆனாலும் பரவாயில்லை என்று பட்டியலின மக்களுக்காக சில நன்மைகளை செய்து வந்தனர்.

வெள்ளையர்களை எதிர்த்து சாதி இந்துக்கள் விடுதலைக்காக போராடுவதில் எந்த ஒரு அருகதையும் இல்லை. சொந்த நாட்டில் சொந்த ஊரில் பிறந்த மக்களை மதத்தையும், சாதியையும் காரணம் காட்டி ஆடு, மாடு, நாய்கள் உள்ளிட்ட விலங்குகளுக்குக் கூட கிடைக்கும் மரியாதையில் கொஞ்சமேனும் இந்து மதத்தில் இணைத்துக் கொண்டு பட்டியலின மக்களுக்கு கொடுக்கவில்லை என்பது வியப்பினும் வியப்பு.

இந்தச் சூழலில்தான் பாபா சாகேப் அம்பேத்கர் மேலை நாடுகளில் தன்னுடைய படிப்பை முடித்து விட்டு தாய்நாடு திரும்பினார்.

டாக்டர் பாபா சாகேப் அம்பேத்கர் குழந்தையாக இருந்த பொழுது அனுபவித்த கொடுமைகள் சொல்ல முடியாத துயரங்களைக் கொண்டவை.

அவர் குழந்தையாக இருக்கும்போது அனுபவித்த கொடுமைகளில் எவ்வித மாறுதலும் இல்லாமல், கூடுதலாக சாதியின் கோரமுகம் பட்டியல் இன மக்களை இன்னும் தனிமைப்படுத்தி அவர்கள் மீது வெறுப்பையும், பகை உணர்வையும் அருவருப்பையும் வாரி இறைக்கப் பட்டது.

அவர் பெரும் கனவுகளோடு இந்தியா திரும்பிய போது எந்தவித மாற்றமும் இல்லாததைக் கண்டு அவருக்கு ஏற்பட்ட கோபம் மிகப் பெரியது. அதன்பிறகுதான் அவர் முதலில் இந்த நாட்டில் களைய வேண்டிய முதல் பணி, சாதி ஆதிக்கத்தை ஒழித்தாக வேண்டும் என்ற கொள்கையில் உறுதியாக இருந்தார்.

அந்த வகையில் அவர் வருகைக்குப் பிறகுதான் பட்டியலின மக்களின் வரலாறு மட்டுமல்ல ஒட்டு மொத்த இந்தியாவின் தலையெழுத்தும் மாறியது.

ஆனால் இன்றைய சாதி இந்துக்கள் அவரை ஒரு சிமிழுக்குள் அடைக்க முயற்சிக்கின்றனர். குறிப்பாக அவர் இதுவரை யாரை எதிர்த்து களமாடி னாரோ அவர்களே அதை வைத்து டாக்டர் அம்பேத்கரை தன்வசப் படுத்த முயல்கின்றனர்.

அது மட்டுமல்ல சாதி கலவரத்தைத் தூண்டுவதற்கு அவரின் சிலையே ஆயுதமாக மாற்றுகின்றனர். தன் சிலையை உடைக்கும் அந்த மக்களுக்காகவும் தான் அம்பேத்கர் போராடினார் என்பதை மறந்து விட்டனர்.

வரலாறு எல்லா காலத்திலும் எல்லோரையும் நினைவில் வைத்துக் கொண்டு இருக்காது. மாறாக முக்கியத்துவம் வாய்ந்த நிகழ்வுகளையும் முக்கியத்துவம் வாய்ந்த ஆளுமைகளையும் மட்டும்தான் வரலாறு அறிந்து வைத்திருக்கும்.

அப்படிப்பட்ட வரலாற்று சிறப்புமிக்க மாமனிதர்தான் பாபாசாகேப் டாக்டர் அம்பேத்கர்.

அவருடைய அறிவைக் கண்டு வியந்து தான் அமெரிக்காவில் ஹார்வர்டு பல்கலைக்கழகத்தில் அவர் படித்த அந்த இடத்திற்கு "Dr.Ambedkar Study circle" என்று அறிவித்தது.

லண்டனில் படிக்கும்போது அவர் தங்கியிருந்த வாடகை வீட்டை லண்டன் அரசாங்கம் அதை ஒரு சுற்றுலாத்தலமாக மாற்றும் முயற்சியில் அதை அருங்காட்சியகமாக அறிவித்திருக்கிறது.

அது மட்டுமல்ல அந்த லண்டன் மாநகரில் உள்ள மியூசியத்தில் பாபா சாகேப் அம்பேத்கர் சிலை திறக்கப்பட்டுள்ளது என்பது பெருமைக்குரிய நிகழ்வு. உலகில் வேறு யாருக்கும் கிடைக்காத பெரும் பேறாகும் இது.

ஆனால் இந்தியாவில் இன்றைக்கு வெறுத்து ஒதுக்கக்கூடிய ஒரு மனிதராக சாதி இந்துக்களால் அம்பேத்கர் காணப்பட்டுள்ளார் என்பது வேதனைக்குரிய ஒன்றாகும்.

அம்பேத்கரின் சிலைகளைச் சேதப்படுத்துபவர்கள் ஒன்றைப் புரிந்து கொள்ள வேண்டும்.

வருணாசிரம் கோட்பாட்டில் பிராமணர்களின் இடத்தை கேள்விக்கு உட்படுத்தியது மட்டுமல்ல இந்த வருணாசிரம் கோட்பாடே தவறாகும்.

அதைப் போதிக்கும் மனுவும் தவறாகும். உழைக்கக் கூடிய மக்களுக்கு தான் முதலிடம் கிடைக்க வேண்டும். இந்த நாட்டை காப்பாற்றக்கூடிய மக்களுக்குத்தான் முக்கியத்துவம் கிடைக்க வேண்டும். உடல் உழைப்பைக் கொண்டு செயல்படக் கூடிய தொழிலாளிகளை மதிக்க வேண்டும்.

●

சாமானியனுக்கு அதிகாரம், அனைவருக்கும் சமமான நீதி என்ற உன்னதக் கொள்கை வழி உழைத்த அறிவு பேராசான் சட்டத்தின் கலங்கரை விளக்கம் டாக்டர் பாபா சாகேப் அம்பேத்கரின் உழைப்பால் கிடைத்தது தான் இந்திய அரசியலமைப்புச் சட்டம்.

சுதந்திர இந்தியாவில் அண்ணல் அம்பேத்கர் இந்திய தேசத்தின் மீது ஒரு அழியாத தோற்றத்தை ஏற்படுத்தியுள்ளார்.

அவர் உயர் கல்வி கற்றவர். தேர்ந்த அரசியல்வாதி. நீதித்துறை நிபுணர். சிறந்த பொருளாதார நிபுணர். கோடிக்கணக்கான நலிந்த மற்றும் தாழ்த்தப்பட்ட வர்க்கங்களுக்கு அதிகாரமளிப்பதற்காக போராடினார்.

நாட்டின் இறையாண்மை, ஒருமைப்பாடு மற்றும் அனைவருக்குமான சமவாய்ப்புகளை உருவாக்குவது குறித்து அவர் எப்போதும் நினைத்தார்.

அண்ணல் அம்பேத்கரது தலைமையின் கீழ் உருவாக்கப்பட்ட உயர்ந்த அரசியலமைப்பு ஏழு தசஸ்தங்களுக்கும் மேலாக நம்மை வழி நடத்துகிறது.

தீண்டாமைக்கு எதிரான ஒரு சிறந்த போராளியான அவர் நாட்டின் மூலைமுடுக்குகளில் உள்ள அனைவருக்கும் பிரகாசமான வெளிச்சமாக இருந்து வருகிறார்.

மண்ணை விட்டு அவர் உயிரும் உடலும் மறைந்தாலும் இப்போதும் ஒரு கையில் புத்தகமும் முன்னோக்கி சுட்டிக்காட்டும் ஆள் காட்டி விரலும் கொண்ட ஒரு உயர்ந்த சிலையாக நிற்கிறார்.

இந்திய அரசியலமைப்பின் எழுத்துக்கு தேர்ந்தெடுக்கப்பட்ட அரசியலமைப்பு சபை பல்வேறு சிக்கல்களை கருத்தில் கொண்டு 22 குழுக்களையும், 7 துணைக் குழுக்களையும் அமைத்திருந்த காலகட்டம் அது.

இவற்றில் மிக முக்கியமானது ஆகஸ்ட் 29, 1947ல் அமைக்கப்பட்ட வரைவுக்குழு. வெவ்வேறு புவியியல் நிலைமைகள், இனங்கள் மற்றும் மதங்களுடன் மாறுபடும் ஒரு நாட்டிற்கு சிறந்த திசையை அமைப்பது குறித்து அம்பேத்கருக்கு தெளிவு இருப்பதாக காந்தியே நம்பினார்.

அரசியலமைப்பு சபையில் காங்கிரசுக்கு பெரும்பான்மை இருந்த போதிலும் அனைத்து உறுப்பினர்களும் ஏகமனதாக அவரது பெயரை முன்மொழிந்தனர். அவர் ஏற்கனவே சட்ட அமைச்சராக இருந்தார்.

அரசியலமைப்பு சபை 11 முறை கூடியது. ஒவ்வொரு வரைவையும் தயாரிப்பதன் ஒரு பகுதியாக அம்பேத்கர் 60க்கும் மேற்பட்ட நாடுகளின் அரசியலமைப்புகளைப் படித்தார்.

இரண்டு ஆண்டுகள் மற்றும் 11 மாதங்கள் மற்றும் 18 நாட்கள் நீண்ட மற்றும் அறிவார்ந்த தேடலுக்குப் பின்னர் வரைவுக்குழு இந்தி மற்றும் ஆங்கிலத்தில் இரண்டு பிரதிகள் தயாரித்தது.

இதற்குப் பின்னால் அம்பேத்கரின் அயராத உழைப்பு இருந்தது.

இந்தியாவிற்கு இறையாண்மையைக் கொண்டு வருவதற்கான அவரது முயற்சி மறக்க முடியாதது. எந்த ஒரு சிறப்பு சலுகைகளும் இல்லாமல் அனைவருக்கும் ஒற்றை குடியுரிமை மற்றும் அனைவருக்கும் சமமான நீதியுடன் ஒரு நீதி அமைப்பு அமைக்கப்பட்டது.

அரசியலமைப்பின் பார்வையில் அனைவரும் சமம் என்று அவர் வலியுறுத்தினார்.

மேலும் ஒரு மனிதனுக்கு ஒரு வாக்கு கொள்கையை வலியுறுத்தினார். கீழே விழுந்து கிடந்த எஸ்சி மற்றும் எஸ்டிக்கனை மேம்படுத்துவதற்கும் அவர்களுக்கு சமமான வாய்ப்புகளை வழங்க போராடி சாதித்தார்.

பழங்குடியினர் பட்டியலின மக்கள் மற்றும் இதர பிற்படுத்தப் பட்டோர் ஆகியோருக்கு 10 ஆண்டுகள் இடஒதுக்கீடு வழங்க அவர் முன்மொழிந்தார்.

அனைவருக்கும் அடிப்படை உரிமை நீதிமன்றங்கள் வாயிலாக சாமானியனுக்கும் அரசியலமைப்பில் அதிகாரம் என 32வது சட்டப் பிரிவை இணைத்தார்.

அண்ணல் காந்தியடிகளின் பரிந்துரைகளையும் அவர் ஏற்றுக் கொண்டார். தீண்டாமையை கடுமையாக எதிர்த்தார். அதனைத் தடுக்க சட்டங்களைக் கொண்டு வந்தார்.

தன்னுடைய சித்தாந்தப் போர்க்களத்தில் அம்பேத்கரைப் போலவே சமரசக் கொள்கைக்கு ஒருபோதும் சம்மதிக்காது எப்பேர்ப்பட்ட பதவி களையும் துச்சமாக தூக்கியெறிந்தவர் வி.பி.சிங் என்பதை வரலாறு அறியும்.

வாழ்நாள் முழுக்க அநீதியை அம்பலப்படுத்துவதை அம்பேத்கரைப் போலவே அயராது செய்தவர் வி.பி.சிங்.

அம்பேத்கர் இவ்விதமான தன்னுடைய உறுதிப்பாடான கொள்கை களின் முடிவு காரணமாகவே காந்தி, நேரு போன்ற பெருந்தலைவர் களின் பகைமையை சம்பாதித்துக் கொண்டார். அது குறித்து அம்பேத்கர் கவலைப்படவும் இல்லை.

அம்பேத்கரின் கருத்தியலில் ஆழ்ந்த பற்றுக் கொண்ட வி.பி.சிங்கும் பாரபட்சமின்றி தன்முனைப்போடு நேர்மைமிக்க தான் வகுத்துக் கொண்ட ராஜபாட்டையில் பிரதமர் ராஜிவ்காந்தி முதலான பெருந் தலைவர்களுடன் முரண் கொண்டதும் வரலாறு.

ஒரு செயல் நோக்கமோ, தேசமோ, அதிகாரமோ, கலாச்சாரமோ, செல்வமோ, அநீதியை சற்றுமூடி மறைக்க முயன்றாலும் அவற்றை ஏற்றுக் கொண்டு அவற்றுக்கு அர்ப்பணிப்போடு இருக்கவே முடியாது என்பதில் அம்பேத்கர் தெளிவாக இருந்தார். அருண்ஷோரி முதலான விமர்சகர்கள் அம்பேத்கர் தேசியவாதி இல்லை என்கிறார்கள். நீதியின் அடித்தளத்தின் மீது எழுப்பப்படாத ஒரு தேசம் தேசமே அல்ல என்பதில் அம்பேத்கரின் ஆளுமை பிரமிக்க வைக்கிறது.

தான் பேசப் போகும் பேச்சு அகில இந்தியாவையே ஒரு உலுக்கு உலுக்கும் என்று அம்பேத்கருக்கு அப்போது தெரிந்தே இருந்தது.

எதிரே பார்த்தார். கட்டுகடங்காத கூட்டம். 1935 அக்டோபர் 13

இயோலாவில் அந்த மாபெரும் மாநாடு நடைபெற்றுக் கொண்டிருந்தது.

அம்பேத்கர் தங்களுக்கு என்ன சொல்லப் போகிறார் என்று அந்த கூட்டமே உன்னிப்பாக கவனித்துக் கொண்டிருந்தது.

தீண்டாமை அடிமை விலங்கிலிருந்து தம்மை நம்பியிருக்கும் இந்த மக்களை கண்டிப்பாக விடுவித்தே தீர வேண்டும். அதற்குச் செய்ய வேண்டியது என்ன?

இது குறித்து பல நாள் ஆழ்ந்து யோசித்து வைத்திருந்த முடிவை தம் மக்களின் மனங்களில் விதைத்திட தீர்மானித்து விட்டார் அம்பேத்கர்.

எழுந்து பேச ஆரம்பித்தார்.

"நான் ஏதோ தீயவாய்ப்பால் ஒரு இந்துவாகப் பிறந்து விட்டேன். அதைத் தடுத்தல் என் கையில் இல்லை. அதனால் பல இன்னல்களையும், இழிவுகளையும் எதிர்கொள்ள நேர்ந்தது. ஆனால் நான் ஓர் இந்துவாக இறக்க மாட்டேன் என்பது மிக உறுதி.."

அம்பேத்கரின் இந்த அறிவிப்பு தாழ்த்தப்பட்டவர்களின் உள்ளக் குமுறலை வெளிப்படுத்தும் அறிவிப்பு, கூடியிருந்த பல்லாயிரக்கணக்கான மக்கள் விண்ணதிர கரவொலி எழுப்பி தங்களின் சம்மதத்தை தெரிவித்தார்கள்.

இந்த அறிவிப்பு நிச்சயமாக பார்ப்பனர் மற்றும் உயர்த்தப்பட்ட சாதி இந்துக்களின் மனங்களை உலுக்கும் என்று அம்பேத்கர் எதிர்பார்த்தார்.

ஆனால் அம்பேத்கரின் இந்த அறிவிப்பால் உயர்த்தப்பட்ட சாதி இந்துக்கள் மனம் மாறவில்லை. மாறாக பார்ப்பனர் பலர் மகிழ்ச்சியடையவே செய்தனர். சீர்திருத்த எண்ணம் கொண்ட சில இந்துக்கள் மட்டுமே கவலைப்பட்டனர்.

அம்பேத்கரின் இந்த அறிவிப்பை குறித்து அக்டோபர் 15ம் தேதி காந்தி தனது கருத்தை வெளியிட்டார்.

அதை மறுத்து அம்பேத்கர் 'நாங்கள் எந்த சமயத்தில் (வேறு மதத்தில்) இணையப் போகிறோம் என்பது குறித்து முடிவு ஏதும் எடுக்கவில்லை. எந்தந்த வழிமுறைகளை கடைப்பிடிக்கப் போகிறோம் என்பதையும் முடிவு செய்யவில்லை. ஆனால் தீர்க்கமாக ஆலோசித்து உறுதியாக முடிவு

செய்திருப்பது ஒன்றுதான். அதாவது இந்து சமயத்தினால் எங்களுக்கு நலன் ஏதும் கிடையாது என்பதே' என்று பதில் அளித்தார்.

இப்படி அம்பேத்கர் தீர்க்கமாக முடிவடுெத்ததற்கு காரணம் அவரது சிறு பருவத்தில் நிகழ்ந்த சம்பவங்களே.

ஒருமுறை ஆசிரியர் அம்பேத்கரை வடிவியல் கணிதத்தில் ஒரு விதியை கரும்பலகையில் நிரூபித்து எழுதிக் காட்டுமாறு அழைத்தார். உடனே மற்ற எல்லா மாணவர்களும் கூச்சல் போட்டு கரும்பலகை அருகே வைக்கப்பட்டிருந்த தங்கள் உணவுப் பாத்திரங்களை அகற்றி விட்டனர். அப்பொழுதுதான் அவை தீட்டாகாமல் இருக்கும் என்று அவர்கள் நம்பினார்கள்.

அதன் பிறகே அம்பேத்கர் கரும்பலகை அருகே சென்று அந்த விதிமுறையை நிரூபித்து காட்ட முடிந்தது.

ஒரு நாள் பொதுக் குடிநீர் நிலையில் எவருக்கும் தெரியாமல் நீர் அருந்தினார் அம்பேத்கர். இவர் தண்ணீர் குடித்ததைக் கண்டுபிடித்து விட்டனர். நாங்கள் குடிநீர் எடுக்கும் இடத்தில் தீண்டத்தகாதவனாகிய நீ எப்படி நீர் அருந்தலாம் என்று கேட்டு அவரை நையப் புடைத்து விட்டனர்.

அதேபோல அவர் படித்த பள்ளியின் ஆசிரியர் ஒருவர் தீண்டத்தகாத வனாகிய நீ படிப்பது வீண் என்று அடிக்கடி சொல்லிக் கொண்டே இருப்பார். இது அம்பேத்கரை எரிச்சலூட்டியது.

ஒருநாள் வழக்கம் போல் அந்த ஆசிரியர் 'நீ படிப்பது பயனற்றது' என்று சொன்னபோது அம்பேத்கர் சினத்துடன் 'உங்கள் வேலையை நீங்கள் பார்த்துக் கொண்டு போங்கள்' என்று கூறினார்.

சைடன் ஹாம் கல்லூரியில் பேராசிரியராக பணிபுரிந்தபோது பேராசிரியர்களுக்கென வைக்கப்பட்டிருந்த குடிநீர்ப் பானையிலிருந்து அம்பேத்கர் தண்ணீர் குடிப்பதற்கு சராத்தி பேராசிரியர்கள் சிலர் எதிர்ப்பு தெரிவித்தனர்.

அம்பேத்கர் வழக்கறிஞராக செயல்பட்டபோது மூத்த வழக்கறிஞர்கள் தம் நிலையிலிருந்து கீழறங்கி வந்து தொழில் முறையில் இவரோடு தொடர்பு கொண்டு உதவிட முன்வரவில்லை.

புறக்கணிக்கப்பட்ட சமூகங்களுக்காக நேரு அரசாங்கம் எதுவுமே செய்யவில்லை என்ற குற்றச்சாட்டைக் கூறியபடி 1951ஆம் ஆண்டு நேருவின் அமைச்சரவையிலிருந்து ராஜினாமா செய்தவர் அண்ணல் அம்பேத்கர்.

முன்னர் நேருவின் இடைக்கால ஆட்சியில் சட்டத்துறை அமைச்சராக பணியாற்றியவர் தான் அம்பேத்கர்.

இந்தியாவில் ஜனநாயகம் வேலை செய்யாது. காரணம் நாடாளுமன்ற முறையுடன் முற்றிலும் ஒத்திசைந்து செல்லாத சமூகக் கட்டமைப்பை நாம் பெற்றிருக்கிறோம் என்ற கருத்தை முன் வைத்தவர் இந்திய அரசியலமைப்புச் சாசனத்தின் வரைவுக் குழுத் தலைவராக இருந்த பீமராவ் ராம்ஜி அம்பேத்கர்.

1952ஆம் ஆண்டு சுதந்திர இந்தியாவில் முதல் முறையாக நாடாளு மன்றத் தேர்தல்கள் நடைபெற்றன. நேரு தலைமையிலான காங்கிரஸ் கட்சி பெரும்பான்மை பெற்ற நிலையில் அம்பேத்கரின் பிற்படுத்தப்பட்ட சாதிகளின் கூட்டமைப்பு தோல்வியைச் சந்தித்தது.

1953ஆம் ஆண்டு பிபிசிக்கு அளித்த பேட்டியில் காங்கிரஸ் ஆட்சி குறித்தும், சாதி ஒழிப்பு பற்றியும் பல சுவாரஸ்ய விசயங்களை பிபிசி யுடன் பகிர்ந்து கொண்டார் புரட்சியாளர் அம்பேத்கர்.

கேள்வி : இந்தியாவில் ஜனநாயகம் செயல்படும் என்று நீங்கள் நினைக்கிறீர்களா?

பதில் : இல்லை, செயல்படாது. வெறும் பெயரளவு இருக்கும்.

கேள்வி : தேர்தல்கள் மிகவும் முக்கியமானவையா?

பதில் : இல்லை. அவை உண்மையில் நல்ல ஆட்களை உருவாக்கினால் தேர்தல்கள் முக்கியமானவை.

ஆனால் அரசாங்கத்தை மாற்றும் வாய்ப்பை தருவதால் தேர்தல்கள் முக்கியமானவை.

ஆம். ஆனால் வாக்கெடுப்பு அரசாங்கத்தை மாற்றுவதற்கு என்பதை எத்தனை பேர் அறிவார்கள்? யாருமில்லை. மக்களுக்கு அது பற்றிய உணர்வு இல்லை. நமது தேர்தல் முறையும் வேட்பாளர்களை தேர்ந்

தெடுக்க அனுமதிப்பதில்லை. எடுத்துக்காட்டாக எருது சின்னத்தில் வாக்களிக்கும்படி காங்கிரஸ் கட்சி கூறினால், அதில் நிற்கும் வேட்பாளர் யார் என்ற கேள்வி எழுவதில்லை. அதைப் பற்றி மக்கள் கவலைப்படுவதில்லை. மக்களும் அந்த சின்னத்திற்கே வாக்களிப்பார்கள். எருது சின்னத்தில் போட்டியிடுபவர் ஒரு கழுதையா அல்லது ஒரு கல்வி கற்ற நபரா என்பது மக்களுக்குத் தெரியாது.

கேள்வி : ஜனநாயகம் செயல்படாது என்று சொல்வதன் மூலம் அடிப்படையாக என்ன கூற விரும்புகிறீர்கள்?

பதில் : நாடாளுமன்ற முறையுடன் முற்றிலும் ஒத்திசைந்து செல்லாத சமூகக் கட்டமைப்பை நாம் பெற்றிருக்கிறோம்.

கேள்வி : சமத்துவமின்மையை அது அடிப்படையாகக் கொண்டுள்ளது என்கிறீர்களா?

பதில் : ஆம். இது சமத்துவமின்மையை அடிப்படையாகக் கொண்டுள்ளது. சாதி முறையை ஒழிக்காமல் இதை உங்களால் சீர்படுத்த முடியாது. இது ஒரு சமூகக் கட்டமைப்பு குறித்த ஒரு கேள்வி. இதனை வெளிக்கொண்டு வர வேண்டும். இந்த சமூகக் கட்டமைப்பை அமைதியான முறையில் நீங்கள் சீர்படுத்த வேண்டும் என்று எண்ணினால் அதற்கு கொஞ்சம் காலம் பிடிக்கும் என்று கூறத்தயாராக இருக்கிறேன். ஆனால் சமூக கட்டமைப்பை மாற்றும் முயற்சிகளில் யாராவது ஈடுபட வேண்டும்.

கேள்வி : ஆனால் பிரதமர் தனது உரைகளில் சாதிய முறைக்கு எதிராக பல கருத்துகளை சொல்கிறாரே?

பதில் : அவை எல்லாம் முடிவில்லா பேச்சுகள்தான். ஸ்பென்சரின் தொகுப்புகளை கார்லைலிடம் வழங்கியபோது அவர் கூறினார் : ஓ... கிறித்துவத்தில் உள்ளதைப் போல முடிவில்லாத பேச்சுக்கள். பேச்சுக்களால் நான் சோர்ந்து போய் விட்டேன். பேச்சுகளால் நாம் சலித்து விட்டோம். உண்மையில் வேலை செய்வதற்கான திட்டங்கள் தொடங்கப்பட வேண்டும். உறுதியான நடவடிக்கைகள் எடுக்கப்பட வேண்டும்.

கேள்வி : ஒரு வேளை இது எதுவுமே நடக்காவிட்டால் இதற்கு மாற்றாக என்ன நினைக்கிறீர்கள்?

பதில் : மாற்றாக எதுவுமே சாத்தியம்தான். எடுத்துக்காட்டாக கம்யூனிஸம்.

கேள்வி : ஜனநாயகம் இந்த நாட்டிற்கு எடுபடாது என்று நினைக்க என்ன காரணம்? மக்களின் வாழ்நிலை மேம்படாதா?

பதில் : ஆமாம் மேம்படும். தேர்தல்களைவிட தங்கள் அடிப்படைத் தேவைகள் குறித்து மக்கள் அதிகம் கவலை கொள்கிறார்கள்.

அமெரிக்காவில் ஜனநாயகம் எடுபடுகிறது. அங்கு கம்யூனிஸம் வரும் என்று நினைக்கவில்லை. காரணம் ஒவ்வொரு அமெரிக்கரின் வருமானமும் அதிகம்.

கேள்வி : ஆனால் இந்தியாவில் இந்த நிலை தொடங்கலாமே?

பதில் : எப்படி? எங்களிடம் அதிக நிலம் இல்லை. மழை அளவு மிகக் குறைவு. காடுகளும் குறைவு. எங்களால் என்ன செய்ய முடியும்?

கேள்வி : இந்தப் பிரச்சனைகளை எவ்வாறு சமாளிக்க முடியும் என்று நினைக்கிறீர்கள்?

பதில் : தற்போதைய அரசாங்கத்தால் இந்தப் பிரச்சனைகளை சமாளிக்க முடியும் என்று எனக்கு தோன்றவில்லை.

கேள்வி : ஒட்டு மொத்த அமைப்பும் சீர்குலையும் என்கிறீர்களா?

பதில் : நிச்சயமாக. மிக விரைவில் அது நடக்கும். கட்டடத்தின் அடித்தளம் சீர்குலைகிறது என்றால் அதன் கீழ் அடுக்குதான் அதிகம் பாதிக்கப்படும். அதாவது என்னுடைய மக்கள் தீண்டப்படாதவர்கள் அதிகம் பாதிக்கப்படுவார்கள்.

கேள்வி : கம்யூனிஸ்ட்கள் ஏதேனும் தாக்கம் செலுத்த முடியும் என்று நினைக்கிறீர்களா?

பதில் : இல்லை. அவர்கள் வேலை செய்யவில்லை. அவர்களுக்கு என் மீது நம்பிக்கை உண்டு. நான் இதுவரை அவர்களிடம் எதுவும் கூறவில்லை. ஒரு வேளை என்னிடம் கேட்டால் ஒரு நாள் அதற்கு நான் பதில் தருவேன்.

●

புராண காலம்தொட்டு இந்த நாட்டில் நடப்பது ஆரிய திராவிடப் போராட்டம் தான் என்று பெரியார் கூறினார் என்றால், அம்பேத்கர் பவுத்தத்திற்கும் பார்ப்பனியத்திற்குமிடையே நடக்கும் போராட்டம் தான் இந்திய வரலாறு என்றார்.

பார்ப்பனர்களின் சமூக அரசியல் ஒடுக்கு முறைகளால் 'சூத்திரர்', 'பஞ்சமர்' நிலைக்குத் தள்ளப்பட்ட மக்களின் சுயமரியாதைக்காகப் போராடிய பெரியார், பாதிக்கப்பட்ட ஒவ்வொரு சமூகப் பிரிவினருக்கும் நீதி கேட்டு காங்கிரசுக்குள்ளும் காங்கிரசிலிருந்து வெளியேறியும் போராடினார்.

'மொழிவழி மாநிலங்கள் குறித்த சிந்தனை' எனும் நூலில் புரட்சியாளர் அம்பேத்கர் வடநாட்டுக்கும் தென்னாட்டுக்கும் உள்ள முரண்பாட்டை மிகக் கூர்மையாக வெளிக் கொணர்ந்து எச்சரித்துள்ளார்.

"இந்தி பேசும் பெரும்பான்மையோரை ஒன்றாக்கி விட்டு தென்னாட்டு மக்களை சிதறடித்திருக்கிறது. மாநிலங்களைப் பிரிக்கும் ஆணையம், தென்னாட்டு, வடநாட்டு ஆதிக்கத்தை எப்படி சகித்துக் கொள்ளும்?" என்று கேள்வி எழுப்பியதுடன், அதிலுள்ள ஆபத்துக்களை உரத்த குரலில் அடுக்கடுக்காக எழுப்புகிறார்.

வடக்கு பிற்போக்கானது தெற்கு முற்போக்கானது. வடக்கு மூடநம்பிக்கையில் மூழ்கிக் கிடப்பது. தெற்கு பகுத்தறிவு சிந்தனை கொண்டது. தெற்கு முன்னேறிச் செல்வது, வடக்கு பின் தங்கிக் கிடப்பது, தெற்கின் கலாச்சாரம் நவீனமானது. வடக்கின் கலாச்சாரம் பழமையானது. சுதந்திர இந்தியாவின் முதல் பிரதமர் 1947 ஆகஸ்டு 15ல் எப்படி பதவி ஏற்றுக் கொண்டார்?

காசியிலிருந்து வந்த பார்ப்பனர்கள் யாகம் நடத்தி நாட்டை ஆளப்போகும் பிரதமரிடம், 'ராஜ தண்டத்தை' அளித்து பார்ப்பனர் கையிலிருந்த புனித கங்கை நீரைக் குடித்து தானே பதவியை ஏற்றார்.

இறந்த கணவனை எரியூட்டிய நெருப்பில் அண்மைக் காலங்களில் எத்தனை பெண்கள் உடன்கட்டை ஏற்றப்பட்டிருக்கிறார்கள்? நமது குடியரசுத் தலைவர் காசிக்குப் போய் பார்ப்பனர்களின் கால்களைக் கழுவி அந்தத் தண்ணீரை குடிக்கவில்லையா?

வடக்கே இன்னும் 'சதி' என்னும் உடன்கட்டை ஏறுதல் நடந்து கொண்டுதானே இருக்கிறது? என்று வடநாட்டுக்காரர்களின் மூடத்தனமான பழமை வைதீகப் போக்கை அம்பேத்கர் பட்டியலிட்டார்.

அதேபோன்று 1949 நவம்பர் 25 அன்று அரசியல் நிர்ணய சபையில் அரசியல் சட்ட வரைவை முன்மொழிந்து நிகழ்த்திய வரலாற்றுச் சிறப்புமிக்க உரையில் அம்பேத்கர் சில வாதங்களை முன் வைத்துள்ளார்.

இந்தியர்கள் தங்கள் மதநம்பிக்கைகளுக்கு மேலாக நாட்டை கருதப் போகிறார்களா? அல்லது நாட்டை விட மத நம்பிக்கைக்கே முக்கியத்துவம் கொடுக்கப் போகிறார்களா?

இது எனக்குத் தெரியாது. கட்சிகள் நாட்டை விட தங்கள் மதக் கோட்பாடுகளுக்கே முக்கியத்துவம் கொடுத்தால், நமது சுதந்திரத்துக்கு இரண்டாம் தடவையாக ஆபத்து என்பதுடன் என்றென்றைக்குமாக நமது சுதந்திரத்தை இழப்பது என்பது நிச்சயம்.

பெரியார் பேசிய வகுப்புவாரி உரிமையை அம்பேத்கர் 'சமூக ஜனநாயகம்' என்ற சொல்லாடல்களுக்கு உட்படுத்தினார். சமூக ஜனநாயகம் இல்லாமல் அரசியல் ஜனநாயகம் வெற்றி பெற முடியாது என்று அறிவித்தார்.

புரட்சியாளர் அண்ணல் அம்பேத்கர் எச்சரிக்கை செய்த வடநாட்டு பிற்போக்கு பார்ப்பனிய சிந்தனையும் நாட்டைப் பின்னுக்கு தள்ளி, மதவெறியை தலையில் தூக்கி வைத்துக் கொண்டு ஆடுகிற அதிகார வெறியும் இப்போது கை கோர்த்து கோர தாண்டவமாடுகிறது.

இந்தச் சூழலில் பெரியார் - அம்பேத்காரிய சிந்தனைகளும், சமூக ஒடுக்கு முறைகளுக்குமான வேர் எங்கே பதுங்கி நிற்கிறது என்று அவர்கள் வெளிச்சப்படுத்தி அதற்காக முன்னெடுத்த போராட்டங்களின் வரலாறும், சமூக விடுதலைக்கான ஒளி விளக்குகளாக வழிகாட்டிக் கொண்டிருக்கின்றன.

பெரியாரிய உணர்வாளர் கூட்டமைப்பு வரலாற்றுத் தேவையாக பிறப்பெடுத்திருக்கிறது என்றே கூற வேண்டும்.

பரந்துபட்ட மக்கள் அணியை உருவாக்கும் நோக்கத்தோடு பெரியார் கருஞ்சட்டைப் பேரணி என்ற மாபெரும் மக்கள் கூடுகையை பெரியார்

நினைவு நாளையொட்டி 2018, 23 டிசம்பரில் நிகழ்த்திக் காட்டி அடுத்த கட்டமாக அம்பேத்கர் நினைவாக நீலச் சட்டைப் பேரணிக்கு தயாராகி வருகிறது.

அம்பேத்கரின் ஒவ்வொரு செயல்பாட்டையும் பெரியார் மிகவும் உன்னிப்பாகவே கவனித்து வந்திருக்கிறார். புனே நகரில் அம்பேத்கர் நடத்திய ஆலய நுழைவுப் போராட்டம், இலண்டன் வட்டமேஜை மாநாட்டில் காந்திக்கும், அம்பேத்கருக்கும் இடையே எழுந்த வாதங்கள், காந்தியாரின் பட்டினிப் போராட்டத்தை கண்டிக்கும் கட்டுரைகள் என 'குடியரசு' இதழ் தொடர்ந்து செய்திகளை வெளியிட்டு வந்தது.

அம்பேத்கரும் பெரியாரும் ஒருவரையொருவர் சந்திக்காத நிலையிலேயே அவர்களுக்கிடையே இலட்சியப் பிணைப்பின் வழியே அறிமுகம் இருந்து வந்திருக்கிறது.

காலனி எதிர்ப்பு, தேச பக்தி என்ற எல்லைக்குள் பார்ப்பனிய - பனியா சக்திகள் சுழன்று கொண்டிருந்த நிலையில் அந்த வலைக்குள் சிக்கி விடாமல் அதிலிருந்து விலகி நின்று ஒடுக்கப்பட்ட மக்களுக்கான உண்மையான சமூக விடுதலைக்கு களம் அமைப்பதில் இரண்டு தலைவர்களின் சிந்தனைகளும் ஒரே தடத்தில் பயணித்தன.

இந்த ஒருமித்த சிந்தனை அவர்கள் ஒருவரையொருவர் சந்திக்காத நிலையிலே காந்த சக்தியாக அவர்களை பிணைக்க வைத்தது.

1919ஆம் ஆண்டில் பிரிட்டிஷ் ஆட்சி இந்திய குடிமக்களுக்கு வாக்குரிமை வழங்குவது குறித்து பரிசீலிக்க நியமித்த சவுத்பரோ குழுவிடம் அம்பேத்கர் அளித்த சாட்சியம் தான் அவரது பொது வாழ்வின் தீவிரமான தொடக்கம்.

அந்த சாட்சியத்தில் தாழ்த்தப்பட்ட மக்களின் அவலங்களையும், பறிக்கப்படும் உரிமைகளையும் அவர் விளக்கினார். அடுத்து பம்பாய் அருகே ஜல்கலோன் எனும் இடத்தில் 29.05.1929 அன்று நடந்த தாழ்த்தப் பட்டோர் மாநாட்டில் அம்பேத்கர் நிகழ்த்திய உரையை பெரியாரின் 'குடியரசு' பம்பாயில் சுயமரியாதை முழக்கம் எனும் தலைப்பில் வெளி யிட்டது.

'சமாஜ சமரா சங்' (சமுதாய சமத்துவ சங்கம்) என்ற பெயரில் அம்பேத்கர் தொடங்கிய அமைப்பு சார்பாக மராட்டியத்திலுள்ள

'சிட்டகெய்ன்' என்ற பகுதியில் நடந்த முதல் மாநாட்டில் அம்பேத்கர் நிகழ்த்திய தலைமை உரையை வெளியிட்ட குடிஅரசு முதல் மகாராட்டிர சுயமரியாதை மாநாடு என்ற தலைப்பிட்டது.

இதே ஆண்டில் தொடக்கத்தில்தான் (1929 பிப் 17, 18) பெரியார் சென்னை மாகாண முதல் சுயமரியாதை மாநாட்டை நடத்தினார்.

தான் நடத்திய சுயமரியாதை மாநாட்டுக்கு இணையாக அம்பேத்கர் நடத்திய தாழ்த்தப்பட்டோர் மாநாட்டை பெரியார் கருதினார். அம்பேத்கர் நடத்திய அந்த முதல் மாநாட்டுக்கு பெரியார் வாழ்த்துச் செய்தியை அனுப்பியிருந்தார்.

"தென்னிந்திய சுயமரியாதை இயக்கத்தின் பிரபல தலைவர் ஈ.வெ. ராமசாமி அனுப்பிய வாழ்த்துத் தந்தியும் கடிதமும் அங்கு படிக்கப் பட்டன" என்ற செய்திக்குறிப்பு பெரியார் நடத்திய ஆங்கில இதழான ரிவோல்டில் 29.09.1929ல் வெளியானது.

1936-37ஆம் ஆண்டுகளில் உ.பி.யில் லாகூரில் "ஜாத்பட் தோடக் மண்டல்" நடத்திய ஜாதி எதிர்ப்பு மாநாட்டில் தலைமையுரை நிகழ்த்த அம்பேத்கர் அழைக்கப்பட்டார்.

மாநாட்டுக்காக அம்பேத்கர் தயாரித்த உரையில் சில பகுதிகளை நீக்க வேண்டும் என்று மாநாட்டு பொறுப்பாளர்கள் வைத்த நிபந்தனையை அம்பேத்கர் ஏற்க மறுத்தார்.

இந்து மதத்தை முற்றாக ஒழிப்பது பற்றிக் கூறுவதும், இந்துக்களின் புனித நூல்களின் அறத்தன்மையை சந்தேகிப்பதும், இந்து சமூகத்தி லிருந்து வெளியேறும் உங்கள் எண்ணத்தை வெளிப்படுத்துவதுமான பகுதிகளை நீக்க வேண்டும் என்பதே மாநாட்டு ஏற்பாட்டாளர்கள் அம்பேத்கருக்கு விதித்த நிபந்தனை. அந்த ஆங்கில உரையை பெரியாரின் "குடியரசு" இதழில் தமிழில் மொழி பெயர்த்து ஓராண்டு காலம் தொடர் கட்டுரையாக வெளியிட்டது.

புரட்சியாளர் அண்ணல் அம்பேத்கர் குறித்து தமிழ்ச் சமூகத்துக்கு அறிமுகம் செய்த பெருமை பெரியார் இயக்கத்துக்கு உண்டு.

அம்பேத்கரை உரையாற்ற அழைத்திருந்த "ஜாத் பட்தோடக் மண்டல்" அமைப்பில் 1920ஆம் ஆண்டுகளில் துணைத் தலைவராக

இருந்தவர் பெரியார். அப்போதும் பெரியாரை நாத்திகர், இந்து விரோமி, பார்ப்பன எதிர்ப்பாளர் என்று தென்னாட்டுப் பார்ப்பனர்கள் கூறிய புகாரின் அடிப்படையில் பெரியார் துணைத் தலைவர் பதவியிலிருந்து நீக்கப்பட்டார்.

அதே அமைப்புதான் 1936ல் அம்பேத்கரை ஜாதி எதிர்ப்பு மாநாட்டு தலைமை ஏற்க அழைத்து அவரது உரையை மாற்றியமைக்க வற்புறுத்தி, அம்பேத்கர் மறுத்த நிலையில் மாநாட்டையே நிறுத்தியது.

குடிஅரசில் வெளியிட்ட அம்பேத்கர் உரையை "ஜாதியை ஒழிக்கும் வழி'' என்ற தலைப்பில் 4 அணா விலையில் நூலாக வெளியிட்டார் பெரியார்.

அம்பேத்கரின் உரை குறித்து காந்தியும் தனது அரிஜன் நாளேட்டில் விமரிசித்து எழுதினார். அம்பேத்கர் எழுப்பிய வாதங்களுக்கு எந்த பதிலும் கூறாத காந்தி, "ஒரு மதத்தை அதன் மோசமான உதாரணங் களைக் கொண்டு மதிப்பிடக் கூடாது. அது உருவாக்கிய மிகச் சிறந்த உதாரணங்களைக் கொண்டே மதிப்பிட வேண்டும்" என்பதே காந்தியின் பதிலாக இருந்தது.

வர்ணாஸ்ரம அமைப்பை நியாயப்படுத்திய காந்தி, ''மற்ற எந்த வருணத்தையும் விட தங்கள் வருணமே உயர்ந்த அந்தஸ்து கொண்ட வருணம் என்று எந்த வருணத்தாரும் உரிமை கொண்டாடுதல் கூடாது'' என்றார்.

பிராமணர் பற்றிய புரிதல் இன்மையால் காந்தி கொண்டிருந்த இந்த தவறான பார்வையை பெரியாரே நேருக்கு நேராக காந்தியிடம் பெங்களூரில் நடந்த விவாதத்தில் எடுத்துக் காட்டியதோடு நீங்கள் இந்து மதத்தை சீர்திருத்தம் செய்ய முயன்றால் பார்ப்பனர்கள் உங்களை விட்டு வைக்க மாட்டார்கள் என்று எச்சரித்தார். அதுதான் நடந்தது. பார்ப்பனியமே காந்தியின் உயிரை கோட்சே உருவத்தில் பறித்தது.

அனைத்து சாதியினரும் அர்ச்சராக வேண்டும் என்ற உரிமைக்காக பெரியார் வாழ்நாள் இரவு வரை போராடினார். இதில் ஜாதி ஒழிப்புக்கான உயிர்நாடி இருக்கிறது என்பதை ஆழமாக பரிசீலிக்காமல் அர்ச்சகராகி என்ன பயன் என்ற மேம்போக்கான கேள்வியை எழுப்புகிறவர்களும் உண்டு.

இதற்கு அம்பேத்கரே லாகூர் மாநாட்டு உரையில் பதில் அளிப்பது போல பேசியுள்ளார். புரோகிதத் தொழில் எல்லோருக்கும் பொதுவான ஒன்று என்ற நிலையை ஏற்படுத்த வேண்டும். இந்த நடவடிக்கை பார்ப்பனீயத்தை ஒழிக்கவும், பார்ப்பனீயத்தின் மறுவடிவமான ஜாதியை ஒழிக்கவும் துணைபுரியும். இந்து மதத்தை நாசப்படுத்துகிற கொடிய நஞ்சு பார்ப்பனியமே என்பதே அம்பேத்கர் தந்த பதிலாகும்.

1929ஆம் ஆண்டிலிருந்தே பெரியார் - அம்பேத்கர் கொள்கை உறவு தொடங்கி விட்டாலும் 10 ஆண்டுகள் கழித்து 1940ல்தான் அவர்களுக் கிடையிலான முதல் சந்திப்பு நிகழ்ந்தது.

இது இரண்டாம் உலகப் போர் துவங்கிய காலம். அதைப் பயன்படுத்தி பிரிட்டிஷாரிடமிருந்து முழு அரசியல் அதிகாரத்தையும் தங்கள் வசமாக்க காங்கிரசார் முயற்சித்த நேரத்தில், பம்பாயில் பெரியார் - அம்பேத்கர் - ஜின்னா மூவரும் சந்தித்து காங்கிரசார் சூழ்ச்சியையும் பிரிட்டிஷாரையும் விமர்சித்து கூட்டு அறிக்கை ஒன்றை வெளியிட்டனர்.

அதன் தமிழாக்கம், 'குடிஅரசு' ஏட்டில் வெளியிடப்பட்டது. 1940 ஜனவரி 8ஆம் தேதி மும்பை தாராவி பகுதியில் தமிழர் அமைப்புகள் இணைந்து ஏற்பாடு செய்த பொதுக் கூட்டத்துக்கு அம்பேத்கர் தலைமை தாங்கினார். அதில் பெரியார் உரையாற்றினார்.

1927ல் அம்பேத்கர் 'மஹத்' பொது குளத்தில் தீண்டப்படாத மக்களைத் திரட்டி தண்ணீர் எடுக்கும் போராட்டத்தை நடத்தியபோது 1925ல் பெரியார் வைக்கத்தில் நடத்திய சத்தியாகிரகம்தான் மஹத் போராட்டத்துக்கு உந்து சக்தியாக இருந்தது.

வைசிராயின் (பிரிட்டிஷ் நிர்வாக அதிகாரி) நிர்வாகக் குழு உறுப்பின ராகத் தேர்ந்தெடுக்கப்பட்ட பிறகு சென்னைக்கு வருகை தந்த அம்பேத்கர் பெரியாரை சந்தித்தார்.

பெரியார் கேட்கும் திராவிட நாட்டில் மகாராஷ்டிரத்தையும், வேறு சில மாகாணங்களையும் சேர்த்துக் கொள்ளும்படி அம்பேத்கர் கூறியதாக குடியரசு தலையங்கத்தில் பெரியார் குறிப்பிட்டுள்ளார்.

வேலூர் நகராட்சி மன்றத்தில் 28.10.1956 அன்று அம்பேத்கர் படத்தை திறந்து வைத்து பெரியார் நிகழ்த்திய உரையில் அம்பேத்கர் பற்றிய சில முக்கிய நிகழ்வுகளை பதிவு செய்தார்.

நாம் இராமாயணத்தைப் பற்றி வாயால் பேசிக் கொண்டிருக்கும் போதே அதாவது 1932லேயே அவர் இராமாயணத்தை கொளுத்தினார். அந்த மாநாட்டுக்கு சிவராஜ்தான் தலைமை தாங்கினார்.

அவர் ஒரு தடவை சென்னைக்கு வந்தபோது சீதையைப் பற்றிப் பேசும்போது ஒரு பைத்தியக்காரனின் உளறல் என்றே பேசினார். அப்போது சி.பி. இராமசாமி அய்யர் போன்றவர்கள் இதென்ன அக்கிரமம், வெறும் அம்பேத்கர் பேசியிருந்தால்கூட பரவாயில்லை. ஒரு கவுன்சில் மெம்பராக இருக்கிற அம்பேத்கர் அதுவும் சென்னையில் வந்து சீதை பைத்தியக்காரனின் உளறல் என்று பேசுவது என்றால் அக்கிரமம் என்றெல்லாம் கூச்சல் போட்டார்கள்.

நான் 1930ல் ஈரோட்டில் நடந்த சீர்திருத்த மாநாட்டுக்கு அம்பேத்கரை அழைத்தேன். அந்த மாநாட்டுக்கு ஆர்.கே. சண்முகம் செட்டியார் வரவேற்புரை அளித்தார். என்ன காரணத்தாலோ அம்பேத்கர் வரவில்லை.

நாங்கள் புத்தர் மாநாட்டுக்கு சென்றபோது அவரை பர்மாவில் பார்த்தேன். புத்தர் மாநாட்டில் நான் பேசுவதாக நிகழ்ச்சி நிரலில் போட்டிருந்தார்கள். ஆனால் எனக்குச் சொல்லவில்லை. நான் போனேன். பிறகு என்னமோ வேறொருவரை பேசச் சொல்லி விட்டார்கள்.

அப்போது அம்பேத்கர் என்னிடம் இன்றைக்கு கையெழுத்து போடு புத்தகத்தில் சேர்ந்து விடுவோம் என்றார் என்ற கருத்துக்களைப் பதிவு செய்தார் பெரியார்.

அம்பேத்கரிடமிருந்து பெரியார் மாறுபட்ட புள்ளிகளும் உண்டு. அரசியல் வரைவுக் குழுவில் பிற்படுத்தப்பட்டோர் பிரதிநிதித்துவம் இல்லாதது, பூனா ஒப்பந்தத்தை அம்பேத்கர் ஏற்க வேண்டிய நிலைக்கு தள்ளப்பட்டது. காஷ்மீர் பிரச்சனையில் அம்பேத்கரின் கருத்து போன்றவற்றில் மாறுபாடுகள் இருந்தது.

சுதந்திர இந்தியாவின் சட்ட அமைச்சராக அம்பேத்கர் இருந்தபோது தான் அரசியல் சட்டத்தில் செய்யப்பட்ட திருத்தங்களில் முதன்மையான திருத்தமாக பிற்படுத்தப்பட்டோர் என்பதற்கு சமூகக் கல்வி ரீதியாக பிற்படுத்தப்பட்டோர் என்ற வரையறை உருவாக்கப்பட்டது.

பொருளாதாரத்தை ஒரு அளவுகோலாக சேர்க்க வேண்டும் என்ற கருத்தை அம்பேத்கரும் நேருவும் ஏற்கவில்லை. பிற்படுத்தப்பட்டோர் என்பவர்களுக்கான பட்டியலைத் தயாரிப்பதற்கு அவர்களுக்கான மக்கள்தொகை விபரங்கள் அரசிடம் இல்லாத நிலையில் பிற்படுத்தப் பட்டோர் ஆணையம் ஒன்றை உருவாக்க அரசியல் சட்டத்தில் 340வது பிரிவை உருவாக்கியவர் புரட்சியாளர் அம்பேத்கர்.

அதனால்தான் மண்டல் ஆணையமே நியமிக்க முடிந்தது. பிற்படுத்தப் பட்டோருக்கு மத்திய அரசு பதவிகளில் 27 சதவிகித இடஒதுக்கீடு வந்ததற்கு வழி திறந்து விட்டதே அம்பேத்கர்தான்.

இந்து சீர்திருத்த மசோதா ஒன்றை உருவாக்கி இந்துப் பெண்கள் சொத்துரிமை, குழந்தைகள் தத்தெடுக்கும் உரிமைகளை உருவாக்க நினைத்த அம்பேத்கரின் முயற்சி காங்கிரசில் இருந்த வைதிகப் பார்ப்பனர்களிலும், சங் பரிவாரங்களாலும் முறியடிக்கப்பட்ட நிலையில், அம்பேத்கர் சட்ட அமைச்சர் பதவியைத் தூக்கி எறிந்தார்.

தனது பதவி விலகலுக்கு அவர் எடுத்து வைத்த காரணங்களில் பிற்படுத்தப்பட்டோர் ஆணையத்தை உருவாக்காமல் நேரு அரசு காலம் தாழ்த்தி கொண்டிருக்கிறது என்பதும் ஒன்றாகும்.

அம்பேத்கர் தலித் மக்களுக்கான தலைவர் என்ற கருத்து உண்மைக்கு மாறானது என்பதற்கு இவை சான்றுகள்.

1947ஆம் ஆண்டு ஜூலையில் மாயவரத்தில் நடந்த தாழ்த்தப் பட்டோர் மாநாட்டில் பெரியார் இப்படி பேசினார்.

தோழர்களே, உங்களுக்கு உற்ற தலைவர் அம்பேத்கர் என்றும், அவரால்தான் பஞ்சமர்கள், கடையர்கள், இழிபிறப்புக் கொடுமைகள் நீங்கும் என்றும் நம்பினேன். அதனாலே உங்களுக்குத் தலைவராக ஏற்றுக் கொள்ளும்படி பிரச்சாரம் செய்தேன். நானும் தலைவர் என ஏற்றுக் கொண்டேன் என்றார்.

ஆம் பெரியாரால் தலைவராக ஏற்றுக் கொள்ளப்பட்டார் புரட்சியாளர் அம்பேத்கர்.

நீதிக்கட்சியை பெரியார் திராவிடர் கழகமாக பெயர் மாற்றி சமுதாய இயக்கம் என்ற பண்பு மாற்றத்தை பெரியார் உருவாக்கிய போது அதை

விரும்பாத ஒரு சில நீதிக்கட்சி தலைவர்கள் அப்போது அம்பேத்கரை பேச அழைத்தபோது, 'பெரியார்தான் உங்களுக்கான தலைவர்' என்று அவர்களிடையே எடுத்துரைத்தவர் அம்பேத்கர்.

•

அடிப்படையில் வி.பி.சிங் ஒரு மானுடக் கருணைமிக்க கவிஞராக அண்ணல் காந்தியடிகளின் கொள்கைகளால் ஈர்க்கப்பட்டுத்தான் தன் அரசியல் பார்வையை பொதுவெளிக்கு கொண்டு வந்தார்.

அதே சமயம் பல்வேறு வகைகளில் காந்தியை விட இந்தியாவை அதிகமாக அஹிம்சையோடு பிணைத்த அண்ணல் அம்பேத்கரின் தாக்கமும் வி.பி.சிங் எனும் எளிமையான மனிதனுக்குள் என்றும் குடி கொண்டிருந்தது.

தலித்துகளை அரசமைப்புச் சட்டமுறைகளின் படி இயங்க வேண்டும் என்று ஒப்புவித்ததன் மூலம் அம்பேத்கர் காந்தியின் அஹிம்சா வெற்றிக்கு சாட்சியமாக வாழ்ந்தார்.

சாதி என்கிற கொடூரமான ஒடுக்குமுறை அமைப்பை எது உற்பத்தி செய்தது என்பதைப் புரிந்து கொள்ளும் அம்பேத்கரின் ஓயாத முயற்சி வி.பி.சிங்கை அந்தக் கருத்தியலில் ஆழ்ந்து பயணிக்கச் செய்தது.

அம்பேத்கரின் பெரும்பாலான ஆய்வுக் கட்டுரைகள் அவற்றின் சமூகவியல் ஆழம் வரலாற்றுக் கூர்மையால் வி.பி.சிங்கின் சிந்தனை வட்டத்தை பரவலாக்கியது.

சாதி என்பது தொழில்கள் சார்ந்து எழுந்தது என்பது போன்ற விளக்கங்களை அம்பேத்கர் கடுமையாக சாடினார். சாதி என்பது தொழில்கள் அடிப்படையிலான அமைப்பு முறை அல்ல. அது தொழிலாளர்களை அடுக்கு முறையில் வைத்து அடிமைப்படுத்தும் முறையாக இயங்கியது என்பதில் வி.பி.சிங் உறுதிப்பட இருந்தார்.

அம்பேத்கரை கொண்டாடிய காரணத்தினால் வி.பி.சிங் எனும் மாமனிதர் அரசியலில் இருந்தே விரட்டப்பட்டு அனாதையாய் மரித்தார் என்பது தான் வரலாற்று நிஜம்.

இதுதான் இந்தியாவின் மறைமுக ஆட்சி சாதி இல்லாமல் அரசியல் இல்லை.

இந்துக்களுக்கு அம்பேத்கர் ஒரு நச்சுப்பாம்பு. மேல் சாதியினருக்கு தன் இருப்பினை ஆட்டி வைத்த ஒரு சாமானியன். அவன் பெருமை ஓங்கக் கூடாது. அவன் புகழ் வளர்ந்தால் அது பெரும் ஆபத்து என்று எண்ணினார்கள்.

ஓரங்கட்டப்பட்டார். கொஞ்சம் கொஞ்சமாக மறக்கடிக்கப்பட்டார். காந்தி, நேரு புகழ் பாடும் பாடத்திட்டங்களில் ஓர் ஓரமாக இந்திய சட்டத்தை உருவாக்கியவர் அம்பேத்கர் என்று ஒற்றை வரியோடு நிறுத்தப்பட்டார்.

உலகின் மிகச்சிறந்த ஜனநாயக சட்டமுள்ள நாடு என இந்தியா உலக அரங்கில் தலைநிமிர்ந்து நிற்குமாறு அச்சட்டம் அம்பேத்கரால்தான் எழுதப்பட்டது.

இந்தியாவின் முதல் சட்ட அமைச்சராக இருந்தபோதும் சாதி ஒழிய இந்துமத சீர்தருத்தச் சட்டம் ஒன்று கொண்டு வந்தார். சமத்துவம் பேசிய நேருவால் கூட அதனை சட்டமாக்க முடியவில்லை. காரணம் நேருவினையே அசைத்துப் பார்க்கும் சாதி பாகுபாடு அன்று இருந்தது.

அம்பேத்கரின் சட்ட வழிகாட்டலுடன் வி.பி.சிங் மண்டல் கமிசனை அமல்படுத்த உத்தரவிட்டதன் மூலம் அவரை அரசியல் அனாதையாக்க இந்தியாவின் சாதிய முரண்தான் காரணமாக இருந்தது.

உலகில் முதன்முதலில் ஆரிய சனாதனிகள்தான், பிராமணர்கள் மட்டுமே பூசாரிகளாகவும், ஆசிரியர்களாகவும், மதகுருமார்களாகவும் இருக்க தகுதி உடையவர்கள் என்று கூறி வாதிட்டு இடஓதுக்கீட்டை செய்து கொண்டவர்கள்.

இராமானந்தர் என்ற இந்து மத குரு, "பிராமணர்கள் மட்டுமே குருவாக இருக்க தகுதி உடையவர்கள். ஏனைய சாதியினருக்கு பிராமணர் களைக் காட்டிலும் உயர்ந்த தகுதி, திறமை இருந்தாலும் சாதி அடிப்படையில் பார்க்கையில் அவர்களுக்கு குருவாக இருப்பதற்கு எவ்வித தகுதியும் இல்லை" என்று இந்து மத சாஸ்திரம் கூறுவதாகக் கூறுகிறார்.

பிறவியின் அடிப்படையில் அதாவது சாதியின் அடிப்படையில் பிராமணர்களுக்கு இந்துமத பொறுப்புகள் வழங்கப்பட்டுள்ளது.

சங்கராச்சாரியார் பீடத்திற்கு வேறொரு சாதியை சார்ந்தவர் தகுதியானவராக கனவில் கூட கருத முடியாது. அதற்கு இந்து மத சாத்திரம் இடம் கொடுக்கவில்லை. இதுபோன்ற பதவிகளுக்கு பொருளாதார அடிப்படையில் நியமனங்கள் நடைபெறுவதில்லை.

ஆரிய சனாதனிகள், ஒடுக்கப்பட்ட மக்கள் அதிகார கட்டமைப்பிலும் கல்வியிலும் வேலையிலும் உரிய பங்கைப் போராடிப் பெறப் போகும் போதெல்லாம் திறமை தகுதி என்ற மாய்மால வாதத்தை முன்வைத்து வருகின்றனர். இதைச் சற்று ஆழ்ந்து ஆய்வு செய்தார். அந்த வாதத்தில் உள்ள பொய்மையும் போலித்தனமும் வெள்ளிடை மலையாக விளங்கும்.

ஆரிய சனாதனிகள் எந்தக் கட்டத்திலும் வாய்ப்பு வரும் பொழு தெல்லாம் பொருளாதார அடிப்படையை புகுத்தி பிற்படுத்தப் பட்டோரின் ஒரு பிரிவினரை இடஒதுக்கீட்டிலிருந்து விலக்கி வைப்பதில் கங்கணம் காட்டி செயல்பட்டு வருகின்றனர்.

காங்கிரஸ் தலைவர்களான ஜவஹர்லால் நேரு, திருமதி இந்திராகாந்தி, இராஜீவ் காந்தி, பி.வி. நரசிம்மராவ் ஆகியோர் அனைவருமே இட ஒதுக்கீட்டிற்கு எதிராகவே செயல்பட்டு வந்துள்ளனர் என்பது வரலாறு.

நமது இந்திய அரசியல் சட்டம் 1950 ஜனவரி 26ஆம் நாள் நடை முறைக்கு வந்தது. அரசியல் சட்டப்பிரிவு 16 (4), வேலைகளிலும், பதவிகளிலும் பிற்படுத்தப்பட்ட எந்த குடிமகனுக்கும் இடஒதுக்கீடு உண்டு என்று தெரிவிக்கிறது. ஒரு பிற்படுத்தப்பட்ட குடிமகன் என்பது தாழ்த்தப்பட்ட மற்றும் மலைசாதி மக்களையும், இதர பிற்படுத்தப்பட்ட மக்களையும் குறிக்கும் என்று அண்ணல் அம்பேத்கர் அரசியல் சட்டப்பிரிவு 338 (3) ல் விளக்குகிறார்.

1950 வரையில் அகில இந்திய ரீதியில் அனைத்து மாநிலங்களிலும் பிற்படுத்தப்பட்டோர் சாதிகளின் அட்டவணை இல்லை. ஆனால் தென்னிந்திய மாநிலங்கள் 1950க்கு முன்னரே பிற்படுத்தப்பட்ட சாதிகளின் அட்டவணையை தயாரித்திருந்தனர்.

இந்தக் குறையை நீக்க அதாவது அகில இந்திய ரீதியில் பிற்படுத்தப் பட்டோர் சாதி அட்டவணையை தயாரிக்கும்படி தந்தை பெரியார் வேண்டுகோள் விடுத்தார். இவரது கோரிக்கையை பண்டித ஜவஹர்லால்

நேரு ஏற்றுக் கொண்டார்.

இதனடிப்படையில் அரசியல் சட்டம் பிரிவு 15யை திருத்தி கல்வியில் இடஒதுக்கீடு அளிக்கும் வகையில் மசோதா ஒன்றை 29.05.1951ல் நாடாளுமன்றத்தில் நிறைவேற்றினார். 02.06.1951ல் கல்வியில் இடஒதுக்கீடு என்பது அரசியல் சட்டத்தில் இடம் பெற்று விட்டது.

அண்ணல் அம்பேத்கர் பிற்படுத்தப்பட்டோரின் சமூக, பொருளாதார, கலாச்சார நிலைகளை ஆராய்ந்தறிய ஒரு விசாரணைக் குழுவை அமைப்பதற்கான வழிவகையைக் கண்டார்.

அதன்படி 1953ல் மைய அரசு தாழ்த்தப்பட்டோருக்கான முதல் விசாரணை குழுவை காகா கலேல்கர் தலைமையில் அமைத்தது.

இந்த விசாரணைக்குழு 1955ல் அன்றைய தலைமை அமைச்சர் பண்டித ஜவஹர்லால் நேருவிடம் அறிக்கையை சமர்ப்பித்தது.

காகா கலேல்கர் சமர்ப்பித்த அறிக்கையில் பிற்படுத்தப்பட்டோரின் அட்டவணையையும், கல்வியிலும் வேலையிலும் அவர்களுக்கான இடஒதுக்கீட்டின் அவசியத்தையும் வலியுறுத்தியிருந்தார்.

பிற்படுத்தப்பட்டோரின் இடஒதுக்கீடு என்பது சமூக ரீதியிலும் அடிப்படையிலேயே அமைய வேண்டும் என்பது இக்குழுவின் முதன்மை யான பரிந்துரையாகும். இக்குழு இடஒதுக்கீட்டிற்கான அடிப்படையாக பொருளாதாரத்தை அறவே குறிப்பிடவில்லை என்பது மிக முக்கிய மாகும்.

ஜவஹர்லால் நேரு 01.06.1951ல் பிற்படுத்தப்பட்டோரின் நிலைமை களை அடையாளம் கண்டு கொள்வதற்கு பொருளாதாரத்தில் பின் தங்கிய நிலையை அடிப்படையாக கொள்ள வேண்டும் என்ற வாதத்தை காகா கலேல்கர் குறிப்பிடவில்லை என்பதாலேயே இக்குழுவின் அறிக்கையை 1955ல் நிராகரித்து விட்டார். நேருவின் இச்செயல் அரசியல் சட்டத்திற்கு எதிரானது.

1955லிருந்தே நேரு சமூக ரீதியிலும் கல்வி ரீதியிலும் பிற்படுத்தப் பட்டோருக்கு இடஒதுக்கீடு வழங்க வேண்டும் என்பதில் விருப்பமில்லை.

1961 மே மாதத்தில் மத்திய அமைச்சரவை கூட்டத்தில் பிற்படுத்தப் பட்டோருக்கு மைய அரசு பணிகளில் இடஒதுக்கீடு அளிக்கக் கூடாது

என்ற தீர்மானத்தை நிறைவேற்றினார்.

சாதி அடிப்படையில் இடஒதுக்கீடு அளிக்கக் கூடாது என்றார். அதனாலேயே 1978 வரையில் எந்த ஒரு வடமாநிலத்திலும் பிற்படுத்தப் பட்டோருக்கு இடஒதுக்கீடு வழங்கப்படவில்லை.

அதன் பின்னர் பீகாரில் அன்றைய முதல்வர் கற்பூரிதாகூர் பிற்படுத்தப் பட்டோருக்கு 20 விழுக்காடு 10.11.1978ல் இடஒதுக்கீடு வழங்கி ஆணையிட்டார். நேருவினுடைய எதிர்ப்பு 1978 நவம்பரில் பீகாரில் முறியடிக்கப்பட்டது.

●

இரண்டாவது பிற்படுத்தப்பட்டோர் விசாரணைக்குழு 01.01.1979ல் மண்டல் தலைமையில் அமைக்கப்பட்டது. அதனுடைய பரிந்துரைகள் 31.12.1980ல் சமர்ப்பிக்கப்பட்டது.

மண்டல் குழுவின் பரிந்துரைகள்படி மைய அரசு பணிகளிலும் கல்வியிலும் இடஒதுக்கீடு என்பது சமூக ரீதியிலும், கல்வி ரீதியிலும் பிற்படுத்தப்பட்டோருக்கு வழங்கப்பட வேண்டும் என்று தெளிவாக வரையறுக்கப்பட்டுள்ளது.

ஆரிய சனாதன பிரிவைச்சாராத வி.பி. சிங் அவர்கள் 13.08.1990ல் மைய அரசு பணிகளிலும் பொது நிறுவனங்களிலும் கல்வியிலும் சமூகத்திலும் பிற்படுத்தப்பட்டோருக்கு 27 விழுக்காடு இடஒதுக்கீட்டை வழங்கி ஆணையிட்டார்.

அதே நேரத்தில் பிற்படுத்தப்பட்டோருக்கு மைய அரசு கல்வி நிறுவனங்களில் இடஒதுக்கீடு பிற்படுத்தப்பட்டோருக்கு அமல்படுத்தப் படவில்லை.

சமூக நீதிக்கான முதல் அறிக்கை தந்த மண்டல்

15

இந்திய அரசியல் அரங்கில் சமூகநீதி நோக்கிய மிக முக்கிய மைல்கல்லாக இன்று வரை போற்றப்படுவது மண்டல் குழுவின் அறிக்கை. அதை நிரூபித்துக் காட்டியவர் பிந்தேஸ்வரி பிரசாத் மண்டல்.

பீகாரின் தர்பாங்கா மாவட்டத்தில் 1918ஆம் ஆண்டு பிறந்தவர் மண்டல். சமூக சீர்திருத்தவாதியான இவரின் தந்தை ராஷ்பி ஹரி மண்டல் காங்கிரஸ் கட்சியைச் சேர்ந்தவர்.

இளம் வயது முதலே சமூக சீர்திருத்த சிந்தனைகள் மண்டலிடமிருந்து வந்தது. தர்பங்கா உயர்நிலைப் பள்ளியில் படித்து வந்தபோது மதிய உணவு ஆதிக்க சமூக மாணவர்கள் சாப்பிட்ட பிறகே இவரின்

சமூகத்தைச் சேர்ந்த மாணவர்களுக்கு வழங்கப்பட்டு வந்தது.

இளம் பிராயத்திலேயே இந்தச் சாதி பாகுபாட்டை எதிர்த்துப் போராடி அதை ஒரு முடிவுக்கு கொண்டு வந்தார். அப்போது நிலவி வந்தவங்களை மறுமலர்ச்சியால் ஈர்க்கப்பட்ட மண்டல், சமூக மேம்பாட்டுக்கு உழைப்பதற்காக அரசியலில் ஈடுபடத் தொடங்கினார்.

1941ஆம் ஆண்டு பாகல்பூர் மாவட்ட சபைக்கு எதிர்ப்பில்லாமல் தேர்வு செய்யப்பட்டார் மண்டல். இதிலிருந்துதான் இவருடைய அரசியல் வாழ்க்கை தொடங்குகிறது.

பின்னர் 1952ஆம் ஆண்டு நடைபெற்ற தேர்தலில் பீகாரின் மதேபுரா தொகுதியில் காங்கிரஸ் சார்பில் வெற்றி பெற்று சட்டசபைக்கு சென்றார். அப்போது பீகாரின் பாமா என்கிற கிராமத்தில் நிலக்கிழார்கள் ஏற்படுத்திய வன்முறையில் காவல்துறையினர் பிற்படுத்தப்பட்ட சமூகத்தினருக்கு எதிராக அடக்குமுறையில் ஈடுபட்டனர்.

அதில் காவல் துறையினர் மீது உடனடி நடவடிக்கை எடுத்து பாதிக்கப்பட்டவர்களுக்கு உரிய இழப்பீடு வழங்கிட நடவடிக்கை எடுத்தார் மண்டல். அவற்றை கைவிட நெருக்கடி கொடுக்கப்பட்டதை யடுத்து ஆளும் தரப்பிலிருந்து விலகி எதிர்க்கட்சியான சம்யுக்த சோஷலிஸ்ட் கட்சியுடன் இணைந்து அரசுக்கு எதிராகக் குரல் எழுப்பினார்.

பின்னர் சம்யுக்த சோஷலிஸ்ட் கட்சியிலிருந்து விலகி 1967ல் ஷோஷித்தன் என்கிற கட்சியைத் தொடங்கி தேர்தலை சந்தித்தார். தேர்தலில் வென்று பிப்ரவரி 1968ஆம் ஆண்டு பீகார் முதலமைச்சராகப் பொறுப்பேற்றார்.

வெறும் 47 நாட்கள் மட்டுமே நீடித்த இவருடைய அமைச்சரவையில் அதிக அளவிலான பிற்படுத்தப்பட்ட வகுப்பைச் சேர்ந்தவர்கள் அமைச்சர் களாக பொறுப்பேற்றிருந்தனர்.

பின்னர் 1968ஆம் ஆண்டு மதேபூர் இடைத்தேர்தலில் வென்று நாடாளுமன்ற உறுப்பினர் ஆனார். காங்கிரஸ் அரசை எதிர்த்து தன்னுடைய பதவியை ராஜினாமா செய்தவர் ஜெய்பிரகாஷ் நாராயண னுடன் இணைந்து 1977 தேர்தலில் அதே தொகுதியில் ஜனதா கட்சியின் சார்பில் போட்டியிட்டு வென்றார்.

இந்திய அரசியலமைப்பின் 340வது பிரிவின்படி பிற்படுத்தப்பட்டவர்களின் மேம்பாட்டுக்காக அரசு ஒரு குழுவை அமைத்து ஆய்வு செய்து அதன் பரிந்துரைகளை அமல்படுத்த வழிவகை செய்ய முடிவு எடுத்தது.

அதன்படி சுதந்திர இந்தியாவில் 1953ஆம் ஆண்டு பிற்படுத்தப்பட்டவர்களுக்காக அமைக்கப்பட்ட முதலாவது குழுவான 'கலேகர் குழு' வின் பரிந்துரைகளை அரசு நிராகரித்திருந்தது.

பின்னர் 25 ஆண்டுகள் கழித்து இந்திரா காந்தி தலைமையிலான காங்கிரசை வீழ்த்தி ஜனதா அரசு பொறுப்பேற்றது.

அதன்பிறகு மண்டல் தலைமையில் ஒரு குழு சமூக மற்றும் கல்வி ரீதியில் பின்தங்கிய மக்களை அடையாளம் கண்டு அவர்களின் மேம்பாட்டுக்கான இடஒதுக்கீடு பற்றிய பரிந்துரைகளை அளிப்பதற்காக அமைக்கப்பட்டது.

மண்டல் குழு தன்னுடைய அறிக்கையை டிசம்பர் 1980ஆம் ஆண்டு அரசிடம் சமர்ப்பித்தது. இந்திய மக்கள் தொகையில் 52 சதவீதம் உள்ள பிற்படுத்தப்பட்ட சமூகங்களைச் சேர்ந்த மக்களுக்கு மத்திய அரசு பணிகளில் 27% இடஒதுக்கீடு வழங்க வேண்டும் என மண்டல் குழு பரிந்துரை செய்திருந்தது.

அறிக்கை சமர்ப்பிக்கப்பட்டு 10 ஆண்டுகள் கிடப்பிலே போடப்பட்டிருந்தது. பின்னர் வி.பி.சிங் தலைமையிலான அரசு ஆட்சிக்கு வந்தபோது 1990ஆம் ஆண்டு ஆகஸ்ட் 7ஆம் தேதி நாடாளுமன்றத்தில் மண்டல் குழுவின் அறிக்கைகள் ஏற்கப்படுவதாக அறிவிக்கப்பட்டது.

பிற்படுத்தப்பட்டவர்களுக்கான ஆணையம் அமைக்கப்பட வேண்டும் எனக் குரல் கொடுத்தவர்களில் முக்கியமானவர் மறைந்த முன்னாள் முதல்வர் கருணாநிதி. மண்டல் குழுவை நிறைவேற்றிய வி.பி.சிங் தலைமையிலான கூட்டணி அரசை உருவாக்குவதிலும் கருணாநிதி மிக முக்கியப் பங்காற்றினார்.

மண்டல் குழுவின் பரிந்துரைகளைத் தன்னுடைய அரசு ஏற்கப்போவதாக நாடாளுமன்றத்தில் வி.பி.சிங் அறிவித்த ஆகஸ்ட் 7ஆம் தேதி தான் கருணாநிதி மரணமடைந்தார்.

மண்டல் குழுவின் அறிக்கைகள் அமல்படுத்தப்படுவதற்கு எதிராக

வடஇந்தியா முழுவதும் பல்வேறு இடங்களில் கலவரங்கள் வெடித்தன.

மாணவர்கள் சிலரும் இதற்கு எதிர்ப்பு தெரிவித்து தீக்குளித்தனர். அனைத்து எதிர்ப்புகளுக்கு மத்தியிலும் மண்டல் குழுவின் பரிந்துரைகள் நாடாளுமன்றத்தின் இரு அவைகளிலும் ஏற்றுக் கொள்ளப்பட்டது.

இவற்றை அமல்படுத்துவதற்கு எதிராக உச்சநீதிமன்றத்தில் வழக்கு தொடரப்பட்டிருந்ததால் முட்டுக்கட்டை விழுந்தது.

மூன்று வருடங்கள் நடைபெற்ற வழக்கை விசாரித்த 11 நீதிபதிகள் கொண்ட அரசமைப்பு அமர்வு 6-5 என இதர பிற்படுத்தப்பட்ட வகுப்பினருக்கு இடஒதுக்கீட்டைதன்னுடைய தீர்ப்பில் உறுதி செய்தது. அதற்குப் பிறகு ஆகஸ்ட் 25, 1993 அன்று தான் மண்டல் குழுவின் பரிந்துரை அமலுக்கு வந்தது.

சமூக நீதியை நிலை நாட்டுவதில் மிக முக்கிய பங்காற்றிய மண்டல் ஏப்ரல் 13, 1982 அன்று சமூக நீதியை நிலை நிறுத்த தான் செய்த பணி களின் பலனை சமூகம் அனுபவிப்பதை காண்பதற்கு முன்பாக மரண மடைந்தார்.

சமூக நீதி, இடஒதுக்கீடு, மண்டல் ஆணையத்தின் பரிந்துரைகள் என்ற வார்த்தைகள் எல்லாம் ஒரு பொருட் பன்மொழியாகவே பயன்பாட்டில் இருக்கிறது. மண்டலுக்கு முன்பே இடஒதுக்கீடும் நடைமுறையில் இருந்தது. காகா கலேல்கர் தலைமையில் பிற்படுத்தப்பட்ட வகுப்பினருக் கான கமிசனும் அமைக்கப்பட்டிருக்கிறது. எனினும் மண்டல் கமிசனின் அறிக்கையும் பரிந்துரைகளும் மட்டுமே மீண்டும் மீண்டும் விவாதிக்கப் பட்டு வருகின்றன.

இந்தியாவில் அன்றைக்கு இருந்த 406 மாவட்டங்களில் 405 மாவட்டங் களுக்கு நேரடியாகவே சென்று ஆய்வுக் கூட்டங்களை நடத்தினார் மண்டல்.

அஸ்ஸாமில் இருந்த ஒரே ஒரு மாவட்டத்துக்கு மட்டுமே அப்போது அங்கு பெய்த பெருமழையின் காரணமாக அவரால் செல்ல முடியாமல் போனது. அரசமைப்பு சட்டத்தின்படி பிற்படுத்தப்பட்ட வகுப்பினர் சமூக ரீதியாகவும் கல்வி ரீதியாகவும் வகைப்படுத்தப்பட்டிருந்தாலும் மண்டல் தனது ஆய்வில் பொருளாதார அளவுகோல்களையும் பயன்படுத்தினார்.

உதாரணமாக இளம் வயது திருமணங்களின் மாநில சராசரியைக் காட்டிலும் 25% அதிகமாகத் திருமணங்கள் செய்யப்படும் சாதிகள் 50%க்கும் அதிகமாக உடலுழைப்பில் ஈடுபடும் சாதிகள் என்ற அளவுகோல்களையும் அவர் பயன்படுத்தினார்.

கல்வியைப் பொறுத்தவரையில் தொடக்கக் கல்விக்கே செல்லாதவர் களின் மாநில சராசரியைக் காட்டிலும் 25% அதிகமுள்ள சாதிகள், படிப்பைத் தொடராமல் விட்ட மாணவர்களின் மாநில சராசரியைக் காட்டிலும் 25% அதிகமுள்ள சாதிகள் என்று அந்த அளவுகோல்கள் நீளுகின்றன.

இத்தகைய அளவீடுகளைத் திட்டமிட்டுக் கொள்வதில் எம்.என். ஸ்ரீநிவாஸ் போன்ற சமூகவியலாளர்களை அவர் பயன்படுத்திக் கொண்டார். இப்படி ஒவ்வொரு அளவீட்டுக்கும் தனித்தனி மதிப்பெண் களைக் கொடுத்து மொத்த மதிப்பெண் 22ல் 11க்கு அதிகமாக இருக்கிறவர்கள் பிற்படுத்தப்பட்ட சாதிகள் என்று வகைப்படுத்தினார்.

அதனடிப்படையில் 3734 சாதிகள் இன்னமும் பிற்படுத்தப்பட்ட நிலையில் இருப்பதாக மண்டல் கண்டறிந்தார். அறிவியல் பூர்வமாக அதை உறுதிப்படுத்தினார் என்பதால்தான் அவரது தலைமையிலான ஆணையத்தின் அறிக்கை வகுப்புரிமையின் மகாசாசனம் என்று கருதப்படுகிறது.

பிற்படுத்தப்பட்ட இந்தச் சாதிகள் அரசு நிர்வாகத்தின் உயர் பதவி களில் மிகக் குறைவான அளவிலேயே பிரதிநிதித்துவம் பெற்றிருந்தது என்பதையும் மண்டல் தலைமையிலான ஆணையம் கண்டறிந்தது.

இந்த முரண்பாட்டை நீக்குவதற்கு அட்டவணைச் சாதிகள் மற்றும் பழங்குடியினருக்கு ஏற்கனவே ஒதுக்கப்பட்டிருந்த 22.5% உடன் பிற்படுத்தப்பட்டவர்களுக்காகத் தனியாக 27% இடஒதுக்கீடு அளிக்கப் பட வேண்டும் என்று மண்டல் ஆணையம் பரிந்துரைத்தது.

மண்டல் ஆணையம் ஆறு பரிந்துரைகளை செய்தது. முதலிரண்டு பரிந்துரைகளும் முறையே கல்வியிலும் வேலை வாய்ப்பிலும் 27% இட ஒதுக்கீடு அளிக்கப்பட வேண்டும் என்றன.

இந்துக்களில் பிற்படுத்தப்பட்டோர் 44% இஸ்லாமியர்கள், கிறிஸ்தவர்கள், சீக்கியர்கள் உள்ளிட்ட பிற மதத்தினரில் 8 % ஆக

மொத்தம், மொத்த மக்கள் தொகையில் பிற்படுத்தப்பட்டோரின் எண்ணிக்கை 52% என்றாலும் 27% ஐ மட்டுமே மண்டல் ஆணையம் பரிந்துரைத்தது என்பதை நாம் நினைவில் கொள்ள வேண்டும்.

ஆனால் வங்கிக்கடன் கொடுப்பதிலும் கூட பிற்படுத்தப்பட்டவர் களுக்கு 27% இடஒதுக்கீடு அளிக்க வேண்டும் என்றது அது.

அரசு உதவி பெறும் மற்றும் தனியார் நிறுவனங்களிலும் இடஒதுக்கீடு அளிக்கப்பட வேண்டும் என்றது.

மீனவர்களைத் தாழ்த்தப்பட்ட பட்டியலுக்கு மாற்றி அவர்களுக்கு தனித்தொகுதி ஒதுக்கப்பட வேண்டும் என்றது மண்டல் ஆணையத்தின் இன்னொரு முக்கியமான பரிந்துரை.

மண்டல் ஆணையத்தின் அறிக்கை 1980ல் சமர்ப்பிக்கப்பட்டபோது ஜனதா கூட்டணியின் ஆட்சி கவிழ்ந்திருந்தது. அதைத் தொடர்ந்து ஆட்சிக்கு வந்த இந்திரா காந்தியும், ராஜீவ் காந்தியும் மண்டல் ஆணையத்தின் பரிந்துரைகளை கிடப்பில் போட்டு விட்டனர்.

1989 தேர்தலுக்குப் பிறகு தேசிய முன்னணியின் சார்பில் வி.பி.சிங் பிரதமரான போதுதான் மீண்டும் அந்த அறிக்கை கையில் எடுக்கப் பட்டது. மண்டல் ஆணைய அறிக்கையின் முக்கியப் பரிந்துரையான வேலை வாய்ப்பில் பிற்படுத்தப்பட்டோருக்கான இடஒதுக்கீடு நடைமுறைப்படுத்தப்படும் என்று 1990 ஆகஸ்ட் 7ல் அறிவித்தார். அடுத்த வாரமே அதற்கான ஆணையையும் பிறப்பித்தார்.

நிச்சயமாக இது புரட்சிகரமான ஒரு முடிவுதான். அரசியலில் பெரும் மாற்றங்களை அது நிகழ்த்தலானது. இதற்கு வி.பி. சிங் கொடுத்த விலை, ஏற்கனவே ஊசலாட்டத்தில் இருந்த அவருடைய ஆட்சி முடிவுக்கு வந்தது.

இந்திய அரசுப் பணிகளில் பிற்படுத்தப்பட்டோருக்கான 27% இட ஒதுக்கீடு வழங்கும் முடிவானது தென்னிந்திய மாநிலங்களில் பெரிய அளவிலான எதிர்ப்புகள் எதுவும் ஏற்படவில்லை.

தென்னிந்திய சமூகநீதி இயக்கங்களின் வரலாற்றுப் பின்புலமும், ஏற்கனவே இங்கு இடஒதுக்கீடு நடைமுறையில் இருந்ததும் இதற்கான காரணமாக இருந்தன.

ஆனால் வடஇந்தியாவில் போராட்டங்களும் கலவரங்களும் வெடித்தன. இதில் முன் வரிசையில் நின்றன காங்கிரஸ் - பாஜக இரண்டுமே இதில் கிட்டதட்ட ஒரே மனோநிலையை பிரதிபலித்தன.

விளைவாக உத்தரப்பிரதேசத்திலும் பீகாரிலும் காங்கிரஸ் தோல்வியை சந்திக்க நேர்ந்தது. மாறாக மண்டல் ஆணையப் பரிந்துரைகளுக்கு ஆதரவாக நின்ற அன்றைய இளம் தலைவர்களான முலாயம்சிங் யாதவும், லாலு பிரசாத் யாதவும் மக்களின் ஏகோபித்த செல்வாக்கோடு முன் நகர்ந்தார்கள்.

பிற்படுத்தப்பட்டோருக்கான இடஓதுக்கீட்டை எதிர்த்து உச்சநீதி மன்றத்தில் வழக்குகள் குவிந்தன. மண்டல் ஆணையத்தின் பரிந்துரை களும் அதை நடைமுறைப்படுத்தியதும் அரசமைப்புச் சட்டத்தின்படி சரியே என்றது தீர்ப்பு.

அதே நேரத்தில் மொத்த இடஓதுக்கீடு 50%க்கு அதிகமாக இருக்கக் கூடாது. பணி நியமனத்துக்கு மட்டுமே இடஓதுக்கீடு பொருந்தும். பதவி உயர்வுக்கு அல்ல என்று இரண்டு நிபந்தனைகளையும் உச்சநீதிமன்றம் விதித்தது.

நாட்டின் சரிபாதிக்கும் மேற்பட்டவர்கள் பிற்படுத்தப்பட்டோர் என்ற வரையறைக்குள் வரும்போது அவர்களுக்கான ஓதுக்கீட்டை எப்படி வெறும் 27% என்கிற வரையறைக்குள் சுருக்க முடியும் என்ற நியாயமான கேள்வி அரசியல் களத்துக்குள் துரத்தியது.

இது எதிர்கால அரசியலைத் தீர்மானிக்கும் கேள்விகளில் ஒன்றாக இருக்கும் என்பதை வளர்ந்து வரும் காலகட்டம் சொல்கிறது. நாளுக்கு நாள் இடஓதுக்கீடு கோரும் சாதிகளின் எண்ணிக்கை அதிகரிக்கிறது.

பிற்படுத்தப்பட்டோர் என்ற வரையறையை அது விஸ்தரிக்கிறது. மண்டல் ஆணைய அறிக்கையின் முக்கியப் பரிந்துரையான வேலை வாய்ப்பில் பிற்படுத்தப்பட்டோருக்கான இடஓதுக்கீடு நடைமுறைப் படுத்தப்படும் என்று 1990 ஆகஸ்ட் 7ல் அறிவித்தார். அடுத்த வாரமே அதற்கான ஆணையையும் பிறப்பித்தார்.

நிச்சயமாக இது புரட்சிகரமான ஒரு முடிவுதான். அரசியலில் பெரும் மாற்றங்களை அது நிகழ்த்தலானது.

தேசிய முன்னணி உருவாக்கம்

16

சித்தாந்த எதிரிகளுடன் கூட்டணியை உருவாக்கிய முதல் அரசியல்வாதிகளில் விஸ்வநாத் பிரதாப் சிங் ஒருவர். பாஜக மற்றம் இடதுசாரிகளின் ஆதரவுடன் ஆட்சியமைத்தவர் இவர்.

லால்பகதூர் சாஸ்திரியின் மகனும், வி.பி.சிங் முதல்வராக இருந்தபோது உ.பி. அமைச்சரவையில் அமைச்சருமான சுனில் சாஸ்திரி செய்தியாளரிடம் கூறும்போது, ‘வி.பி.சிங் மிகவும் நல்ல மனிதர். அதனால் தான் அவர் சாதாரணமாக கருதப் பட்டார். அவர் தேசிய முன்னணி அரசாங்கத்தால் சுரண்டப்பட்டார்’ என்று கூறினார்.

எவ்வாறாயினும் சிங் காங்கிரசி லிருந்து பிரிந்து ஜன்மோர்ச்சாவை

உருவாக்கியபோது 1988 உ.பி. தேர்தலில் வி.பி. சிங்கிற்கு எதிராக அலகாபாத் தொகுதியில் போட்டியிட்டவர் சாஸ்திரி.

வி.பி.சிங் 1980ஆம் ஆண்டு காங்கிரஸ் தலைவராக இருந்தபோது உ.பி. அமைச்சரவையில் மின்துறை அமைச்சராக இருந்தவர் சாஸ்திரி. வி.பி.சிங் மாநிலத்தின் முதலமைச்சராக இரண்டு ஆண்டுகள் பணியாற்றினார். மேலும் 1984ல் ராஜிவ் காந்தியின் அமைச்சரவையில் நிதியமைச்சராகவும், பாதுகாப்புத் துறை அமைச்சராகவும் பணியாற்றினார்.

1988ஆம் ஆண்டு அக்டோபர் 11ஆம் தேதி ராஜிவ்காந்தி அரசை எதிர்த்து அனைத்து கட்சிகளையும் ஒன்றிணைத்து ஜன்மோர்ச்சா, ஜனதா கட்சி, லோக்தளம் மற்றும் காங்கிரஸ் (எஸ்) ஆகியவற்றை இணைத்து ஜனதா தளத்தை வி.பி.சிங் நிறுவினார். ஜனதா தளத்தின் தலைவராக தேர்ந்தெடுக்கப்பட்டார்.

திராவிட முன்னேற்றக் கழகம், தெலுங்கு தேசம் கட்சி மற்றும் அசோம் கணபரிஷத் உள்ளிட்ட பிராந்தியக் கட்சிகளுடன் ஜனதா தளத்தின் எதிர்க்கட்சி கூட்டணி பின்னர் உருவாக்கப்பட்டு தேசிய முன்னணி என்று அழைக்கப்பட்டது.

சுனில் சாஸ்திரி கூறும்போது, 1989 பொதுத் தேர்தல்கள் இந்தியாவில் மட்டுமல்ல, உலகம் முழுவதும் கண்காணிக்கப்பட்டன. ராஜிவ்காந்திக்கு வி.பி.சிங் பெரிய சவாலாக காணப்பட்டதே இதற்குக் காரணம்.

அவரை எதிர்த்து தேர்தலில் போட்டியிட்டாலும் சுனில் சாஸ்திரி தனக்கு மூத்த சகோதரரை போன்றவர் வி.பி.சிங் என்று நினைவுகூர்ந்தார். அவர் மிகவும் நேர்மையான அரசியல்வாதி மற்றும் இளைஞர்களை ஊக்கப்படுத்தினார். அவர் விரும்பும்போது உறுதியாக இருக்க முடியும். ஆனால் அவர் இன்னும் ஒரு அரசியல்வாதியாக மென்மையாக இருந்தார்.

அரசியல் ஆய்வாளர் ரஷீத் கித்வாஸ் கூறும்போது, தேசிய முன்னணி அரசாங்கம் தாராளவாதிகள், இடதுசாரிகள் மற்றும் வலதுசாரிகளின் ஆர்வமுள்ள கலவையாக இருந்தது.

வி.பி.சிங் ஜனசங்கத்தையும், இடதுசாரிகளையும் ராஜிவ்காந்தி எதிர்ப்பில் மட்டும் இணைக்கவில்லை. ஊழலுக்கு எதிரான தனது அறப்போராட்டம் மற்றும் தேசிய பாதுகாப்பை நிலைநாட்டுதல் என்ற

போர்வையில், ஜோதிபாசு மற்றும் எல்.கே. அத்வானி ஆகிய இருவரிடமும் அதே தந்திரத்தை அவர் பயன்படுத்தினார்.

வி.பி.சிங்கின் அரசாங்கம் 11 மாதங்கள் நீடித்தது. இது ஏன் நடந்தது என்பதற்கு பல்வேறு காரணங்கள் உள்ளன.

பாஜக அதிகாரத்தை திரும்பப் பெற்றாலும் மண்டல் கமிஷன் சர்ச்சையாலும் இது பெரும் பின்னடைவை சந்தித்தது. அதன் பிறகு அனைத்தும் உடைந்து விட்டன என்று சுனில் சாஸ்திரி நம்புகிறார்.

மண்டல் விவகாரத்தில் வி.பி.சிங் மிகவும் மென்மையாக இருந்தார். முழுப் பிரச்சனையிலும் அவர் இன்னும் உறுதியாகவும், தெளிவாகவும் இருந்திருக்க வேண்டும்.

மேலும் அத்வானியின் கைதும் தேசிய முன்னணி அரசாங்கத்தின் வீழ்ச்சிக்கு வழிவகுத்தது என்று கித்வாஸ் கூறுகிறார்.

வி.பி.சிங்கின் அரசாங்கம் முரண்பாடுகளின் மூட்டையாக இருந்தது. நோக்கம் இல்லை. வஞ்சகம் அவரது ரகசிய ஆயுதம் என்று கூறுகிறார்.

1979 ஆம் ஆண்டு மொரார்ஜி தேசாய் இந்தியாவின் பிரதமராக இருந்தபோது மண்டல் கமிஷன் அமைக்கப்பட்டது.

இந்தியாவின் சமூக மற்றும் பொருளாதாரத்தில் பின்தங்கிய பிரிவினரை அடையாளம் காணும் முக்கிய நோக்கத்துடன் இது 1937 மக்கள்தொகை கணக்கெடுப்பின் அடிப்படையில் அமைக்கப்பட்டது. மற்றும் அதன் முக்கிய பரிந்துரைகளில் ஒன்று அரசு வேலைகள் மற்றும் கல்வி நிறுவனங்களில் இதர பிற்படுத்தப்பட்ட வகுப்பினருக்கு (ஓபிசி) 27 சதவிகித இட ஒதுக்கீடு ஆகும்.

அரசியல் ரீதியாக சர்ச்சைக்குரியதாகக் கருதப்படும் இந்த பரிந்துரைகளை மொரார்ஜி தேசாய் இந்திரா காந்தி அல்லது ராஜிவ்காந்தி நடைமுறைப்படுத்தவில்லை.

உண்மையில் இந்த அறிக்கையை புழுக்களின் தேன் என்று அழைத்தார். அவர் திறக்கப் போவதில்லை என்று அவர் பேசினார்.

1990ல் செங்கோட்டையன் அரண்களில் இருந்து தனது சுதந்திர தின உரையில் வி.பி.சிங் அதை செயல்படுத்துவதாக அறிவித்தார்.

வி.பி.சிங்கின் ராஜினாமா குறித்த வதந்திகள் பரவிய நிலையில் நகரங்கள் முழுவதும் மாணவர்கள், அதிகாரிகள் மற்றும் ஆசிரியர்களிடமிருந்து கடும் எதிர்ப்பு கிளம்பியது.

வி.பி.சிங் அந்த நேரத்தில், நான் மிகவும் தீவிரமாக ஒரு காரணத்தை நான் தேர்வு செய்ய வேண்டிய சூழ்நிலை ஏற்பட்டால் எனது நாற்காலியை நான் உடனடியாக தேர்வு செய்ய தயங்க மாட்டேன் என்பதை தெளிவுபடுத்த விரும்புகிறேன்.

1990 செப்டம்பர் 19 அன்று டெல்லி பல்கலைக்கழக மாணவர் ராஜீஸ் கோஸ்வாமி இடஒதுக்கீடுகளுக்கு எதிராக தன்னைத் தானே தீக்குளித்த போது போராட்டங்கள் ஒரு அசிங்கமான திருப்பத்தை எடுத்தன.

இதனால் டெல்லி, ஹிசார், சிர்சா, அம்பாலா, லக்னோ, குவாலியர், கோட்டா, காஜியாபாத் ஆகிய இடங்களிலும் மாணவர்கள் தீக்குளித்து போராட்டத்தில் ஈடுபட்டனர்.

பல அரசியல் கட்சிகள் போராட்டத்தை அரசியல் லாபத்திற்காக பயன்படுத்த முயன்றனர். அப்போதைய பாஜக தலைவர் எல்.கே. அத்வானி மற்றும் எம்.பி. மதன்லால் குரானா ஆகியோர் கோஸ்வாமியின் பெற்றோரைப் பார்க்க சப்தர்ஜங் மருத்துவமனைக்கு சென்றபோது மாணவர்கள் அவர்களைக் கூச்சலிட்டனர்.

மண்டல் கமிசன் அறிக்கையை அத்வானியால் கண்டிக்க முடியவில்லை. ஏனெனில் பாஜக தேர்தல் அறிக்கையை அமல்படுத்துவதில் உறுதியாக இருந்தது.

மண்டல் மற்றும் அதன் பின்விளைவுகள் இந்து வாக்கு வங்கியை துண்டாடியது. மேலும் பாஜக அதை ஒருங்கிணைக்க இங்கே ஒரு வாய்ப்பைக் கண்டது.

அத்வானி தலைமையில் ஒரு ரத யாத்திரை அக்கட்சி நடத்தியது.இதன் விளைவால் வி.பி.சிங் உத்தரவால் அத்வானி அமைதியைக் குலைத்ததற்காகவும் வகுப்புவாத பதட்டத்தை ஏற்படுத்தியதற்காகவும் கைது செய்யப்பட்டார்.

இதைத் தொடர்ந்து பாஜக வி.பி.சிங்கின் அரசாங்கத்திடமிருந்து ஆதரவை வாபஸ் பெற்றது. மேலும் அவர் சபையில் நம்பிக்கையில்லா

வாக்கெடுப்பை எதிர்கொண்டபோது அது வீழ்ச்சியடைந்தது. பெரும்பான்மையை 142-346 இழந்தது.

பாபர் மசூதி இடிப்பு விவகாரத்தில் ஆதரவு வாபஸ் பெறப்பட்டது. அதை வி.பி.சிங் அனுமதிக்கவில்லை.

அவர் ராஜினாமா செய்தவுடன் வி.பி.சிங் பாராளுமன்றத்தில் கேட்டார், உங்களுக்கு எப்படிப்பட்ட நாடு வேண்டும்?

✤

சமூகநீதி சரித்திரத்தின் அழியாத அத்தியாயம்

17

காலத்தை வென்று நின்ற சமூகநீதிக் காவலரான வி.பி. சிங் எனும் மாமனிதரின் மரண ஓலையை பார்ப்பனீய ஊடகங்கள் ஒற்றைச் செய்தியாக ஓரத்தில் மறைப்புச் செய்தியாக வெளியிட்டு இருட்டடிப்பு செய்து தங்களின் வெறுப்பை அம்பலப் படுத்தின.

நேர்மை - தூய்மை - கொள்கை எல்லாம் அரசியலில் அற்றுப் போய் விட்டதாக கூச்சலிடும் பார்ப்பன ஊடகங் கள் களங்கமில்லாத இந்த மாமனிதனை அங்கீகரிக்கவில்லை என்பதன் அடை யாளமிது ஏன்?

பம்பாயில் இந்து பார்ப்பன சக்திகள் இசுலாமியர்களுக்கு எதிராக நடத்திய கலவரத்தைக் கண்டித்து தண்ணீர்கூட

அருந்தாமல் வி.பி.சிங் உண்ணாவிரதத்தை சில நாட்கள் தொடர்ந்த போது தான் அவரது சிறுநீரகம் பாதிக்கப்பட்டது. அந்த பாதிப்புடன் 17 ஆண்டு காலம் ஒவ்வொரு நாளும் அவர் போராடினார்.

மதவெறிக்கு எதிரான தளபதியாக சமூக நீதியின் காவலராக வரலாற்றுப் புகழோடு இந்த மண்ணிலிருந்து 27.11.2008 அன்று விடை பெற்றுக் கொண்டுள்ளார்.

வி.பி.சிங்கின் உண்மையான தொண்டுக்கு கிடைத்த மணிமகுடம் என்பது அடையாளம் என்பது பார்ப்பன ஊடகங்களால் முழுமையாக வெறுக்கப்பட்ட ஒரு தலைவர் என்பதுதான்.

ஆயினும் பார்ப்பன ஊடகங்களின் வெறுப்புகளை சுமந்து தம் ஆயுட்காலம் முழுவதும் அவதூறுகளை புறந்தள்ளி பொது வாழ்க்கையில் பயணித்த ஒரே புரட்சித்தலைவர் பெரியார். அதே போல் இந்திய அரசியலின் பார்ப்பன அதிகார மையத்துக்கு எதிராக வரலாற்றுப் போக்கை திருப்பி அதிகார மையத்தை தாழ்த்தப்பட்ட பிற்படுத்தப்பட்ட சிறுபான்மையினரை நோக்கி திருப்பிய ஒரே தலைவர் வி.பி.சிங்தான்.

கொள்கைகளுக்கும் லட்சியங்களுக்கும் தான் அதிகாரம் பதவி என்பதை இந்திய அரசியலில் செயல்படுத்தி பதவிகளைத் துச்சமென தூக்கி எறிந்த வரலாற்றுப் பெருமை இந்த மாமனிதருக்கு மட்டுமே உண்டு.

பா.ஜ.க.வும் இடதுசாரிகளும் வெளியிலிருந்து தந்த ஆதரவோடு அவர் பிரதமராக பதவியில் நீடித்தாலும், அயோத்தி ராமனுக்காக அத்வானி நடத்திய ரத யாத்திரையை அவர் அனுமதிக்கத் தயாராக இல்லை.

அதே நேரத்தில் பிற்படுத்தப்பட்டோருக்கு 27 சதவீத இட ஒதுக்கீட்டை மத்திய அரசுப் பணிகளில் உறுதி செய்யும் மண்டல் பரிந்துரையை ஏற்கும் ஆணையையும் 07.08.1990ல் பிறப்பித்தார்.

பா.ஜ.க.வின் ஆதரவோடு ஆட்சியைத் தக்க வைப்பதை விட அதிகாரத்தை சமூக நீதிக்காக இழக்கலாம் என்ற உறுதியான கொள்கை முடிவை எடுத்தார்.

ஆட்சிக்கான ஆதரவை எதிர்பார்த்ததுபோல பா.ஜ.க.விலகியது. நாடாளுமன்றத்திலே நம்பிக்கை தீர்மானத்தை கொண்டு வந்து

பிற்படுத்தப்பட்டோருக்கு சமூக நீதி வழங்கிய தமது அரசின் முடிவை முன் வைத்து நியாயம் கேட்டார் வி.பி. சிங்.

அச்சமயம் சமூகநீதிக்கு எதிராக அணி திரண்ட சக்திகள் எவை என்பதை நினைவுபடுத்த வேண்டும்.

மண்டல் பரிந்துரையை கடுமையாக எதிர்த்து காங்கிரஸ் தலைவர் ராஜீவ்காந்தி பத்து மணிநேரம் தண்ணீர் குடித்துக் கொண்டே பேசினார். இந்த சமூகநீதி எதிர்ப்பு அணியில் காங்கிரஸ் - பாஜகவோடு கைகோர்த்து வி.பி.சிங் ஆட்சிக்கு எதிராக வாக்களித்தது ஜெயலலிதாவின் அ.தி.மு.க.

கொள்கைக்காக ஆட்சியைத் துறந்து மக்கள் தலைவராக வரலாற்றில் இடம் பிடித்த வி.பி.சிங் கொண்டு வந்த இடஒதுக்கீடு ஆணையை ரத்து செய்யும் துணிவு அதற்குப் பின் ஆட்சிக்கு வந்த பா.ஜ.க.வினருக்கோ காங்கிரசுக்கோ வரவில்லை.

உத்தரபிரதேச முதல்வராக வி.பி.சிங் பதவியேற்றபோது சம்பல் கொள்ளைக்காரர்களை மனிதநேயத்துடன் அணுகி சரணடைய வைத்தார். அதிலும் ஒரு பிரிவினர் சரணடைய மறுத்து வி.பி. சிங்கின் சொந்த சகோதரரையே படுகொலை செய்து முதலமைச்சரின் இல்லத்தின் முன்பே வீசினார்கள்.

சொந்த சகோதரனையே கொள்ளையர்களிடமிருந்து காப்பாற்ற முடியாத நான், உபி மக்களை எப்படிக் காப்பாற்ற முடியும் என்று தனக்குத் தானே நீதி கேட்டு முதல்வர் பதவியை தூக்கி எறிந்தார் வி.பி.சிங்.

இந்திரா காந்தியின் மறைவுக்குப் பின் ராஜிவ் அமைச்சரவையில் வி.பி.சிங்தான் நிதியமைச்சர். பெரும் தொழிலதிபர்கள் பணத் திமிங்கலங் களின் வரி ஏய்ப்புகளைக் கண்டறிந்து துணிந்து நடவடிக்கைகளை எடுத்தார்.

தொழிலதிபர்களின் செல்வாக்கு பணிந்த ராஜீவ் காந்தி, துறையை மாற்றி வி.பி.சிங்கை பாதுகாப்பு துறைக்கு மாற்றினார்.

அப்போதுதான் போபோர்ஸ் பீரங்கி பேரத்தில் ராஜீவ் காந்தி கையூட்டு பெற்ற லஞ்ச ஊழல் வெளிச்சமானது. குத்ரோச்சி எனும் இத்தாலி தரகர் மூலம் ராஜீவ் காந்திக்கு கமிசன் பணம் கைமாறியது சுவீடன் நீதிமன்றத்தில் ஆதாரத்துடன் அம்பலமானது.

போபோர்ஸ் ஊழல் விசாரணைக்கு நடவடிக்கை மேற்கொண்டதால் வி.பி. சிங் மீண்டும் பதவியை துறக்க வேண்டியதாயிற்று.

தொடர்ந்து ஊழல் ஒழிப்புக்கு ஜனமோர்ச்சா இயக்கத்தை தொடங்கிய வி.பி. சிங், பின்னர் தேசிய முன்னணியை உருவாக்கி தேர்தலில் போட்டியிட்டு பிரதமராகி இந்திய அரசியலின் போக்கை பார்ப்பன ஆதிக்கத்திலிருந்து திசை திருப்பினார்.

ஈழத்திலே ராஜீவ் அனுப்பிய இந்திய ராணுவம் பல்லாயிரம் தமிழர்களைக் கொன்று குவித்ததைக் கண்டு ராஜீவ்காந்தி நடவடிக்கை எதுவும் எடுக்கவில்லை. அந்த ராணுவத்தை மீண்டும் இந்தியாவுக்கு திருப்பி அழைத்த பெருமை அப்போது பிரதமராக இருந்த வி.பி. சிங்கைச் சேரும்.

விடுதலைப் புலிகள் அமைப்பை பயங்கரவாத அமைப்பாக நீங்கள் கருதவில்லையா என்று செய்தியாளர்கள் கேட்டபோது, எந்த ஒரு இயக்கத்துக்கும் முத்திரை குத்தக்கூடிய ரப்பர் ஸ்டாம்ப் எனது சட்டைப் பைக்குள் இல்லை என்று பதிலடி தந்தார் வி.பி.சிங்.

✻

தந்தை பெரியாரின் ஏகலைவன் வி.பி.சிங்

18

சுதந்திர இந்தியாவின் வரலாற்றில் ஒரு சமூக அரசியல் புரட்சியை மண்டல் கமிஷன் பரிந்துரைகள் மூலம் முன்னறிவித்த முன்னாள் பிரதமர் வி.பி.சிங்.

தந்தை பெரியாரின் சுயமரியாதைக் கொள்கையை தமது வாழ்வின் பயணம் முழுவதும் எடுத்துச் சென்ற லட்சியவாதி வி.பி.சிங். தி.மு.க.தலைவர் கலைஞர் கருணாநிதியின் நம்பிக்கைக்குரிய கூட்டாளியாக இறுதிவரை பவனி வந்தவர் இவர்.

பிறப்பால் செல்வச் செழிப்புமிக்க ராஜ குடும்பத்தில் பிறந்து வளர்ந்தாலும் கல்லூரி நாட்களில் கூட வி.பி.சிங் சர்வோதய சமாஜம் மற்றும் காந்தி

இயக்கத்தில் தன்னை ஈடுபடுத்திக் கொண்ட எளிய மனிதராகவே கடைசி வரை பயணித்தவர். தனது நிலங்கள் அனைத்தையும் தானமாக அளித்து வினோபாவேயின் பூதான இயக்கத்தில் தீவிரமாக பங்கேற்றவர் வி.பி.சிங்.

முன்னாள் பிரதமர் வி.பி.சிங்கின் சமூகநீதி இயக்கத்திற்கு அவர் ஆற்றிய பங்களிப்பை போற்றும்வகையில் அவருக்கு நன்றி தெரிவிக்கும் வகையில் சென்னையில் அவரது உருவ வெண்கலச் சிலை நிறுவப்படும் என்று முதல்வர் மு.க.ஸ்டாலின் சட்டமன்ற விதி 110ன் கீழ் இந்த அறிவிப்பை வெளியிட்டுள்ளார்.

அடக்கி ஒடுக்கப்பட்ட மக்களுக்காகவே ஆட்சி நடத்திய வி.பி.சிங் பதவிகளில் இருந்தது மிக மிகக் குறுகிய காலங்கள்தான். அந்தக் குறுகிய காலத்தில்தான் எல்லாவிதமான சாதனைகளையும் செய்தார்.

மண்டலுக்குப் பிறகு நான் வேறு மனிதனாக மாறி விட்டேன் என்றவர் வி.பி.சிங்.

ஈராயிரம் ஆண்டுகளாய் இந்திய துணைக் கண்ட சமூகங்களில் மனுதர்ம நூல் உருவாக்கிய தாக்கங்கள் என்ன?

மானுடத்தை நேசித்த ஒடுக்கப்பட்ட சமூகங்களின் இரு பெரும் தலைவர்களாகிய அண்ணல் அம்பேத்கரும் தந்தை பெரியாரும் முன்வந்து மனுதர்ம நூலை கொளுத்துவதற்கு என்ன காரணம்?

தந்தை பெரியார் தென்னாட்டில் மனுதர்மத்தைக் கொளுத்தினார். அண்ணல் அம்பேத்கர் வடநாட்டில் மனுசாஸ்திரத்தை கொளுத்தினார். இவர்கள் ஏன் இந்நூலைக் கொளுத்த முடிவெடுத்தனர்.

ஒடுக்கப்பட்ட சமூகங்கள் மேலெழுவதற்காக தங்கள் வாழ்வை அர்ப்பணித்த சமூக நீதிக் காவலர்களான பெரியாரும், அம்பேத்கரும் இயற்கை விதிகளுக்கு மாறாக மனித குலத்தைப் பல்லாண்டுகளாக அடிமைப்படுத்தி சுரண்டிய ஒரு தத்துவமே மனுதர்மம் என்பதை உணர்ந்ததால் உள்ளம் கொதித்து அதனை எரித்தார்கள்.

இந்து என்ற அடையாளத்தை சுமந்து கொண்டு இருப்பதனாலேயே மக்களைப் பிளவுபடுத்தி இன்னமும் அதிகாரத்தை தக்க வைத்துக் கொள்ளும் பார்ப்பனியப் புரட்சிக்கு இலக்காகி, மனுதர்மம் வகுத்து வைத்த சூத்திரப் பட்டத்தை ஏற்றுக் கொண்டு, சூத்திர இழிவை ஒழித்து

உரிமைகள் பெற உழைத்த தலைவர்களை புறம் தள்ளினால் இந்து ராச்சியத்தில் மனுதர்மமே சட்டமாக்கப்படும் அபாயம் ஏற்படும்.

தேசிய இனங்களின் அடையாளச் சிதைவு துவங்கும் புள்ளி இந்து என்ற அடையாளத்திலிருந்து தான் துவங்குகிறது. நீதிமன்றத்தின் தீர்ப்புகள் விவாதமாக்கப்படாததன் விளைவே இதற்கு காரணம்.

இந்து என்ற சொல் நம்மிடம் வந்து புகுந்ததன் காரணமாகவே மனுதர்மம் கட்டமைத்த சனாதனமும் நமது வாழ்க்கை முறையில் நுழைந்து விட்டது. அதனால்தான் இன்னமும் சாதிப்படி நிலையில் இருந்து அகல முடியாத வண்ணம் சிக்கியிருக்கிறோம்.

இந்தக் காரணங்களால்தான் பெரியார், அம்பேத்கர் மனுதர்ம நூலை கொளுத்தினர். பெரியார் அம்பேத்கரைப் பின்பற்றுபவர்கள், இந்து மதம் அதைத் தாங்கும் மனுதர்மம் சனாதனத்தைப் பற்றி மக்கள் விழிப்படையும் வரையிலும் கேள்வி எழுப்பிக் கொண்டே தானிருப்பார்கள்.

மனுதர்மத்தையும் அதைக் காக்கும் இந்து மதத்தையும் பற்றி விமர்சிப்பதிலிருந்து ஓய மாட்டார்கள்.

'மனுஸ்மிருதியைப் படித்ததன் மூலம் சமூக சமத்துவம் என்ற கருத்தை தொலைதூரத்தில் கூட அது ஆதரிக்கவில்லை என்பது எனக்கு உறுதி யானது' என தனது இதழில் எழுதி மனுதர்மம் எரித்ததற்கான நியாயங் களை அண்ணல் அம்பேத்கர் எடுத்துரைத்தார்.

தந்தை பெரியார், "நம் மக்களில் அநேகர் எவர் எப்படி செய்தா லென்ன? நம் ஜீவனத்துக்கு வழியைத் தேடுவோம் என்று இழிவையும் சகித்துக் கொண்டு உணர்ச்சியில்லா வாழ்க்கையில் ஈடுபட்டிருந்ததால் தான் ஆயிரக்கணக்கான வருடங்களாய் இக்கொடுமைகள் ஒழிய வழியில்லாது இருந்து வந்திருக்கின்றது."

இதற்கு முன்னால் பல பெரியவர்கள் தோன்றி சாதிக் கொடுமைகளை யும் வித்தியாசங்களையும் ஒழிக்கப் பாடுபட்ட போதிலும் அவர்களும் மதத்தின் பெயராலும் வேறு சூழ்ச்சிகளாலும் அடக்கி துன்புறுத்தப்பட்டு இருக்கின்றனர். ஒவ்வொருவரும் நமக்கு என்ன நம் ஜீவனத்துக்கான வழியைப் பார்ப்போம் என்று இழிவுக்கு இடம் கொடுத்து கொண்டு போகும்வரை சமூகம் ஒரு காலத்திலும் முன்னேறாது. சாதிக் கொடுமைகள் ஒரு போதும் ஒழிய மார்க்கம் ஏற்படாது என்பது திண்ணம்

என சூத்திரப் பட்டத்தை போக்கினைக் கண்டும் கொதித்தெழுந்தார்.

இந்தக் காரணங்களினால்தான் அம்பேத்கரும் பெரியாரும் மனு ஸ்மிருதியை கொளுத்தினார்கள்.

'மனுசாஸ்திரத்தை எரிக்க வேண்டும் ஏன்?' என்ற கட்டுரையினை 1928ல் தந்தை பெரியார் தனது குடியரசு இதழில் எழுதினார்.

"தமிழ்நாட்டில் தற்காலம் தோன்றியிருக்கும், சுயமரியாதைக் கிளர்ச்சி யின் பலனாக இந்து மதமென்பதைப் பற்றியும் அதற்கு ஆதாரமாகவும் உள்ள வேதம், சாஸ்திரம், ஸ்மிருதி, புராணம் என்பனவை பற்றியும், வருணம், தர்மம் என்பவைப் பற்றியும் மக்களுக்குள் பரபரப்புண்டாகி அவற்றைப் பற்றித் தீவிரமாக ஆராய்ச்சி செய்தலும், அவற்றின் புரட்டுக் களை வெளியாக்கி தைரியமாய் கண்டித்தலும், அவற்றால் ஏற்பட்ட கொடுமைகளை ஒழிக்க ஆங்காங்கு தீவிரப் பிரச்சாரம் செய்தலும், கொடுமைக்கு ஆதரவளிக்கும் ஆதாரங்களைத் தீயிட்டுக் கொளுத்துவ மான பிரச்சாரங்கள் மும்முரமாய் நடப்பது கண்டு பார்ப்பனர்கள் தங்கள் வாழ்வுக்கே ஆபத்து வந்ததெனக் கருதி இவைகளுக்கு விரோதமாக எதிர் பிரச்சாரம் செய்வதும், பார்ப்பனரல்லாதாரிலேயே சிலரை ஏவி விட்டு இடையூறு செய்விப்பதும், வேறு மார்க்கத்தில் வாழ முடியாதவர்கள் இவ்வெதிர்ப் பிரச்சாரத்திற்கு ஆதரவளித்து வாழ்வதுமான காரியங்கள் நடைபெற்று வருவதும் யாவரும் அறிந்த விசயமேயாகும்" என்று பெரியார் எழுதுகிறார்.

1927ஆம் ஆண்டு டிசம்பர் 25ஆம் நாள் மகாத் (சாவதர்) பொதுக் குளத்தில் தலித்துகள் நீர் அருந்தும் உரிமைக்காக ஏற்பாடு செய்யப் பட்டிருந்த மகாத் அமைதி வழி கிளர்ச்சி போராட்டத்தில் அம்பேத்கர் அவர்கள் போராட்டக்காரர்களுடன் மனுதர்மத்தை எரித்தார்.

"பிறப்பை அடிப்படையாகக் கொண்ட சதுர்வர்ணாவை (வர்ணாசிரமம்) நான் நம்பவில்லை, சாதி வேறுபாடுகளை நான் நம்ப வில்லை. தீண்டாமை என்பது இந்து மதத்திற்கு ஒரு களங்கம் என்று நான் நம்புகிறேன். அதை முற்றிலுமாக அழிக்க நான் நேர்மையாக முயற்சிப் பேன்" போன்ற பல உறுதிமொழிகளை எடுத்து மனுதர்மம் எரிக்கப் பட்டது.

இந்தப் போராட்டத்தில்,

1. மனுஸ்ருமிதி தஹான் பூமி (மனுஸ்மிருதிக்கான தகனம்)

2. தீண்டாமையை அழியுங்கள்

3. பார்ப்பனியத்தை அடக்கம் செய்யுங்கள்

போன்ற பதாகைகளை வைத்திருந்தனர்.

தென்னிந்திய நலவுரிமைச்சங்கம் என்ற அரசியல் கட்சி 1916ம் ஆண்டு துவங்கப்பட்டது. பிராமணர்களுக்கு எதிராகவும், அவர்களின் பொருளாதார மற்றும் அரசியல் ஆதிக்கத்துக்கு எதிராகவும் துவக்கப்பட்டது.

இக்கட்சியே பின்னாளில் நீதிக்கட்சி எனப் பெயர் மாற்றம் பெற்றது. பிராமணர் அல்லாதவர்களின் சமூக நீதி காத்திடவும், அவர்களின் கல்வி, அரசு அதிகாரத்தில் பங்கெடுப்பு போன்றவற்றை வலியுறுத்துவதற்காகவும் உருவாக்கப்பட்டது.

அக்கட்சி பிராமணரல்லாதாரை ஒடுக்க பிராமணர்கள் பின்பற்றி வந்த வர்ணாசிரம் தத்துவத்தை முற்றிலும் எதிர்த்தது.

1937ல் இந்தி கட்டாயப் பாடமாக மதராஸ் மாகாணப் பள்ளிகளில் அரசால் திணிக்கப்பட்டபோது, தனது எதிர்ப்பை நீதிக்கட்சியின் மூலம் வெளிப்படுத்தினார்.

1937ம் ஆண்டிற்குப் பிறகு இந்தி எதிர்ப்பு போராட்டத்தின் விளைவாக திராவிட இயக்கத்திற்கு கணிசமான மாணவர்களின் ஆதரவு கிட்டியது.

பின்னாட்களில் இந்தி எதிர்ப்பு தமிழக அரசியலில் பெரும் பங்கு வகித்தது. இந்தியை ஏற்றுக் கொள்வதால் தமிழர்கள் அடிமைப்படுவார்கள் என்ற காரணத்தால் முற்றிலும் எதிர்க்கப்பட்டது.

நீதிக்கட்சிக்கு மிகுதியான மக்கள் ஆதரவு இல்லாததினால் மிகவும் நலிவடைந்திருந்தது. 1939ல் இந்தி எதிர்ப்பு போராட்டத்தினால் சிறை வைக்கப்பட்டிருந்த பெரியார் விடுதலையானதும் அக்கட்சித் தலைவர் பொறுப்பை ஏற்றார்.

அவரின் தலைமையில் கட்சி சிறப்புடன் வளர்ச்சி கண்டது. இருப்பினும் கட்சியின் பெரும்பாலான பொதுக்குழு உறுப்பினர்கள் கல்வியறிவு பெற்றவர்களாகவும், செல்வந்தர்களாகவும் இருந்தமையால் பலர் பெரியாரின் தலைமையின் கீழ் ஈடுபட மனமில்லாமல் விலகினர்.

*1944*ல் நீதிக்கட்சித் தலைவராக பெரியார் முன்னின்று நடத்திய நீதிக் கட்சிப் பேரணியில் திராவிடர் கழகம் என பெரியாரால் பெயர் மாற்றப் பட்டு, அன்று முதல் திராவிடர் கழகம் என அழைக்கப்பட்டது.

இருப்பினும் பெரியார் நீதிக்கட்சியை திராவிடர் கழகம் எனப் பெயர் மாற்றியதற்கு சிலர் எதிர்ப்புத் தெரிவித்து மாற்று அணி, நீதிக்கட்சியின் நீண்ட அனுபவமுள்ளவரான பொ.தி. இராசன் தலைமையில் துவக்கப் பட்டு *1957* வரை அம்மாற்று அணி செயல்பட்டது.

திராவிடர் கழகத்தின் கொள்கை நகர மக்களிடமும், மாணவ சமுதாயத்தினரிடமும் வெகு விரைவாகப் பரவியது. இக்கட்சியின் கொள்கைகளும், இதன் சார்ந்த செய்திகளும் வெகு விரைவிலேயே கிராமத்தினரிடமும் பரவியது.

பார்ப்பன புரோகிதர்களின் அடையாளங்களான இந்தி மற்றும் சமயச் சடங்குகள் தமிழ் பண்பாட்டுக்கு விரோதமானவை என அடையாளம் காணப்பட்டு விலக்கி வைக்கப்பட்டன. அவ்வடையாளங்களின் பாதுகாவலர்களாக விளங்கும் பார்ப்பனர்கள், இந்நிலையை எதிர்த்து வாய்மொழித் தாக்குல்களை தொடுக்கலாயினர்.

1949 முதல் திராவிடர் கழகம் தங்களை மூடநம்பிக்கை எதிர்ப்பாளர் களாகவும், சமூக சீர்திருத்தவாதிகளாகவும் சமூகத்தில் அடையாளப் படுத்தும் வகையில் செயல்படலாயினர். திராவிடர் கழகம் தலித்துகளுக்கு எதிராகப் பயன்படுத்தப்படும் தீண்டாமையை மிகத் தீவிரமாக எதிர்ப்பதிலும், ஒழிப்பதிலும் முனைப்புடன் செயல்பட்டது.

பெண்கள் உரிமை, பெண்கல்வி, பெண்களின் விருப்பத் திருமணம், கைம்பெண் திருமணம், ஆதரவற்றோர் மற்றும் கருணை இல்லங்கள் இவற்றில் தனிக் கவனம் செலுத்தினர்.

●

*1949*ல் பெரியாரின் தலைமைத் தளபதியான அண்ணாத்துரை பெரியாரிடமிருந்து பிரிந்து திராவிட முன்னேற்றக் கழகம் என்ற தனிக் கட்சியை *17* செப்டம்பர் *1949* அன்று சென்னையில் துவக்கினார்.

இந்தப் பிரிவுக்கு பெரியார் மற்றும் அண்ணாதுரையிடம் நிலவிய இரு வேறு கருத்துக்களே காரணம் எனக் கூறப்படுகின்றது.

பெரியார் திராவிட நாடு அல்லது தனித்தமிழ்நாடு கோரிக்கையை முன் வைத்தார். ஆனால் அண்ணாதுரை தில்லி அரசுடன் இணக்கமாக இருந்து கொண்டு கூடுதல் அதிகாரங்களைக் கொண்ட மாநில சுயாட்சி பெறு வதில் அக்கறை காட்டினார்.

அவர்கள் கட்சியினர் தேர்தலில் போட்டியிடுவதை விரும்பினர். பெரியார் தன்னுடைய கட்சியின் இலட்சியங்களாகவும், தனது லட்சியங் களாகவும் முன்னிறுத்திய சமுதாய மறுமலர்ச்சி, சமுதாய விழிப்புணர்வு, மூட நம்பிக்கை ஒழிப்பு, கடவுள் மறுப்பு போன்றவற்றை அரசியல் காரணங்களுக்காக சிறிதும் விலகி நிற்க அல்லது விட்டுக் கொடுக்க விரும்பவில்லை.

ஆகையால் பெரியார் தனது கட்சியை அரசியல் கட்சியாக மாற்ற விருப்பமில்லை என்பதை அவரின் கட்சியின் அதிருப்தியடைந்த தொண்டர்களிடமும், உறுப்பினர்களிடமும் தெரிவித்து அவர்களைச் சமாதானப்படுத்தினார்.

பெரியாரிடமிருந்து பிரிந்து போகும் தருணத்திற்கு காத்திருந்தவர்கள் ஜூலை 9, 1948 அன்று பெரியார் தன்னை விட 40 வயது இளையவரான மணியம்மையாரை மறுமணம் புரிந்ததைக் காரணம் காட்டி கட்சியி லிருந்து அண்ணாதுரை தலைமையில் விலகினர்.

அண்ணாதுரை விலகும்போது தன்னை அரசியலில் வளர்த்து ஆளாக்கிய தலைவனை வணங்கி கண்ணீர் விட்டு பிரிகின்றோம் என்று கூறிப் பிரிந்து சென்று கட்சி ஆரம்பித்த காரணத்தினால், அண்ணாதுரை யின் தி.மு.க கட்சியை கண்ணீர் துளி கட்சி என அது முதல் பெரியார் வர்ணிக்கலானார்.

அதன் பின் பெரியாருக்காக தி.மு.க தலைவர் பதவி காலியாக உள்ளது என அண்ணாதுரை அறிவித்தார்.

●

1956ல் சென்னை மெரினாவில் இந்துக் கடவுளான இராமரின் உருவப் படம் எரிப்பு போராட்டத்தை நடத்திய பெரியாருக்கு தமிழ்நாடு காங்கிரஸ் கட்சித் தலைவராக இருந்த பி.கக்கனால் கடும் எச்சரிக்கை விடுக்கப்பட்டது.

பெரியார் அந்த போராட்டத்தில் கைது செய்யப்பட்டு சிறையில் அடைக்கப்பட்டார்.

1958ல் பெரியார் மற்றும் அவரது செயல்வீரர்கள் பெங்களூரில் நடைபெற்ற அனைத்திந்திய அலுவல் மொழி மாநாட்டில் கலந்து கொண்டனர்.

அம்மாநாட்டில் பெரியார் ஆங்கிலத்தை இந்திக்கு மாற்றுதலான அலுவல் மொழியாக அரசாங்கத்திடம் வலியுறுத்திப் பெற்றுக் கொள்ள வலியுறுத்தினார்.

1962ல் பெரியார் தனது கட்சியான திராவிடர் கழகத்தின் புதிய பொதுச் செயலாளராக கி.வீரமணியை முழு நேரமும் கட்சிப் பொறுப்பைக் கவனிக்கும் விதத்தில் நியமித்தார்.

ஐந்தாண்டுக்குப் பிறகு பெரியார் வட இந்தியா சுற்றுப்பயணம் மூலம் சாதீயங்களை ஒழிக்க பிரச்சாரம் மேற்கொண்டார்.

இவரின் சமுதாயப் பங்களிப்பைப் பாராட்டி 1970 ஜூன் 27 அன்று யுனஸ்கோ மன்றம் என்ற அமைப்பு புத்துலக நோக்காளர், தென் கிழக்காசியாவின் சாக்ரடீஸ், சமூக சீர்திருத்த இயக்கத்தின் தந்தை என்று பாராட்டுச் சான்றிதழ் வழங்கியுள்ளது.

●

இந்தியாவில் சமூக நீதியின் காவலராக இருந்த முன்னாள் பிரதமர் வி.பி. சிங் பெரியாரை சந்திக்கவே இல்லை. ஆனால் அவர் பாராளுமன்ற நடவடிக்கைகளில் பெரியாரைப் புகழ்ந்து பேசியுள்ளார். பெரியாரின் அடிச்சுவடுகளையே தாம் பின்பற்றுவதாக ஒப்புக் கொண்டார். அந்த வகையில் பெரியாரின் ஏகலைவ னாக தனது அரசியல் சித்தாந்தங்களில் பயணித்துள்ளார் வி.பி. சிங்.

அதனால்தான் நாட்டின் பிற்படுத்தப்பட்ட வகுப்பினரின் முன்னேற்றத்திற்காக மண்டல் கமிஷனின் பரிந்துரைகளை அமல்படுத்தினான்.

தமிழ்நாட்டின் சென்னையில் சுய மரியாதை இயக்கத்தின் ஆண்டு விழாவுக்கு வி.பி. சிங் அழைக்கப்பட்டார்.

சுயமரியாதை என்றால் என்ன? என்று கேட்டு பொருத்தமான ஒரு விளக்கத்தை அந்தக் கூட்டத்தில் வி.பி. சிங் கூறினார்.

நான் சூப்பர் கம்ப்யூட்டரில் துப்புகிறேன். அது வினையாக்குமா? சூப்பர் கணினி பல பயனுள்ள சேவைகளை வழங்க முடியும். அந்த குறுகிய காலத்திற்குள் மனிதனால் செய்ய முடியாத தரவுகளை இது மிக விரைவாக விளக்குகிறது. அதுதான் சூப்பர் திறன்.

சூப்பர் கம்ப்யூட்டர் எவ்வளவு மதிப்புமிக்கதாக இருந்தாலும் அல்லது விலை உயர்ந்ததாக இருந்தாலும் நீங்கள் அதை துப்பினால், அது செயல்படுமா?

வி.பி. சிங் பார்வையாளர்களை நோக்கி, 'என் அன்பு நண்பர்களே சகோதரர்களே நான் உங்கள் மீது துப்பினால், உங்கள் முகத்தில் துப்பினால் நீங்கள் என்ன செய்வீர்கள் என்று வைத்துக் கொள்வோம்.'

பார்வையாளர்கள் எல்லாம் அது கேட்டு திகைத்தனர். வி.பி. சிங் தொடர்ந்தார். உடனடியாக நீங்கள் என்மீது துப்புவீர்கள். நீங்கள் எதிர் வினையாற்றுவீர்கள். அதுதான் சுயமரியாதை. சுயமரியாதை என்பது மனித கண்ணியத்தின் தத்துவமே தவிர வேறில்லை.

சுயமரியாதை கேள்விக்குள்ளாக்கப்படும் போது ஒருவரின் சுயமரியாதை கேள்விக்குறியாகிறது. சுயமரியாதை மட்டுமே அதை மீட்டெடுப்பதற்கான வழி.

என் அன்பு நண்பர்களே இந்த மாநாடு மிகவும் சரியான நேரத்தில் உள்ளது. பெரியார் அடிப்படையில் மனித மாண்பை நம்பினார். ஒருவருக்கு வாழ உரிமை இருக்கலாம். செழிக்கும் உரிமை இருக்கலாம். ஆனால் அவருக்கு கண்ணியம் இல்லை என்றால் அது ஒரு குறிப்பிட்ட சமூகமாக இருந்தாலும் சரி, ஒரு மனிதராக இருந்தாலும் சரி, தொடர்ந்து காயமடைபவர்களை அவமானப்படுத்துகிறது. இதற்கு ஒரே வழி சுயமரியாதை எனும் பெரியாரின் தத்துவம். இது ஒரு கட்சிக்குள் மட்டும் நின்று விடவில்லை. அது மிகவும் முக்கியமானது.

பெரியாரின் சுயமரியாதைத் தத்துவத்தின் தாக்கம் என்ன? இது மனிதர்களை மனித நேயமாக்கிறது. நிச்சயமாக நாம் அனைவரும் மனிதர்கள்.

சுதந்திரமாக பகுத்தறியும் ஆற்றல் மனிதர்களுக்கு மட்டுமே உண்டு. அத்தகைய காரணத்தை யாரும் கட்டுப்படுத்த முடியாது.

‘பக்தி என்பது தனியுடைமை, ஒழுக்கம் என்பது பொது உடைமை’ என்று கூறியவர் பெரியார்.

தான் பொது வாழ்வுக்கு வருவதற்கு முன்னர் பல்வேறு கோவில்களில் அறங்காவலராக இருந்து முறையாக கணக்குகளை வைத்திருந்தவர் தந்தை பெரியார்.

எந்த சூழ்நிலையிலும் ஒவ்வொரு தனிமனிதர்களின் விடுதலை யுணர்வைப் பெரிதும் மதித்தவர் பெரியார்.

குறிப்பாக அனைத்து சாதியினரும் கோவிலுக்குள் செல்ல வேண்டும் என்றும், குறிப்பாக வட மாநிலங்களில் உள்ளதைப் போல கருவறை வரை யாரும் செல்வதற்கு அனுமதிக்க வேண்டும் என்ற போர்க் குரல் கொடுத்தவர்.

தற்போது கேரளாவில் அனைத்து சாதியினரையும் அர்ச்சகராக்க சட்டம் இயற்றிட அடித்தளம் இட்டவர் பெரியாரே.

ஒவ்வொரு மனிதனின் ஆன்மீக வாழ்விற்கு தொடக்கமாக ஆலயங்கள் இருக்கிறது என்கிறார்கள் சமயவாதிகள். அப்படிப்பட்ட ஆலயங்கள் தொடங்கி அங்கு ஒலிக்கப்படும் மந்திரங்கள் வரை சாமானிய மக்களிடம் கொண்டு சென்றவர் தந்தை பெரியார்.

தனக்கு கடவுள் நம்பிக்கை இல்லை என்றாலும் பொது வெளியில் மக்களின் நம்பிக்கைகளுக்கு மதிப்பளித்தவர்.

இந்து மதத்தின் ஆன்மீக வாழ்வுக்கு பெரிதும் இடையூறாக இருந்த சாதிய ஏற்றத் தாழ்வுகளை எதிர்த்தவர்.

தமிழ்நாட்டின் கோவில்களில் தமிழ்மொழியும், தமிழ் மக்களும் புறக்கணிக்கப்படுவதை கடுமையாக சாடி வந்தார் பெரியார்.

மக்களுக்குப் புரியாத மொழிகளில் மந்திரங்களைச் சொல்லி மக்களின் ஆன்மீக உணர்வை கேலி செய்த பார்ப்பனீயத்தை தன் வாழ்நாள் முழுவதும் எதிர்த்தவர் பெரியார்.

"சொல்லிய பாட்டின் பொருள் உணர்ந்து சொல்லுவார் செல்வர் சிவபுரத்து உள்ளார்" என்கிறார் மாணிக்கவாசகர்.

தனக்கு கடவுள் நம்பிக்கை இல்லையென்றாலும் கடவுள் நம்பிக்கை கொண்ட திரு.வி.க. தவத்திரு குன்றக்குடி அடிகளார், தனித்தமிழ் இயக்க காவலர் மறைமலை அடிகள் போன்றவர்களிடம் அன்பு பாராட்டியவர் பெரியார்.

அவர்கள் தனது இல்லத்திற்கு வரும் போதெல்லாம் கடவுள் நம்பிக்கை யோடு அன்றாட பூசைகளைத் தனது இல்லத்திலேயே செய்வதற்கு அனுமதித்தவர். மனிதநேயம் மிக்க மனிதராக தனது வாழ்நாள் முழுவதும் வாழ்ந்து காட்டியவர் பெரியார்.

ஆன்மீக வளர்ச்சியில் பெண்களின், பங்கு மிகப் பெரியது என்று கூறிக் கொண்டாலும் பெண் கல்விக்கு முட்டுக் கட்டையாக இருந்தது இந்து மதத்திற்குள் ஊடுருவிய பார்ப்பனியம்.

இந்தியாவிலேயே முதல் பெண் மருத்துவரை உருவாக்கிய பெருமை தமிழ்நாட்டிற்குரியது. அதை தனது வாழ்நாளுக்குள் நடத்திக் காட்டிய பெருமை தந்தைப் பெரியாரையே சேரும்.

பெண் விடுதலைக்காக போராடியதாலேயே அவரும் தந்தை பெரியார் என்ற பட்டம் பெண்கள் மாநாட்டில் கொடுக்கப்பட்டது.

ஆன்மீகம் என்பது தனிமனித வாழ்வோடு தொடர்புடையது. ஆன்மீக முயற்சிக்காக தனிமனிதர்கள் செய்யும் எந்தச் செயலையும் பெரியார் தடுக்கவில்லை. ஆன்மீகத்தின் பெயரால் பொது வெளியில் நடக்கும் மோசடிகளையே எதிர்த்தார்.

தமிழ்நாட்டின் ஆன்மீக வழிகாட்டியாக இன்றும் எல்லோராலும் போற்றப்படுபவர் வள்ளலார். அவர் எழுதிய ஆறாம் திருமுறையை முதன் முதலில் பதிப்பித்தவர் பெரியார்.

இன்றைக்கும் பெரியாரின் நூல்களை பதிப்பித்து வெளியிடும் நிறுவனங்கள் யாவும் வள்ளலாரின் ஆறாம் திருமுறையையும் பதிப்பித்து வெளியிட்டு வருகின்றன.

கேரளாவில் வைக்கம் பகுதியில் ஈழவ மக்கள் கோயில் தெருவில் நடக்கக் கூடாது என்ற நிலையை எதிர்த்துப் போராடிய ஆன்மீக

பெரியவர் நாராயண குருவுக்குப் பின் வைக்கம் போராட்டம் நடத்தியவர் தந்தை பெரியார். அதனால் தான் அவரை வைக்கம் வீரர் என்று அழைக்கிறார்கள்.

பல்வேறு ஆய்வுகளின் வாயிலாக உலகிலேயே மூத்த மொழி என்று தமிழ்மொழியை அறிவித்த போதிலும் தமிழ் வழிபாட்டிற்கு எதிராக சிதம்பரம் நடராஜர் கோவிலில் ஓதுவார் ஆறுமுகசாமி திருவாசகம் பாடுவதற்கு பார்ப்பனர்கள் பல்வேறு எதிர்ப்புகளைத் தெரிவித்து போராட்டம் செய்தனர்.

பௌத்த நெறி தொடங்கி வள்ளலார் ஈராக ஒளிபொருந்திய ஆன்மீக வாழ்வுக்கு விளக்கமாகவும், பொருளாகவும் வாழ்ந்து காட்டிய சான்றாண்மை மிக்கவர் தந்தை பெரியார்.

கடவுள் நம்பிக்கை அடிப்படையில் பெரியாரின் கொள்கைகளை சுருக்கிவிட துடித்துக் கொண்டிருக்கிறார்கள் பாரதிய ஜனதா உள்ளிட்ட சங்க பரிபாலன அமைப்புகள். ஆனால் முற்போக்கு சிந்தனை கொண்ட தமிழ் சமூகம் என்றுமே மதவாதத்துக்கு எதிரான பூமியாகத்தான் இருந்து வருகிறது.

தீண்டாமை பெருங்குற்றம் என்று இந்திய அரசியல் அமைப்புச் சட்டம் குறிப்பிட்டாலும் மரபு என்ற பெயரில் கோவில்களில் சாதியத் தீண்டாமை கடைப்பிடிக்க வேண்டும் என்கிறது. பார்ப்பனீயம் - நந்தனாருக்கு கோயில் நுழைவு மறுக்கப்பட்டது வரலாறு.

இந்து மனு தர்மப்படி உயர்ந்த இடத்தில் வைத்துப் போற்றப்படக் கூடியவர்களாக பிராமணர்களே என்றென்றும் இருக்க வேண்டும் என எதிர்பார்க்கிறார்கள்.

மனுதர்மம் போதிக்கும் குலக்கல்வித் திட்டம் நடைமுறைப் படுத்தப்பட வேண்டும் என்று துடியாய் துடிக்கிறார்கள்.

காமராஜர் உள்ளிட்ட பெரும் தலைவர்கள் எதிர்த்த போதும் 6000 பள்ளிகளை மூடி விட்டு குலக்கல்வித் திட்டத்தை கொண்டு வந்தார் பார்ப்பனரான இராஜாஜி.

கழுவில் ஏற்றிக் கொன்ற காலம் தொடங்கி துப்பாக்கியால் கொலை செய்யும் காலம் வரை வேற்று சமய நம்பிக்கையாளர்களை கொலை

செய்வது தொடர்கிறது.

இந்தியாவில் வேரூன்றியிருந்த சித்தாந்தங்களையெல்லாம் அழித்தொழித்த, மனித குலத்திற்கு எதிரான வேதாந்தத்தை தர்மம் என்பதும், அந்த தர்மத்தைக் காக்க வெறி கொண்டு எழுவதும் அதற்கு ஆன்மீகம் என்று பெயர் சூட்டிக் கொள்வதும் தமிழர்களால் என்றென்றும் ஏற்றுக் கொள்ளப்பட்டது.

மனுநீதி என்பது வாழ்க்கை முறையிலிருந்து முற்றிலும் அகற்றப் பட்டே வந்திருக்கிறது. ஏனென்றால் இது பெரியாரிடம் போற்றும் சமூக நீதிக்கான மண்.

சமூக நீதிக்கு எதிரான கூட்டத்தினர் சமய சீர்திருத்தவாதிகளை, அழிப்பதற்கு விடாமல் துரத்திக் கொண்டிருக்கிறார்கள். வள்ளலார், அய்யா வைகுண்டர், நாராயணகுரு போன்ற ஆன்மீகவாதிகளின் சமயச் சீர்திருத்தங்கள் மண்ணில் நிலைபெறா வண்ணம் மக்களைத் திசை திருப்பும் வேலைகளை தொடர்ந்து செய்து கொண்டிருக்கிறார்கள்.

உலகத்தின் பொதுமறையான திருக்குறளைப் பரப்புவதற்காக முதன் முதலில் திருக்குறள் மாநாடுகளை நடத்தியவர் தந்தை பெரியார். திருக்குறளில் கடவுள் வாழ்த்து என்ற அதிகாரத்தை பெரியார் மறுத்தது இல்லை.

தமிழகத்தின் ஆன்மீக விடிவெள்ளியான வள்ளலாரைப் போற்றிய, உலகத்திற்கே நீதியை வழங்கிய திருக்குறளைப் பட்டி தொட்டியெல்லாம் பரப்பிய, குன்றக்குடி அடிகளார் தொடங்கி ஆன்மீகப் பெரியவர்களோடு நட்பு பாராட்டிய தந்தை பெரியார் எந்த ஆன்மீகத்தை எதிர்த்தார்?

உயர்வு தாழ்வு கற்பிக்கும் பூணூல் பண்பாடு, தமிழர்களை இழிவு படுத்தும் சமஸ்கிருத மந்திரங்கள், பெண்களை இழிவுபடுத்தும் இந்துமத நம்பிக்கைகள், சாதியின் பெயரால் ஆலயம் நுழைவதைத் தடுக்கும் மனு தர்மம், மனிதகுல இழிவைக் கொண்டாடும் மூடத்தனமான சமயச் சடங்குகள், வள்ளலாரின் திருமுறையை கேலி பேசிய சங்கர மடத்தின் அரசியல் தந்திரங்கள், வர்ணச் சிந்தனையோடு இராஜாஜியால் கொண்டு வரப்பட்ட குலக்கல்வித் திட்டம்.

இவைகளைத் தான் தந்தை பெரியார் தொடர்ந்து எதிர்த்து வந்துள்ளார்.

கடவுள் நம்பிக்கையற்ற தந்தை பெரியார் தனது வாழ்நாளில தனது இயக்க தொண்டர்களை கரசேவர்களைப் பயன்படுத்தி எந்த சமய கோயில்களையும் இடிக்கவில்லை என்பது வரலாறு ஒலிக்கும் உண்மை.

●

சமூக சீர்திருத்தப் பணிகளிளாலும், பகுத்தறிவுச் சிந்தனைகளாலும் இருபதாம் நூற்றாண்டின் தமிழ் அறிவுலகை வழி நடத்தியவர் தந்தை பெரியார். இந்திய வரலாற்றின் போக்கை மாற்றியமைத்த முக்கியத் தலைவர்களுள் பெரியாரும் ஒருவர்.

காந்தியின் தலைமையை ஏற்று காங்கிரஸில் சேர்ந்து பணியாற்றியவர். சாதியத்துக்கு எதிரான வகுப்புவாரிப் பிரதிநிதித்துவத்தை ஆதரிக்க வில்லை என்பதற்காக அக்கட்சியை விட்டு வெளியேறினார்.

தேர்தலில் போட்டியிடுவது கொள்கை சமரசத்துக்கு வழிவகுக்கிறது என்பதாலேயே தேர்தல் பாதையை பெரியார் ஒதுக்கித் தள்ளினார்.

அவர் கருத்தில் உதித்த சுயமரியாதை இயக்கம் பின்னாளில் நீதிக்கட்சியையும் உள்வாங்கிக் கொண்ட போது திராவிடர் கழகம் என்று பெயர் மாறியது.

சாதி எல்லைகளைத் தகர்த்து ஓரிடத்துக்குச் செல்லும் மாபெரும் கனவைத் தமிழ் மக்களிடம் அது வளர்த்தெடுத்தது.

கல்வி நிலையங்கள் வாயிலாக அல்லாமல் தன்னுடைய வாழ்க்கை அனுபவங்கள் மூலமாக சிந்தனையாளராக உருவெடுத்தவர் பெரியார்.

இந்தியாவில் சகல பேதங்களின் வேர்களும் சாதியத்திலேயே இருக் கின்றன என்பதை உரக்கச் சொன்னவர். பிராமணீயத்தை கட்டிக் காப்பதால் இந்து மதமும் கடவுளும் கூடப் பொய் என்று நிராகரித்தவர்.

இளம் வயதில் அவர் மேற்கொண்ட காசிப் பயணம் சமய நம்பிக்கை களையும் சாதி அடிப்படையான ஆதிக்கத்தையும் எதிர்த்து கேள்வி கேட்பவராக பெரியாரை மாற்றியது.

பின்னாளில் அவர் மேற்கொண்ட ஐரோப்பிய பயணம் உலகளவில் அரசியல் சிந்ததைகளின் அறிமுகத்தையும் அவசியத்தையும் அவருக்கு உணர்த்தியது.

பெரியாரின் மேடைப் பேச்சுகளும் எழுத்துக்களும் தமிழர்களுக்கு சுயமரியாதை உணர்வை ஊட்டின. பெண்ணுரிமை, இட ஒதுக்கீடு, மொழியுரிமை, சாதி மத மறுப்பு என அவரது சுயமரியாதை போராட்டக் காலம் விரிந்து பரந்தது.

தனது கொள்கைகளை எழுத்தோடும் பேச்சோடும் நிறுத்திக் கொள்ளாமல், அதற்கு செயல் வடிவம் கொடுப்பதற்கு ஓயாமல் உழைத்தவர் பெரியார்.

தமிழகத்தில் குறுக்கும் நெடுக்குமாய் தொடர்ந்த அவரது பிரச்சாரப் பயணம் அவருடைய 94ம் வயதில் முடிவுக்கு வந்தது. ஒரு பெரும் செல்வந்தராக இருந்த அவருடைய சொத்துக்களோடு சேர்ந்து அவருடைய வாழ்க்கையும் நினைவும் தமிழ் மக்களின் சொத்துக் களாயின.

பெரியார் என்று பரவலாக அறியப்படும் ஈ.வெ.இராமசாமி சமூக சீர்திருத்திற்காகவும், சாதியை அகற்றுவதற்காகவும், மூடநம்பிக்கைகளை மக்களிடமிருந்து களைவதற்காகவும், பெண் விடுதலைக்காகவும் போராடியவர்.

தமிழகத்தின் மிக முக்கியமான இயக்கமாக கருதப்படும் திராவிடர் கழகத்தினை தோற்றுவித்தவர். இவருடைய சுயமரியாதை இயக்கமும், பகுத்தறிவு வாதமும் மிகவும் புகழ்பெற்றது.

இவர் வசதியான முற்பட்ட சாதியாகக் கருதப்பட்ட நாயக்கர் என்ற சமூகத்தில் பிறந்திருந்தும், சாதிக்கொடுமை, தீண்டாமை, மூடநம்பிக்கை, வருணாசிரம் தரும் கடைப்பிடிக்கும் பார்ப்பனீயம், பெண்களைத் தாழ்வாகக் கருதும் மனநிலை போன்றவற்றை எதிர்த்து மக்களுக்காகக் குரல் கொடுத்தார்.

இம்மனநிலை வரக் காரணமானவை மக்களிடையே இருக்கும் மூட நம்பிக்கையும், அந்த மூட நம்பிக்கைக்கு காரணமாக இருக்கும் கடவுள் நம்பிக்கையும், கடவுள் பெயரால் உருவான சமயங்களும்தான் என்பதைக் கருத்தில் கொண்டு ஈ.வெ.ரா தீவிர இறை மறுப்பாளராக இருந்தார்.

இந்திய ஆரியர்களால் தென்னிந்தியாவின் பழம்பெருமை வாய்ந்த திராவிடர்கள் பார்ப்பனரல்லாதவர்கள் என்ற ஒரு காரணத்தினால்

புறக்கணிக்கப்படுவதையும் அவர்களால் திராவிடர்களின் வாழ்வு சுரண்டப்படுவதையும் பெரியார் எதிர்த்தார்.

அவர் தமிழ்ச் சமூகத்திற்காகச் செய்த புரட்சிகரமான செயல்கள், மண்டிக்கிடந்த சாதியை புரட்சிக்கரமான செயல்கள், மண்டிக்கிடந்த சாதிய வேறுபாடுகளைக் குறிப்பிடத்தக்க வகையில் அகற்றியது. தமிழ் எழுத்துக்களின் சீரமைவுக்கு ஈ.வெ.ரா குறிப்பிடத்தக்க பங்காற்றி யுள்ளார்.

இவருடைய பகுத்தறிவு, சுயமரியாதைக் கொள்கைகள் தமிழ் நாட்டின் சமூகப் பரப்பிலும், தமிழக அரசியலிலும் பல தாக்கங்களை ஏற்படுத்தியவை. இவர் ஈ.வெ.ரா, தந்தை பெரியார், வைக்கம் வீரர் என்ற பட்டங்களினாலும் அறியப்படுகிறார்.

1927, டிசம்பர் 18 வரை 'குடியரசு' இதழில் ஆசிரியர் பெயராக ஈ.வெ.இராமசாமி நாயக்கர் என்றுதான் குறிக்கப்பட்டு வந்தது. 25, டிசம்பர் 1927 குடியரசு இதழ் முதல் நாயக்கர் பட்டம் வெட்டப்பட்டது. இது குறித்து வே. ஆனைமுத்து 'பெரியார் களஞ்சியம்' எனும் தொகுப்பு நூலில் அவ்வாறாக, 'நாயக்கர்' என்ற பட்டச் சொல்லை அவருடைய பெயருக்குப் பின்னால் இருந்து நீக்கி விட்ட நிலையில், 'நாயக்கர்' என்ற பட்டச் சொல் இல்லாமல் அவரது பெயரைக் குறிப்பிடுவதானது, அவருக்கு உரிய பெருமையைக் குறைத்து விடுமோ என நம் இனப் பெரு மக்கள் அஞ்சினர். அங்ஙனம் அஞ்சிய இடத்தில் 'பெரியார்' என்ற சொல்லை முதன் முதலாகச் சேர்த்து 'ஈ.வெ.இராசாமிப் பெரியார்' என அழைத்தவர் நாகர்கோயில் வழக்கறிஞர் திரு. பி.சிதம்பரம் பிள்ளையே ஆவார் என்று கூறுகிறார். இந்த விளக்கத்தினை 21.5.1973ல் திருச்சியில் பெரியார் தனக்கு கூறியதாகவும் கூறியுள்ளார்.

சமூகநீதிக்கான பயணம் என்பது ஒருநாளில் போட்டதல்ல. டாக்டர் நடேசனார், டி.எம். நாயர், சர்.பிட்டி தியாகராயர், ஏ.டி. பன்னீர்செல்வம், பனகல் அரசர், தந்தை பெரியார், அறிஞர் அண்ணா, கலைஞர் போன்ற தலைவர்களால் பல தசாப்தங்களாக, ஒவ்வொரு கல்லாக வியர்வையும் ரத்தமும் சிந்தி உருவாக்கப்பட்டது.

இந்திய அளவில் ஜோதிராவ் பூலே, டாக்டர் பி.ஆர். அம்பேத்கர், வி.பி. சிங் போன்ற தலைவர்கள் இதற்காக வாழ்நாளெல்லாம் போராடி யுள்ளனர்.

இடஒதுக்கீடு என்பது நமது உரிமை. சமூக நீதிக்கான தேவை என்பது ஒன்றுதான். எல்லோருக்குமான வளர்ச்சி என்பதை உள்ளடக்கி இந்த முயற்சி வென்றெடுக்கப்பட வேண்டும்.

சமூகநீதிக் கொள்கை உயிர் மூச்சாகக் கொண்ட தந்தை பெரியாரின் திராவிட இயக்கம் மற்றும் திராவிட முன்னேற்றக் கழகத்தின் தொடர் வெற்றியின் விளைவாக, தமிழகத்தில் கல்வியிலும் வேலை வாய்ப்பிலும் 69 சதவீத இடஒதுக்கீடு நடைமுறைப்படுத்தப்பட்டு வருகிறது.

அதுமட்டுமின்றி மத்திய அரசு பணிகளில் மண்டல் கமிஷனின் பரிந்துரைப்படி 27 சதவீத இடஒதுக்கீட்டு முறையை அமல்படுத்தியதில் சமூகநீதிக் காவலர் முன்னாள் பிரதமர் வி.பி. சிங் அவர்கள் மூலமாக, திராவிட முன்னேற்றக் கழகமும், தலைவர் கலைஞர் அவர்களும் சீரிய முறையில் பங்காற்றியதை வரலாறு மறக்காது.

பிரதமர் பதவியையும் துச்சமென மதித்து மண்டல் கமிஷன் பரிந்துரைகளை செயல்படுத்திய சமூகநீதிக் காவலர் திரு.வி.பி. சிங் அவர்களை சமூக நீதியின் பயன்களை துய்த்துவரும் பிற்படுத்தப்பட்ட, மிகவும் பிற்படுத்தப்பட்ட மக்கள் என்றென்றைக்கும் மறக்க மாட்டார்கள்.

●

பண்பட்ட பழக்க வழக்கங்கள் மனிதனைக் கொடுமையிலிருந்து மீட்டெடுக்கும் கருவிகளாகும். இதுவே நாகரீகத்தின் அடையாளங் களாகும்.

நாகரீகமுள்ள சமூகத்தில் சுதந்திரம், சமத்துவம், சகோதரத்துவம் ஆகியவையே தாரக மந்திரங்களாகும். இவை இல்லாத ஒரு சமூகத்தை பண்பாடு உள்ளதாகவோ, நாகரீகம் உள்ளதாகவோ கூற இயலாது.

இந்து சமயம் வேத சாஸ்திரங்களின் அடிப்படையில் பிராமணர்களின் விளக்கத்தின்படி பிறவியின் அடிப்படையில் அமைந்த சாதியைக் கொண்டு ஒருவன் உயர்ந்தவன், மற்றவன் தாழ்ந்தவன் என்று மக்களைப் பிரித்தது மிகக் கொடுமையாகும்.

பிராமணர், சத்திரியர், வைசியர், சூத்திரர் என்று சமூக அமைப்பை நான்கு பிரிவுகளாக பிரித்து மக்களிடையே ஏற்றத்தாழ்வுகளை செயற்கை

யாக ஏற்படுத்திச் சமத்துவத்தை மறுக்கும் தத்துவமே தான் வர்ணாசிரம தர்மம் என்பதாகும்.

இப்படி ஆயிரக்கணக்கான ஆண்டுகளைச் சாதியின் அடிப்படையில் மக்களைப் பிரித்து ஆண்டு வந்த Divide and Rule அந்நிய தத்துவமான வர்ணாசிரம தர்மத்தை உட்கொண்டுள்ள ஆரிய சனாதன மதத்தை திராவிட சாதிகளிடையே இந்து மதம் என்ற முலாம் பூசி பாமர மக்களின் கடவுள் நம்பிக்கையை அறியாமையை பயன்படுத்தி வெகு ஆழமாக பரப்பி விட்டனர்.

வர்ணாசிரம தர்மக் கொள்கைதான் பஞ்சமர்களை கோயிலுக்குள் நுழையக் கூடாது என்று கூறுகிறது. சைவமும் வைணவமும் பறையர்கள் உட்பட அனைவரையும் கோயிலுக்குள் அனுமதிக்கிறது என்று வரலாற்று உண்மைகள் பேசுகின்றன.

வர்ணாசிரம தர்மம் காப்பாற்ற வேண்டி பன்னெடுங்காலமாக இருந்து வந்த மரபு பாழ்படுத்தக் கூடாது என்ற வாதத்தை பிராமணர்கள் ஒருபுறமும், மறுபுறம் நாங்கள் ஆரியர்கள் அல்ல ஆதி சைவர்கள், எங்களுக்கு கோயில்களில் பரம்பரையாக அர்ச்சகராகப் பணியாற்றும் உரிமை உண்டு. ஆகமங்கள்படி சிவன் கோயில்களில் சிவாச்சாரியார்களாக நாங்கள் பணிபுரிந்து வருகின்றோம் என்று வெள்ளாளர் சமுதாயத்திற்கு ஆதரவாக ஒரு பிரிவினரும் வாதாடுகின்றனர்.

எந்தச் சாதியினரும் அர்ச்சகராகலாம் என்று 23.06.2006ல் கலைஞர் கொண்டு வந்த சட்டமானது திராவிடச் சாதியினர் அனைத்து பிரிவினருக்கும் பொருந்தக் கூடியதாகும்.

இப்படிப்பட்ட பின்னணியில் கலைஞரின் இந்த அரசாணை வர்ணாசிரம தத்துவத்துக்கு சாவு மணியடிக்கும் நடவடிக்கையாம்.

ஏதோ இந்த நடவடிக்கை சாதாரணமானது என்பது போன்று காழ்ப்புணர்ச்சியுடன் கடந்து செல்ல முடியாது. இது தமிழர் சமுதாய மாற்றத்திற்கு மிக முக்கிய அடிப்படை நடவடிக்கையாகும்.

அனைத்து சாதியினரும் அர்ச்சகராகலாம் என்ற விவகாரத்தின் பின்னணியை சற்று பார்ப்போம்.

அனைத்து சாதியினரும் இந்துக் கோயில்களில் அர்ச்சகராகலாம்

என்பது திராவிட இயக்கத்தின் கொள்கைச் செயல்பாடுகளில் ஒன்றாகும்.

அனைத்து சாதியினரும் கோயில் கருவறைக்கு செல்ல அனுமதிக்க வேண்டுமென்று கூறி வந்த பெரியார் 1970ஆம் ஆண்டு குடியரசு தினத்தன்று இதற்காக கிளர்ச்சி ஒன்றை நடத்தப் போவதாக அறிவித்தார்.

தமிழகத்தின் முக்கியமான கோயில்களில் இந்தப் போராட்டம் நடக்குமென்றும் திருநீறுபூசித்தான் கோயில்களில் நுழையலாம் என்றால் தொண்டர்கள் பூசிக் கொள்ளலாம் என்றும் பெரியார் கூறினார்.

இந்த அறிவிப்பை அடுத்து அன்றைய முதல்வர் மு. கருணாநிதி அனைத்து சாதியினரும் அர்ச்சகராவதற்கான சட்டம் விரைவில் இயற்றப்படும் என்றும் பெரியார் தன் போராட்டத்தை ஒத்தி வைக்க வேண்டுமென்றும் கேட்டுக் கொண்டார். அதன்படி போராட்டம் ஒத்தி வைக்கப்பட்டது.

எல்லோரையும் அர்ச்சகராக்க அனுமதிக்கும் இந்தச் சட்டம் ஏற்கனவே இருந்த இந்து சமய அறநிலைய ஆட்சித் துறை சட்டத்தின் பிரிவு 55, 56, 116 ஆகியவற்றில் செய்யப்பட்ட திருத்தச் சட்டம்தான்.

இதற்கான மசோதா 02.12.1970ல் தமிழக சட்டமன்றத்தின் இரு அவைகளிலும் நிறைவேற்றப்பட்டது. இதன் முக்கிய கூறு, இந்துக் கோயில்களின் எல்லா பகுதிகளின் நியமனத்திலும் பாரம்பரிய (வாரிசு அடிப்படையில் நியமனம்) கொள்கையை நீக்குவது (பிரிவு 55ல் செய்யப் பட்ட திருத்தம்).

இந்தச் சட்டத்தை எதிர்த்து சேஷம்மாள் என்பவர் வழக்குத் தொடர்ந்தார். உச்சநீதிமன்றத்தில் எஸ.எம். சிக்ரி, ஏ.என். குரோவர், ஏ.என்.ரே.டி.ஜி. பாலேகர், எம்.எச்.பெக் ஆகியோர் இந்த வழக்கை விசாரித்து 1972 மார்ச் 15ஆம் தேதி தீர்ப்பு வழங்கினர்.

ஒரு கோவிலில் அர்ச்சகரை நியமனம் செய்யும்போது, ஆகமங்களை மீறி அறங்காவலர் நியமனங்களை மேற்கொள்ள மாட்டார் என்று அரசு கூறியதை சுட்டிக் காட்டிய நீதிபதிகள், குறிப்பிட்ட இனம், உட்பிரிவு, குழுவிலிருந்தே அர்ச்சகரை நியமிக்க வேண்டும் எனச் சுட்டிக் காட்டியது.

ஆனாலும் மனுதாரரின் அச்சத்திற்கு இப்போது அவசியமில்லை என்று கூறி சேஷம்மாளின் மனுவை தள்ளுபடி செய்தது.

சட்டத்தை எதிர்த்தவரின் மனு தள்ளுபடி செய்யப்பட்டதாகத் தோன்றினாலும் ஆகமத்திற்கு உட்பட்டே நியமனங்களைச் செய்ய வேண்டும் என்பதை இந்த உத்தரவு வலியுறுத்தியது.

இந்த நீதிமன்ற உத்தரவை பெரியார் கடுமையாக விமர்சித்தார். 1973 டிசம்பர் 8, 9ல் பெரியார் திடலில் நடந்த தமிழர் சமுதாய இழிவு மாநாட்டில் பேசிய பெரியார், நண்பர் கருணாநிதி கொண்டு வந்த சட்டத்தை நீதிமன்றம் செல்லாது என்று ஆக்கியதால் ஆத்திரம் அதிகமாகி விட்டதாகக் குறிப்பிட்டார்.

உச்சநீதிமன்றத் தீர்ப்பில் அரசியல் சாசனப் பிரிவு 25ஐப் பற்றி குறிப்பிட்டிருப்பதால் அனைத்து சாதியினரும் அர்ச்சகராக்குவதற்கு ஏதுவாக அந்தப் பிரிவை நீக்க வேண்டுமென கருணாநிதி மத்திய அரசை வலியுறுத்த ஆரம்பித்தார். பிரதமருக்கு கடிதங்களை எழுதினார். ஆனால் பிரிவு திருத்தப்படவில்லை.

எம்.ஜி.ஆர். ஆட்சிக்கு வந்த பிறகு 1982ல் நீதியரசர் மகாராஜன் தலைமையில் கோயில் வழக்கங்களில் செய்யப்பட வேண்டிய சீர் திருத்தங்கள் குறித்து ஆராய்ந்து அறிக்கை அளிக்க ஒரு குழுவை அமைத்தார்.

அந்தக் குழுவும் அனைத்து சாதியினரும் உரிய பயிற்சிக்குப் பிறகு அர்ச்சகராக நியமிக்கப்படலாம் என்று கூறியது. ஆனால் அதற்கு முன்பாக அரசியல் சாசன சட்டப்பிரிவு 25-2ல் திருத்தம் கொண்டு வர வேண்டும் என்று கூறியது.

இதற்குப் பிறகு பல ஆண்டுகள் இந்த விவகாரம் தொடர்பாக நடவடிக்கைகள் ஏதும் எடுக்கப்படவில்லை. இந்த நிலையில் 2002ல் ஆதித்யன் - கேரள அரசு என்ற வழக்கில் தீர்ப்பு வழங்கிய கேரள உயர்நீதி மன்றம், 'ஆகமங்கள், மதப்பழக்க வழக்கங்கள் போன்றவை எல்லோரும் சமம்' என்ற இந்திய அரசியல் சாசனத்தின் அடிப்படை கொள்கைக்கு எதிராக இருந்தால் அவை சட்டரீதியாக செல்லாது என்று கூறி அனைத்து சாதியினரும் அர்ச்சகராக்க முடியும் என்று தீர்ப்பளித்தது.

இதற்குப் பிறகு 2006ஆம் ஆண்டில் மீண்டும் ஆட்சிக்கு வந்த தி.மு.க. அனைத்து சாதியினரும் அர்ச்சகராவதற்கான அரசாணையை வெளி யிட்டது. இதற்கான சட்டமும் இயற்றப்பட்டது.

2006ஆம் ஆண்டில் தமிழ்நாட்டில் அனைத்து சாதியினரும் அர்ச்சக ராக்கப்படலாம் என்ற சட்டம் இயற்றப்பட்டு இதற்கென திறக்கப்பட்ட பயிற்சிப் பள்ளிகளில் பயின்ற மாணவர்கள், பன்னிரண்டு ஆண்டு களுக்கும் மேலாக கோவில்களில் தங்கள் நியமனத்திற்காக காத்திருக் கின்றனர்.

தமிழ்நாட்டில் உள்ள இந்துக் கோயில்களில் அனைத்து சாதியினரை யும் அர்ச்சகராக்க அனுமதிக்கும் வகையில் 2006ஆம் ஆண்டில் தி.மு.க. அரசு வெளியிட்ட அரசாணை அடிப்படையில் நீதிபதி ஏ.கே. ராஜன் தலைமையிலான கமிட்டி ஒன்று அமைக்கப்பட்டு அர்ச்சக மாணவர்களின் தகுதி, பாடத்திட்டம், பயிற்சிக்காலம், கோயில்களில் நடைபெறும் பூஜை முறைகள் ஆகியவற்றை ஆராய்ந்து பரிந்துரைகளை அளித்தது.

இந்த பரிந்துரைகளின் அடிப்படையில் சென்னை பார்த்தசாரதி கோயில், திருவரங்கம் ஆகிய இடங்களில் வைணவ அர்ச்சகர்களுக்கான பயிற்சிப் பள்ளிகளும், மதுரை, திருவண்ணாமலை, பழனி, திருச்செந்தூர் ஆகிய இடங்களில் சைவ அர்ச்சகர்களுக்கான பயிற்சிப் பள்ளிகளும் உருவாக்கப்பட்டன.

இந்த பயிற்சிப் பள்ளிகளில் மாணவர் சேர்க்கைக்காக அரசு விளம்பரம் வெளியிட்டு நேர்காணல் செய்தபோது ஒவ்வொரு நாளும் நேர் காணலுக்கு 300 பேருக்கு மேல் வந்தனர்.

இவர்களில் இருந்து ஒவ்வொரு மையத்திற்கும் 40 பேர் வீதம் ஆறு மையங்களுக்குமாக சேர்த்து 240 பேர் பயிற்சிக்காக தேர்வு செய்யப் பட்டனர்.

இவர்களில் 33 பேர் பயிற்சிக் காலத்தில் விலகிவிட 207 பேர் முழுமை யாக பயிற்சியை முடித்தனர். இந்த 240 பேரில் எல்லா சாதியினரும் இடம் பெற்றிருந்தனர்.

இவர்களுக்கான பயிற்சிகள் 2007ஆம் ஆண்டு ஆகஸ்டு மாதம் துவங்கப் பட்டது. அடுத்த 13 மாதங்களில் தமிழ் மந்திரங்கள், பூஜை முறைகள், கோவில்களின் பழக்க வழக்கங்கள் ஆகியவை தொடர்ந்து கற்பிக்கப் பட்டன.

பயிற்சி பெற்ற மாணவர்கள் 2008ஆம் ஆண்டு தீட்சையை முடித்து விட்ட நிலையில் இவர்களுக்கான சான்றிதழ்களும் வழங்கப்பட்டன.

ஆனால் வழக்கின் முடிவின் அடிப்படையில்தான் பணி நியமனங்கள் இருக்குமென தெரிவிக்கப்பட்டது.

இந்த நிலையில் 2010ஆம் ஆண்டு செப்டம்பர் 17ஆம் தேதி பயிற்சி பெற்ற மாணவர்கள் பெரியார் சிலைக்கு மாலை அணிவித்தனர். இதற்கு இந்து அமைப்புகள் கடுமையாக எதிர்ப்புத் தெரிவித்தன. இந்தச் சமயத்தில் பயிற்சி பெற்ற மாணவர்கள் தாக்கப்பட்ட சம்பவங்களும் நடந்தன.

2011ல் புதிதாக பதவியேற்ற அதிமுக அரசு இந்த விவகாரத்தில் பெரிதாக ஆர்வம் காட்டவில்லை. இதற்குப் பிறகு கடந்த 2015ஆம் ஆண்டு டிசம்பர் மாத மத்தியில் உச்சநீதிமன்றம் இந்த வழக்கில் தீர்ப்பளித்தது.

தமிழக கோயில்களில் ஆகம விதிகளின்படி அர்ச்சகர்களை நியமிக்கும் மரபு உள்ள இடங்களில், அதே முறைப்படி நியமிக்க வேண்டுமென்றும் ஆகம விதிகளின் கீழ் அர்ச்சகர் நியமனங்கள் நடக்கும்போது பாதிக்கப்படு பவர்கள் நீதிமன்றங்களை அணுகி தனித்தனியாக நிவாரணம் கோர வேண்டுமென்றும் உச்சநீதிமன்றத் தீர்ப்பு தெரிவித்தது.

ஆனால், இந்தத் தீர்ப்பின் மூலம் எல்லா சாதியைச் சேர்ந்தவர்களும் அர்ச்சகர்களாக நியமிக்கப்படலாமா என்பதை நீதிமன்றம் தெளிவுபடுத்த வில்லை என்று அர்ச்சகர் பயிற்சி பெற்றவர்கள் கருதினர். தமிழ்நாடு அரசும் இது தொடர்பாக தன்னுடைய நிலைபாடு எதையும் தெரிவிக்க வில்லை.

இந்த நிலையில் கடந்த 2018ஆம் ஆண்டில் மதுரையில் அழகர் கோயில் கட்டுப்பாட்டில் உள்ள ஒரு சிறிய அய்யப்பன் கோவிலில் மாரிமுத்து என்ற பயிற்சி பெற்ற மாணவர் அர்ச்சகராக நியமிக்கப்பட்டார். ஆனால் இது தொடர்பான அறிவிப்பு எதையும் இந்து சமய அறநிலையத் துறை வெளியிடவில்லை.

இதற்குப் பிறகு 2020ஆம் ஆண்டில் மதுரை நாகமலை புதுக்கோட்டை யில் உள்ள பிள்ளையார் கோயில் ஒன்றில் தியாகராஜன் என்ற பயிற்சி பெற்ற மாணவர் நியமிக்கப்பட்டிருக்கிறார்.

பயிற்சி பெற்ற 207 பேரில் 2 பேர் சிறிய கோயில்களில் பணி வாய்ப்பைப் பெற்றிருக்கிறார்கள். ஐந்து பேர் இறந்து போய் விட்டனர்.

மீதமுள்ள 200 பேரில் 4 பேருக்கு வேறு அரசு வேலைகள் கிடைத்திருக்கின்றன. மீதமுள்ள 196 பேர் தொடர்ந்து இதற்காக போராடி வருகிறார்கள்.

பெரியார் நினைவுநாளில் 28.12.1992ல் திருச்சி பெரியார் நினைவு நூற்றாண்டு கல்வி வளாகத்தில் குழந்தைகள் காப்பகக் கட்டிடத் திறப்பு விழாவின்போது முன்னாள் இந்திய பிரதமர் வி.பி.சிங் நிகழ்த்திய உரை :

பெரியார் இறந்த பிறகும் வாழ்ந்து கொண்டிருக்கிறார் என்று சொன்னால் அவருக்கு பின்னாலே இருக்கின்ற மக்களின் வருகின்ற சந்ததியினரின் உள்ளங்களிலே அவரது கருத்துகள் நிறைந்திருக்கின்றன என்றால், அவர் சாகவில்லை என்பதைக் காட்டுகிறது. மாறாக அவர் என்றைக்கும் மக்கள் நெஞ்சில் நிறைந்து இருக்கிறார் என்றுதான் நான் சொல்வேன்.

மிகப்பெரிய தலைவர் பெரியார் வாழ்ந்த காலத்திலே, இந்த நாட்டிலே இருக்கக்கூடிய சமுதாயக் கொடுமைகளைக் கண்டு மனம் வெதும்பினார். அதன் காரணமாக இந்தச் சமூக அநீதியைக் கொடுமையைத் துடைத் தெறிய வேண்டும் என்று உள்ளத்தில் உறுதி பூண்டார், அதற்காகவே உழைத்தார்.

ஒரு மனிதனுக்கு சாவை விட மிகக் கொடுமையானது அவமானம் என்றே நான் சொல்லுவேன். இந்த நாட்டிலே கோடிக்கணக்கான மக்கள் சமூக அநீதியால் அவமானத்தால் பாதிக்கப்பட்டார்கள். நெருப்பிலே வெந்து கொடுமைப்படுவதை விட கொடுமையானதுதான் இந்த அவமானத்தால் ஏற்படுகின்ற கொடுமை பசியால் வயிறு பற்றி எரிகிறது.

ஆனால் மனத்தில் அவமானம் என்ற நெருப்புப் பற்றி எரிந்தால் இந்த நாட்டில் புரட்சி தான் வெடித்துக் கிளம்பும் என்பதைச் சொல்லிக் கொள்ள விரும்புகின்றேன். அதை உணர்ந்ததால்தான் பெரியார் சுயமரியாதை என்ற முழக்கத்தை தந்தார்கள். அந்தச் சுயமரியாதை என்ற முழக்கத்தை தந்ததால்தான் ஆயிரம் ஆயிரமாண்டு காலமாய் இந்த நாட்டிலே இருக்கக்கூடிய சமூக அநீதியை நாம் புரிந்து கொள்ள முடியும் என்று நமக்கு கற்றுக் கொடுத்தார்.

ஒரு மனிதனை அழிக்க வேண்டுமா? அப்படி அழிக்க வேண்டும் என்று சொன்னால் செல்வத்தை அழிப்பதால் அவன் அழிவதில்லை.

ஆரோக்கியத்தை அழிப்பதால் அவன் அழிவதில்லை. ஆனால் அவனை முழுமையாக அழிக்க வேண்டுமானால் அவனுடைய மானத்தை அழித்து விட்டால் அவன் அழிந்து விடுவான் என்பதை நாம் தெரிந்து கொள்ள வேண்டும். இதைத்தான் சாதி செய்து கொண்டிருக்கிறது.

சாதி என்ன செய்து கொண்டிருக்கிறது என்று சொன்னால், அது உள்ளத்தை அடிமைப்படுத்தியிருக்கிறது. இந்த நாட்டிலே இருக்கக்கூடிய கோடிக்கணக்கான மக்களின் உள்ளங்களை, சிந்தனையை அடிமைப் படுத்தியிருக்கிறது என்பதை நாம் உணர வேண்டும்.

கைகளிலே போடப்பட்ட இரும்புக் கைவிலங்குகளை நாம் உடைத் தெறிய முடியும். ஆனால் மனத்திலே அறிவிலே பூட்டப்பட்டிருக்கின்ற விலங்கினை நாம் உடைத்தெறிய முடியாது. அந்த விலங்குகளை உடைத்தெறியத்தான் நமக்கு சுயமரியாதை என்ற உணர்வு வேண்டும்.

'ரோபோ' என்று சொல்லக்கூடிய எந்திர மனிதன் மனிதனை விடத் திறமையாக எல்லா செயல்களையும் செய்யக்கூடிய ஆற்றல் படைத்தது. ஆனால் அதற்கு மனிதனுக்கு இருக்கக்கூடிய ஒன்று இல்லை. அதுதான் மனம் என்ற ஒன்று. உள்ளம் என்ற ஒன்று அதற்கு இல்லை.

இந்த நாட்டிலே இருக்கக் கூடிய தாழ்த்தப்பட்ட மக்களைச் சூத்திரன் என்று சொல்லப்படுகின்ற பிற்படுத்தப்பட்ட மக்களை, வருணம் என்று சொல்லக்கூடிய சாதி என்கிற அமைப்பு, அவர்களுடைய உள்ளங்களிலே விலங்கை மாட்டி அடிமைப்படுத்தி வைத்திருக்கிறது. தாழ்த்தப்பட்ட மக்களை ஒடுக்கப்பட்ட மக்களை எந்திர மனிதர்களாக்கி இருக்கிறது. ஆகையால்தான் பெரியார், சுயமரியாதை என்ற ஆணியை மிகச் சரியாக அதனுடைய தலையில் அடித்தார்.

ஒரு தாழ்த்தப்பட்டவன், செல்வந்தன் ஆனால் இந்தச் சமுதாயம் எதிர்ப்பதில்லை. அதை ஏற்றுக் கொள்கிறது. அதே சமயம் அவன் சமுதாயத்தில் உயர்ந்த நிலைக்கு வந்தால் அவனுடைய தலை வெட்டப் படுகிறது. ஆக இன்றைக்கு இருக்கக்கூடிய சிக்கல்களுக்கு அடித்தளம் என்ன?

சமுதாயத்தில் இருக்கக்கூடிய தாழ்த்தப்பட்ட ஒடுக்கப்பட்ட மக்களை உயர்த்துவது எப்படி என்பது தான் அந்தச் சிக்கல்.

அந்தச் சிக்கலுக்கு தீர்வு காணப் பாடுபட்டவர்கள் தான் டாக்டர் பாபா சாகேப் அம்பேத்கர் அவர்களும், பெரியார் அவர்களும். மனிதன் தலை நிமிர்ந்து நிற்க வேண்டும், வாழ வேண்டும் என்பது தான் பெரியார் அவர்களின் கொள்கை. டாக்டர் அம்பேத்கர் அவர்களுடைய கொள்கை.

நாம் 400 ஆண்டுகளுக்கு முன்பு உள்ள வரலாற்றுக்குச் செல்வதை விட 4000 ஆண்டுகளுக்கு முன்னால் உள்ள வரலாற்றுக்கு செல்வோம். 4000 ஆண்டுகளுக்கு முன்னாலேயே இந்தியாவிலே ஒரு படையெடுப்பு நடந்தது.

அந்தப் படையெடுப்பிலே கைபர், போலன் கணவாய் வழியாக இந்த நாட்டுக்கு வந்தவர்கள் இங்கே இருந்த மக்களை அடிமைப்படுத்தி விட்டார்கள். அவர்களைத் தசுயூக்கள் என்று சொன்னார்கள். அந்த தசுயூக்கள்தான் இன்றைக்கு பஞ்சமர்களாக, சூத்திரர்களாக இருக்கிறார்கள். எனவே அப்போது ஏற்பட்ட அடிமைத்தனம் ஒழிந்தா லொழியப் பிரச்சனைகள் தீராது.

இங்கே அரசியலிலே ஈடுபட்டு எம்.எல்.ஏ.க்களாக, எம்.பி.களாக வருகிறார்கள். ஏன்? அமைச்சர்களாகக் கூட வருகிறார்கள். ஆனால் மண்டல் அமுலாக்கம் என்பது வெறும் சம்பளத்திற்கான வேலை வாய்ப்பு மட்டுமல்ல. அதிகார வர்க்கத்தில் நமக்குப் பங்கு கிடைக்க வேண்டும் என்பதுதான்.

ஏனென்றால் சாதாரணமான ஏழை மக்களுக்கான ரேசன் கார்டு கிடைப்பதைக் கூட முடிவெடுப்பது அதிகார வர்க்கம் தான். எனவேதான் மண்டல் அமுலாக்கம் என்பது அதிகாரப் பங்கீடு என்கிறோம்.

திராவிடர் கழகத்தை எங்களோடு ஒப்பிட மாட்டேன். ஏனென்றால் அது அரசியலிலே ஈடுபடக்கூடிய இயக்கமல்ல. ஆனால் அரசியலில் ஈடுபடுகின்ற கட்சிகளில் எங்களுடைய சனாதனம் தான் கட்சிப் பொறுப்புகளில் 60 சதவீதத்தைப் பிற்படுத்தப்பட்ட, தாழ்த்தப்பட்ட சிறுபான்மை மக்களுக்கு ஒதுக்கீடு செய்திருக்கிறது.

அதேபோல் நாட்டின் அனைத்து அதிகார மட்டத்திலும் ஒதுக்கீடு செய்யப்பட்டாலொழிய நாட்டில் முன்னேற்றங்கள் ஏற்பட வாய்ப்பில்லை.

இந்த நிலையை நாம் புரிந்து கொள்ள வேண்டும். இந்திய நாட்டி லுள்ள அரசியலாக இருந்தாலும், அதிகார வர்க்கமாக இருந்தாலும், அரசியல் கட்சித் தலைமையாக இருந்தாலும், தொழில் துறையாக இருந்தாலும் எல்லாவற்றிலும் முடிவெடுக்கின்ற இடத்தில் மேல் சாதிக்காரர்களே இடம் பெற்றிருக்கிறார்கள்.

பிற்படுத்தப்பட்ட மக்களை தாழ்த்தப்பட்ட மக்களை அந்த இடங் களில் காண முடியாத நிலை, ஆயிரக்கணக்கான ஆண்டுகளாக இருந்து கொண்டு இருக்கிறது. இதைப் பற்றி யாரும் பேசவில்லையே. ஏன்?

2000 வருடங்களாகத் தங்களுடைய வாய்ப்புகளை இழந்தவர்களை பார்த்து தகுதி திறமை இருந்தால் அவர்களுக்கு வேலை கிடைக்கும் என்கிறீர்கள். 3000 ஆண்டு காலமாகத் தகுதிகளை அனுபவித்துக் கொண்டிருக்கிறீர்கள். அந்த வாய்ப்பை 30 ஆண்டுகள் இவர்களுக்கு கொடுத்தால் 30 ஆண்டுகளில் உங்களை விட இவர்கள் முன்னேறி விடுவார்கள்.

எடுத்துக் கொண்ட செய்தியைச் சொல்லப் போனால் நீண்ட நேரம் பேசிக் கொண்டே இருக்கலாம். காலத்தின் அருமை கருதி கடைசியாக சில கருத்துகளை கூற விரும்புகிறேன்.

கல்வி வேறு, அறிவு வேறு. அறிவு என்று சொல்லக்கூடியது இருக்கிறதே அந்த அறிவு மனிதனுக்கு அதிகாரத்தை தர இருக்கிறது. அப்படி அறிவு அதிகாரத்தை தருகிறது என்பதை ஈராயிரம் மூவாயிரம் ஆண்டுகளுக்கு முன்னாலே அவர்கள் உணர்ந்தார்கள்.

அதனால்தான் அதிகாரத்தை தங்கள் கையிலேயே வைத்துக் கொள்ள வேண்டும் என்று கருதி ஒன்றைச் செய்தார்கள். மற்றவர்கள் படித்து அறிவு பெறக் கூடாது என்று நினைத்தார்கள்.

அப்படி நினைத்ததால்தான் சூத்திரர்கள் வேதத்தை படித்தால் அவர்கள் காதில் ஈயத்தைக் காய்ச்சி ஊற்று என்று சொன்னார்கள். அந்த அளவிற்கு அறிவுத் துறையை தங்கள் கையிலே ஏகபோகமாக வைத்துக் கொண்டார்கள்.

ஒடுக்கப்பட்ட மக்களுக்கு அந்தக் காலத்திலிருந்து இந்தக் காலம் வரை தொழில் நுணுக்கங்களைக் கொடுக்க மறுத்தார்கள். இருந்த போதிலும்

தானாகவே முயன்று ஏகலைவன் கற்றுக் கொண்டான். அவனது கட்டை விரலையே வெட்டி விட்டார்கள்.

முன்னேறிய நாடுகளிலிருந்து எதை வேண்டுமானாலும் தர தயாராய் இருக்கிறார்கள். பொருள்களைத் தரத் தயாராக இருக்கிறார்கள். ஆனால் பொறியியற் கல்வியைத் தர மறுக்கிறார்கள்.

இந்த நாட்டிலே இருக்கக் கூடிய கல்வி முறை கூட, நாட்டில் இருக்கிற ஏற்றத்தாழ்வுகளை நிலை நிறுத்துகின்ற கல்வி முறையாக இருக்கிறது. இந்த நாட்டிலே இருக்கக்கூடிய மிகப்பெரிய நிர்வாகங்களுக்கு எல்லாம் போகக் கூடியவர்களுக்கு மிகப்பெரிய கல்வி தேவைப்படுகிறது.

அப்படிப்பட்ட கல்வியைப் பெரும் வசதி படைத்தவர்கள் தான் பெற முடியும் என்ற நிலை இப்போது இருந்து கொண்டிருக்கிறது. எனவே இன்றைக்கு இருக்கக்கூடிய கல்வி முறை ஒடுக்கப்பட்ட மக்களிடையே உள்ள ஏற்றத்தாழ்வுகளை அதிகரிக்கக்கூடிய ஒன்றாகத்தான் இருக்கிறது.

புரட்சி என்பது வாளைத் தூக்கிக் கொண்டு மட்டும் செய்ய முடியாது. மக்கள் மனத்தில் எழுகின்ற மலர்ச்சியை வைத்துத் தான் செய்ய முடியும். அப்படிப்பட்ட பணியை நாங்களெல்லாம் செய்கின்ற பணியை விட உயர்ந்த பணியை நீங்கள் செய்து கொண்டிருக்கிறீர்கள். எனவே உங்களைப் பாராட்டுகிறோம்.

அண்மையிலே விடுதலை பெற்ற நாடுகள் இந்தியா ஆயினும், வங்காளதேசம் ஆயினும், பாகிஸ்தான் ஆயினும் மூன்று இலக்குகளை வைத்திருக்கின்றன. ஒன்று நாட்டினுடைய ஒருமைப்பாட்டை முன்னேற்றுவது, இன்னொன்று மக்கள் நாயகத்தை நிலை நிறுத்துவது, மூன்றாவது நவீனமயமாக்குவது. இதிலே நான் முதலில் ஒன்றை எடுத்துக் கொள்கின்றேன்.

ஒருமைப்பாடு பேசுகிறவர்கள், ஒருவன் பிறக்கும்போது சாதியின் அடிப்படையில் உயர்வு, தாழ்வு என்று சொல்கிறார்கள் என்றால் சமுதாய இணக்கம் இல்லை என்றால், சமுதாய ஒற்றுமை இல்லை என்றால், நாட்டு ஒற்றுமை எப்படி வரும் என்பதைக் கேட்க விரும்புகிறேன்.

இப்படிச் சமுதாயத்திலே சமூக அநீதி இருக்கும்போது மூன்றாவதாக உள்ள நவீன மயமாக்குவதை எப்படிச் செய்ய முடியும்? இன்றைக்கு வகுப்பு வெறியானது இந்த நாட்டிலே பரவிக் கொண்டிருக்கிறது. அந்த

வகுப்பு வெறி மறைய வேண்டும் என்று சொன்னாலும்கூட அதன் மூலத்தைப் பார்க்க வேண்டும்.

வகுப்பு வாதத்தின் மூல ஊற்று எங்கிருந்து புறப்படுகிறது என்பதை ஆராய வேண்டும். வகுப்புவாதத்துக்கு எதிராக நாம் மதச்சார்பின்மை வேண்டும் என்கிறோம். ஆனால் மதச்சார்பின்மை மட்டுமே வகுப்பு வாதத்தை ஒழித்து விடாது. அத்துடன் கட்டாயமாக சமூக நீதியும் இணைந்தாக வேண்டும்.

வி.பி.சிங் சொன்ன குட்டிக்கதை

19

பிற்படுத்தப்பட்டோருக்கான 27 சதவீத இடஒதுக்கீட்டு ஆணைக்கு பார்ப்பன உயர்ஜாதி சக்திகளிடமிருந்து கடும் எதிர்ப்புகள் உருவாகி நாடு முழுவதும் கலவரங்கள் கட்டவிழ்த்த போது பாட்னாவில் லல்லு பிரசாத் ஏற்பாடு செய்த மாபெரும் கூட்டத்தில் பேசிய வி.பி.சிங் ஒரு குட்டிக்கதையைக் கூறி இடஒதுக்கீடு கொள்கையை விளக்கினார்.

ஒரு குடும்பத்தில் அண்ணன் தம்பி களிடையே பாகப்பிரிவினை நடந்தது. வீட்டில் இருந்த ஒரே மாட்டையும் இரண்டாக பிரித்து விட வேண்டும் என்றார்கள்.

மாட்டின் தலைப்பகுதி தம்பிக்கும் பின்பகுதி அண்ணனுக்கும் பிரிக்கப்

பட்டது. தம்பியின் கடமை ஒவ்வொரு நாளும் தலைப்பகுதியிலுள்ள வாய்க்கு மாட்டின் தீவனம் போட வேண்டும். அண்ணனோ ஒவ்வொரு நாளும் பின்பகுதியிலுள்ள மாட்டின் மடியிலிருந்து பால் கறந்து கொண்டே இருந்தார்.

எத்தனை காலத்துக்குத்தான் இந்த அநீதியைத் தம்பி சகித்துக் கொண்டிருப்பான்? ஒரு நாள் அண்ணனின் பால் கறந்து கொண்டிருக்கும் போது தம்பி தலைப்பகுதியிலுள்ள கொம்பைப் பிடித்து ஆட்டி விட்டான். அவ்வளவுதான், இத்தனை காலம் தீனி போடாமலேயே பாலை மட்டும் கறந்து கொண்டிருந்த அண்ணனை மாடு எட்டி உதைத்தது. அண்ணன் இது அநீதி, அநியாயம் என்று அலறினான்.

அந்தக் கொம்பை பிடித்து ஆட்டிய வேலையை தான் நான் செய்தேன். அதற்காக காலம் காலமாக அதிகாரத்தை பகிர்ந்து கொள்ள மறுத்தவர்கள் என்னை எதிர்க்கிறார்கள் என்று கூறி முடித்தார் வி.பி.சிங்.

✤

சமூகநீதிக் காவலருக்கு திராவிடர் கழகத்தின் புகழாரம்

20

முன்னாள் பிரதமர் வி.பி.சிங் அவர்களுடைய படத்தை தமிழக முன்னாள் முதல்வர் கலைஞர் திறந்து வைத்த நிகழ்ச்சியில் திராவிடர் கழகத் தலைவர் கி.வீரமணி அவர்கள் ஆற்றிய உரை :

மறைந்த முன்னாள் பிரதமர் வி.பி.சிங் அவர்கள் அடக்கப்பட்ட, ஒடுக்கப்பட்ட ஆமைகளாய் ஊமைகளாய் இருந்த மக்களுக்கு எப்படி பாடுபட்டார்? அவருடைய பெருமைகள் என்ன என்பதை நாடறியச் செய்ய வேண்டும் என்றும் அவருக்கு படத்திறப்பு விழாவை விரைவில் நடத்திட வேண்டும் என்று ஆணையிட்டதைப்போல கலைஞர் அவர்கள் கூறினார்கள்.

திராவிடர் கழகம் நடத்துகின்ற விழா

விலே வி.பி.சிங் அவர்களுடைய படத்தைத் திறந்து வைத்த வேண்டும் என்று அவர்கள் உடனடியாக ஒப்புக்கொண்டு வந்திருக்கின்றார்கள்.

இதில் திராவிடர் கழகம், திராவிட முன்னேற்ற கழகம் என்று நாம் பிரித்துப் பார்க்க வேண்டிய அவசியமில்லை. நாம் எல்லோரும் இணைந்துதான் வி.பி.சிங் அவர்களுக்கு வீர வணக்கத்தைச் செலுத்துகின்ற இந்த படத்திறப்பு விழாவை நடத்திக் கொண்டிருக்கிறோம்.

வி.பி.சிங் அவர்கள் உத்தரப்பிரதேச மாநிலத்திலே பிறந்திருந்தாலும் கூட, அவர் தமிழ்நாட்டை, தமிநாட்டு மக்களைத்தான் நேசித்தார் என்பது உலகம் அறிந்து ஏற்றுக் கொண்டிருக்கக்கூடிய ஒரு செய்தியாகும்.

தந்தை பெரியார் அவர்கள் இதுபோன்ற மாமனிதர்கள் மறைந்த பொழுது இயற்கையின் கோணல் புத்தி என்று சொல்லுவார்கள். இயற்கையின் அந்த கோணல் புத்தி பாயக்கூடாதவர்கள் மீது பாய்ந்திருக்கிறது.

இங்கே பேசிய நம்முடைய கழகப் பொதுச் செயலாளர் அறிவுக்கரசு, எப்படிப்பட்ட புரட்சியை வி.பி.சிங் அவர்கள் நிகழ்த்திக் காட்டினார்கள் என்பதை இங்கே சுட்டிக் காட்டினார்.

60 கோடி பிற்படுத்தப்பட்ட மக்களுக்கு மத்திய அரசிலே வேலை வாய்ப்பு கிடைக்க வேண்டும் என்பதற்காகப் பாடுபட்டவர்கள். அதற்கு முன்பு மத்திய அரசிலே பிற்படுத்தப்பட்டவர்களுக்கு வேலை வாய்ப்பு கிடைக்காத நிலையில்தான் இருந்தது.

இன்றைக்கு இந்த நிகழ்ச்சி நீதிக்கட்சி தலைவர்களின் முன்னோடியான சர்.பிட்டி.தியாகராஜன் அவர்களுடைய பெயராலே அமைந்த அரங்கத்தில் நடைபெறுகிறது.

தென்னிந்தியர் நல உரிமைச் சங்கம் நீதிக்கட்சித் தலைவர்கள் போன்றவர்கள் சமூக நீதிக்காகப் பாடுபட்டார்கள். தந்தை பெரியார், பேரறிஞர் அண்ணா, நம்முடைய தலைவர் கலைஞர் போன்றவர்கள் சமூக நீதிக்காகப் பாடுபட்டார்கள்.

அண்ணல் அம்பேத்கர் அவர்களாலே ஏற்படுத்தப்பட்ட விழிப்புணர்ச்சி, காமராஜர் அவர்ர்களாலே ஏற்படுத்தப்பட்ட கல்விப் புரட்சியின் விளைவாக இந்தியாவிற்கு தமிழகம் ஒரு முன்னோடி மாநிலமாகத் திகழ்ந்தது.

மண்டல் கமிசனைப் பற்றி யாரும் கவலைப்படாத நிலை - நெருங்க முடியாத நிலை இருந்தது. வி.பி.சிங் அவர்கள் தேர்தல் அறிக்கையிலே சொன்னார்கள் : "நாங்கள் மத்தியிலே ஆட்சிக்கு வந்தால் மண்டல் கமிசன் அறிக்கையை அமல்படுத்துவோம்" என்று.

வி.பி.சிங் அவர்கள் வந்தவுடன் துணிச்சலாக மண்டல் கமிசன் அறிக்கை அமல்படுத்தப்படும். நடைமுறைக்கு வரும் என்று சொன்னார்கள்.

கோடானு கோடி பிற்படுத்தப்பட்ட மக்களுக்கு 27 சதவிகித அடிப்படையில் வேலை வாய்ப்பில் இடஒதுக்கீடு வழங்கப்படும் என்று அறிவித்தார்கள். கல்வித்துறைக்கு அதை அவர்கள் அமல்படுத்த முடியவில்லை.

வி.பி.சிங் இதை அறிவித்த பொழுது டெல்லியிலே உயர் ஜாதிக்காரப் பார்ப்பனர்கள் திட்டமிட்டு எதிர்ப்பு தெரிவித்தார்கள். பலரை ஏவிவிட்டார்கள். சில அப்பாவி மாணவர்களைத் தள்ளி திட்டமிட்டு அதற்கு எதிர்ப்பு தெரிவிக்கிறோம் என்ற பெயராலே தீயிலே தள்ளி தீக்குளிக்க வைத்தார்கள்.

பிரதமர் பி.வி.சிங் அவர்கள் நாடாளுமன்றத்திலே பேசும்பொழுது இடஒதுக்கீட்டிற்காக பாடுபட்ட சமூக நீதித் தலைவர்களான தந்தை பெரியார் அவர்களையும், அண்ணல் அம்பேத்கர் அவர்களையும், ராம் மனோகர் லோகியா ஆகியோர்களுடைய பெருமைகளையும், அவர்களுடைய தொண்டுகளையும் பாராட்டிப் பதிவு செய்தார்கள். அப்படிப்பட்ட மாபெரும் புரட்சியாளர்தான் இன்றைக்குப் படமாகக் காட்சியளிக்கின்ற வி.பி.சிங் அவர்கள்.

அதேபோல இந்திரா சகானி வழக்கிலே மண்டல் கமிசன் சம்பந்தப்பட்ட வழக்கிலே உச்சநீதிமன்ற நீதிபதிகள் ஒன்பது பேர் தீர்ப்பு கொடுத்தார்கள். உச்சநீதிமன்ற ஒன்பது நீதிபதிகளில் நீதிபதி இரத்தினவேல் பாண்டியன் அவர்கள் மட்டும் மாறுபட்ட தனித்தன்மை யான தீர்ப்பைக் கொடுத்தார்கள்.

பிரதமர் வி.பி.சிங் அவர்கள் பாராளுமன்றத்திலே தந்தை பெரியார் அவர்களைப் பற்றி புகழ்ந்து பேசியதை உச்சநீதிமன்றத் தீர்ப்பிலேயே அதை அவர்கள் லாவகமாகக் கொண்டு போய் பதிவு செய்திருக்

கின்றார்கள்.

புத்தர் எப்படி அரச வம்சத்திலே பிறந்தாலும் ஜாதியை ஒழிக்கப் பகுத்தறிவைப் பரப்ப எளிய மக்களுக்காக எப்படிப் பாடுபட்டார்களோ, அதேபோல வி.பி.சிங் அவர்கள் ராஜ பரம்பரையிலே பிறந்திருந்தாலும், ஒடுக்கப்பட்ட மக்களுக்காகப் பாடுபட்ட மாபெரும் தலைவர் அவர்கள்.

வி.பி.சிங் அவர்கள் எப்பொழுதெல்லாம் சென்னைக்கு வருகிறாரோ - அது கலைஞர் அவர்கள் அழைத்திருந்த நிகழ்ச்சியாக இருந்தாலும் அல்லது மற்றவர்கள் அழைத்த நிகழ்ச்சியாக இருந்தாலும் கலைஞர் அவர்களை நேரில் சந்தித்துப் பேசாமல் சென்றதில்லை. கலைஞர் அவர்கள் மீது அத்தகைய அன்பை, மரியாதையைக் காட்டியவர் அவர்.

இந்தக் காலத்திலே ஒரு சாதாரணப் பஞ்சாயத்து போர்டு பதவியைக் கூட பிறர் இழக்கத் தயாராக இல்லை. ஆனால், வி.பி.சிங் அவர்கள் பிரதமராக இருந்தபோது இடஒதுக்கீட்டுக்காக மண்டல் பரிந்துரையை அமல்படுத்துவேன் என்று அறிவித்ததற்காக - ஒரு கொள்கைக்காக தம்முடைய பிரதமர் பதவியையே இழந்தவர் அவர்.

அதுமட்டுமல்ல, அவர் சொன்னார், இந்த மண்டல் கமிசனுக்காக, சமூகநீதித் தத்துவத்திற்காக நான் ஒருமுறை அல்ல ஆயிரம் முறை பிரதமர் பதவியை இழக்கத் தயார் என்று அன்றைக்கு மாபெரம் அறிவிப்பைச் செய்து பதவியைத் துறந்த ஒரு கொள்கை விரர், இலட்சிய வீரர்தான். இன்றைக்கு உங்கள் முன்னாலே படமாகக் காட்சியளிக்கக் கூடிய வி.பி.சிங் அவர்கள்.

ஒரு நல்ல பொருளை வாங்க வேண்டுமென்றால் அதற்கு ஒரு நல்ல விலை கொடுக்க வேண்டும். நான் நல்ல பொருளை வாங்குவதற்காக நல்ல விலையைக் கொடுத்திருக்கிறேன் என்று துணிச்சலுடன் சொன்னார்.

வி.பி.சிங் அவர்கள் பாராளுமன்றத்திலே அம்பேத்கர் அவர்களுக்கு சிலை திறந்த பொழுது சொன்னார், கோயிலுக்குக் கொண்டு வரக் கூடிய சிலையை வடித்த சிற்பிக்குக் கர்ப்பக்கிரகத்திலே அனுமதி இல்லை.

அதுபோல அரசியல் சட்டத்தை வடித்த சிற்பியான அண்ணல் அம்பேத்கருக்கு - கோயில் சிலைகளை வடித்தவர்கள் எப்படி கருவறைக்குள் செல்ல முடியாதோ அதுபோல, பாராளுமன்றம் என்ற

கர்ப்பக் கிரகத்துக்குள் இப்பொழுதுதான் அவருடைய சிலை உள்ளே நுழைய முடிந்தது.

இன்றைக்கு அவருக்கு சிலை திறக்கப்படுகிறது என்று சொன்னார். அதேபோன்று மாபெரும் புரட்சியாக இங்கு யார் கர்ப்பக்கிரகத்துக்குள் நுழைய முடியாது என்ற நிலை இருந்ததோ அவர்களுக்கெல்லாம் வாய்ப்புக் கதவுகளைத் திறந்த விட்டவர் நம்முடைய முதல்வர் கலைஞர் அவர்கள் ஆவார்.

அப்படிப்பட்ட புரட்சியாளருடைய படத்தைத்தான் நம்முடைய தலைவர், முதல்வர் கலைஞர் அவர்கள் இங்கே திறந்து வைத்திருக் கின்றார்.

இதே தியாகராயர் நகரில் உள்ள பனகல் பார்க்கில் நடந்த ஒரு மாபெரும் நிகழ்ச்சியில் வி.பி.சிங் அவர்கள் பேசிக் கொண்டு வரும் பொழுது திடீரென்று ஒரு செய்தியைச் சொன்னார்கள்.

யாராவது உங்கள் முகத்தில் எச்சில் துப்பினால் நீங்கள் என்ன செய்வீர்கள்? என்று கேட்டார். எல்லோரும் சற்று அமைதியாக பார்த்தனர். இயல்பாக என்ன செய்வீர்கள்? துணிந்து சொல்லுங்கள் என்று கேட்டார்.

ஒரு தோழர் அந்த மாபெரும் கூட்டத்தில் எழுந்திருந்து பதில் சொன்னார். ஓங்கி அறைவேன் என்று. இதற்குப் பெயர்தான் சுயமரியாதை என்று விளக்கம் சொன்னார் வி.பி.சிங்.

இதற்கு முன் தந்தை பெரியார் அவர்களுடைய சுயமரியாதைக் கருத்துக்களை அறிந்திராத அவர் இயல்பாக சுயமரியாதைத் தத்துவத் திற்கு இப்படி ஒரு விளக்கம் சொன்னார்.

இன்றைக்கு ஒரு நண்பர் - இண்டியன் எக்ஸ்பிரஸ் வந்த செய்தியை டெல்லியிலிருந்து அனுப்பினார். அதில் வி.பி.சிங் அவர்களைப் பற்றி பெருமையாகக் குறிப்பிடப்பட்டிருந்தது.

ராஜவம்சத்திலே வி.பி.சிங் பிறந்தவர் என்றாலும், எங்கெங்கெல்லாம் மக்களுக்கு குறைகள் இருந்ததோ அதை எல்லாம் முன்னின்று போக்கியவர் என்று சொல்லப்பட்டிருக்கிறது.

இன்றைக்கு ஐக்கிய முற்போக்குக் கூட்டணி அரசின் சாதனையாக தகவல் அறியும் உரிமைச் சட்டம் அமல்படுத்தப்பட்டிருக்கின்றது.

வி.பி.சிங் காலத்திலேயே இதற்காக அவர் போராடியிருக்கின்றார். வேலை வாய்ப்பு கிட்டாத ஒடுக்கப்பட்ட இளைஞர்களுக்கெல்லாம் வேலை வாய்ப்பு கிட்ட வேண்டும் என்று பாடுபட்டவர் அவர்.

டில்லியிலே பெரியார் மையம் இடிக்கப்பட்டது. அப்பொழுது டெல்லி மருத்துவமனையிலே அனுமதிக்கப்பட்டு சிகிச்சையில் இருக்கின்றார். அப்படிப்பட்ட சூழ்நிலையில் சென்னை சைதையில் நடைபெற்ற மாபெரும் கண்டனக் கூட்டத்தில் இங்கு வந்து பேசும்பொழுது சொன்னார்.

எனக்கு அந்தத் தகவல் தெரிந்திருக்குமானால் நான் அந்த புல்டோசர் முன்னாலே போய் நின்று என் மீது ஏற்றி என்னை அழித்து விட்டுத்தான் அந்த புல்டோசர் நகர்ந்திருக்க முடியும். அதற்காக என்னுடைய உயிரை தந்தாவது தடுத்திருப்பேன் என்று சொன்ன மாபெரும் கொள்கைப் பிடிப்பு கொண்ட மனித நேயர்தான் வி.பி.சிங் அவர்கள்.

மண்டல் பரிந்துரைப்படி பிற்படுத்தப்பட்டவர்களுக்கு மத்திய அரசிலே 27 சதவிகித இடஒதுக்கீட்டுப்படி வேலை வாய்ப்பு வழங்கப்பட்டது. அப்பொழுது சீத்தாராம் கேசரி அவர்கள் மத்திய அமைச்சராக இருந்தவர் ராஜசேகர் என்ற முதல் பிற்படுத்தப்பட்டவர்.

அவர்தான் விசுவகர்ம இனத்தைச் சார்ந்த ராஜசேகர் என்ற பிற்படுத்தப்பட்டவரை கையைப் பிடித்துக் கொண்டுஅழைத்துச் சென்று அந்த முதல் வேலை வாய்ப்புப் பணியினை துவக்கி வைத்து நடைமுறைப் படுத்தினார்கள். இந்த செய்தியை அறிந்து சீதாரம் கேசரி அவர்களுக்கு முதலில் வாழ்த்து தெரிவித்தேன்.

அடுத்ததாக அமெரிக்காவிலே உள்ள மருத்துவமனையில் சிகிச்சைக்கு அனுமதிக்கப்பட்டிருந்த வி.பி.சிங் அவர்களிடத்திலே தொலைபேசியிலே தொடர்பு கொண்ட, அவருடைய மகத்தான பணியினைப் பாராட்டி சொன்னபோது நீங்கள் மாபெரும் வெற்றியைப் பெற்றுவிட்டீர்கள் என்று சொன்னபொழுது அவர் அன்றைக்கு அடைந்த மகிழ்ச்சிக்கு அளவே இல்லை.

எனக்கு இப்பொழுதே உடல்நலம் குணம் ஆனதுபோல் தோன்றுகிறது என்று அளவு கடந்த மகிழ்ச்சியோடு சொன்னார்.

இங்கே இந்த மேடையிலே திறக்கப்பட்ட படம் வி.பி.சிங் படம் ஏதோ சிறியதாக இருக்கிறதே என்று கூட நீங்கள் நினைக்கலாம். வேறொன்று மில்லை. வி.பி.சிங் அவர்களுடைய படத்தின் மீது வி.பி.சிங் அவர்களே தமிழில் கையெழுத்துப் போட்ட அதே படத்தைத்தான் இங்கு வைத்திருக்கின்றோம்.

அதைத்தான் நம்முடைய முதலமைச்சர் கலைஞர் அவர்கள் திறந்தார். வி.பி.சிங் தமிழ் மொழியை நேசித்தார்.

தமிழ்நாட்டுமக்களை நேசித்தார். வி.பி.சிங் சிறந்த கவிஞர். சிறந்த ஓவியர். அவர் எழுதிய இந்திக் கவிதை நூல் - நாங்கள் அப்படியே தமிழில் மொழி பெயர்த்து திருச்சியில் திராவிடர் கழகத்தின் சார்பில் வெளி யிட்டோம்.

அந்த நூலின் பெயர்தான் ஒரு துளி பூமி - ஒரு துளி வானம். அவருடைய கவிதையில் பகுத்தறிவுக் கருத்துகள் மிளிர்கின்றன. பிள்ளையார் சாணம் என்ற கவிதையிலும் சோதிடர் என்ற கவிதையிலும் சொல்லியிருக்கிறார்.

அந்த நூலை சென்னைக்கு வந்து கலைஞர் அவர்களுடைய கோபாலபுரத்தில் உள்ள இல்லத்தில் சந்தித்து அந்த நூலைக் கொடுத் திருக்கின்றார்.

வி.பி.சிங் அவர்களுக்கு தமிழ்நாட்டிலே எப்படி நினைவுச் சின்னம் உருவாக்க வேண்டும் என்பதை நாங்கள் கேட்டு நம்முடைய தலைவர் செய்யக் கூடியவர் அல்லர். அவருக்குத் தெரியும் எப்படி செய்வது? எப்பொழுது செய்வது? எதைச் செய்வது என்று. இதை எல்லாம் யாரும் கேட்காமலேயே செய்யக்கூடிய ஆற்றல் படைத்தவர் முதல்வர்.

நாங்கள் எல்லாம் அவருடைய ஆற்றலைக் கண்டு மகிழ்ச்சி அடைகின்றோம். எனவே, வி.பி.சிங் அவர்களுக்குத் தகுந்த நினைவுச் சின்னத்தை ஏற்படுத்த வேண்டும்.

வடபுலத்திலே டெல்லியிலே விரிவாக கட்டப்பட்டுக் கொண்டிருக்கிற பெரியார் மையத்தை வரும் பிப்ரவரி மாதத்திலே நம்முடைய முதல்வர்

கலைஞர் அவர்கள்தான் திறந்து வைக்க இருக்கின்றார். இந்த இரண்டாவது பெரியார் மையம் வருவதற்கே காரணமாக அமைந்தவர் வி.பி.சிங் அவர்கள்.

எனவே, டெல்லியிலே இருக்கிற பெரியார் மையத்தில் உள்ள ஒரு அரங்கம் வி.பி.சிங் அவர்களுடைய பெயராலேயே அமையும் என்பதை இந்த நேரத்திலே சொல்கிறேன். அது இயக்கம் சார்பானது.

ஆனால், மக்கள் சார்பாக - தமிழ்நாட்டின் சார்பாக அவருக்கு எப்படிப்பட்ட பெருமைகளை உருவாக்க வேண்டும், எப்படிப்பட்ட நினைவுச் சின்னங்களை உருவாக்க வேண்டும் என்பதை நம்முடைய தலைவர் அவர்களே கூறுவார்கள்.

கலைஞர் அவர்கள்தான் சொன்னார்கள். இந்தக்கூட்டம் உடனடியாக கூட்டப்பட வேண்டும். நாம் அவருக்கு மரியாதை செலுத்த வேண்டும் என்று கலைஞர் அவர்கள் சொன்னார். பல்வேறு நெருக்கடிகளுக் கிடையிலே இந்தப் படத்திறப்பு விழாவை முக்கியக் கடமையாகக் கருதி இங்கே வந்திருக்கின்றார்கள்.

வி.பி.சிங் அவர்களுக்கு தமிழ்நாட்டிலே தலைநகரத்திலே எப்படிப் பட்ட ஒரு சிறப்பான நினைவுச் சின்னத்தை அமைக்க வேண்டும் என்று சொல்லுகின்றார்களோ அவர்களோடு உடனிருந்து பெரியார் தொண்டர்கள் நாங்கள் பணியாற்ற இருக்கின்றோம் என்பதை எடுத்துக் கூறி அவருடைய உரையைக் கேட்க உங்களைப்போலவே நாங்களும் காத்திருக்கிறோம் என்ற காரணத்தால் என்னுடைய உரையை முடித்துக் கொள்கின்றேன் என்று தமிழர் தலைவர் உரையாற்றினார்.

அவதூறு வழக்கில் 9 லட்சம் அபராதம்

21

முன்னாள் பிரதமர் வி.பி.சிங்கின் மனைவி சீதாகுமாரி தன்னை அவதூறாகப் பேசியதற்காக டில்லியைச் சேர்ந்த பத்திரிகை ஒன்றுக்கு 1 லட்சம் ரூபாய் இழப்பீடு வழங்க வேண்டும் என்ற டில்லியைச் சேர்ந்த விசாரணை நீதிமன்றம் உத்தரவிட்டுள்ளது.

மாண்டாவின் ராஜா பகதூர் பைத்தியக்காரராக இருந்தார் என்ற அந்தக் கட்டுரை பொதுமக்களின் பார்வையில் வாதியின் (சீதாகுமாரி) உருவத்தைக் குறைத்துள்ளது என்று கூறிய சிவில் நீதிபதி சுஷாந்த் சங்கோத்ரா, மனைவி தன கணவரை பைத்தியம் பிடித்ததாக எந்த அடிப்படையும் இல்லாமல் கூறுவது முற்றிலும் அவதூறானது. இயற்கையாகவே மனைவி வாதியின்

வழக்கு, பிரதிவாதிகள் (வெளியீடு) கூட்டாகவும் கடுமையாகவும் செலுத்த 1 லட்சம் ரூபாய் நஷ்ட ஈடுக்கான செலவுகளுடன் ஆணையிடப் படுகிறது.

2006ல் மாண்டாராணி சீதாகுமாரி (வி.பி.சிங் மனைவி) தாக்கல் செய்த மனுவில் தனது கணவரை பைத்தியம் பிடித்தவர் என்று உயர்நீதி மன்றத்தில் அறிவித்ததாக பத்திரிகையில் வெளியிடப்பட்ட கட்டுரை தவறாக குறிப்பிடப்பட்டுள்ளது.

அவரது வழக்கறிஞர் ஷஷி சங்கர், நீதிமன்றத்தின் முன் அறிக்கை அளிக்கப்பட்டதை நிரூபிக்க எந்த ஆதாரமும் இல்லை என்று குற்றம் சாட்டினார்.

மேலும், அவரை 'பைத்தியக்காரர்' மற்றும் 'நாட்டின் மிகவும் செல்வாக்கற்ற பிரதமர்' என்று அழைத்தார். இந்தத் தவறான அறிக்கைகள் மற்றும் வார்த்தைகள் இயற்கையில் அவதூறு மட்டுமல்ல, தேசத்தையும் தவறாக வழிநடத்துகின்றன என்று மனுவில் கூறப்பட்டுள்ளது.

வெளியீட்டின் தலைமை ஆசிரியரும் கட்டுரையின் ஆசிரியரும் தங்கள் மீதான அனைத்து குற்றச்சாட்டுகளையும் மறுத்து தனது கணவரை பைத்தியம் என்று அவர்கள் அழைத்தது பத்திரிகைகளில் பல முறை செய்தியாக இருந்தது என்று கூறினார்.

வி.பி.சிங் தனது நிலத்தின் பெரும் பகுதியை ஆச்சர்ய வினோபா பாவே தலைமையிலான பூதான் இயக்கத்திற்கு நன்கொடையாக வழங்கியதால் அவர் அத்தகைய அறிக்கையை வெளியிட்டதாகவும் அவர்கள் கூறினர்.

அந்த நிலத்திற்கு உரிமை கோர வாதி தனது கணவர் வி.பி.சிங்கின் மனநிலை சரியில்லாத காரணத்தால் நன்கொடை செல்லாது என்று வாதிட்டார் என்று அவர்கள் கூறினர்.

சீதாகுமாரி தனக்கு ஆதரவாக மூன்ற சாட்சிகளை ஆஜர்படுத்திய நிலையில் அந்த வெளியீடு சாட்சிகளை குறுக்கு விசாரணை செய்ய வில்லை. பின்னர், எக்ஸ் பார்ட்டி (ஒரு தரப்புக்கு) வெளியீட்டிற்கு எதிராக வழக்கு விசாரிக்கப்பட்டது.

கையிருப்பில் உள்ள ஆதாரங்களை ஆராய்ந்த பின்னர் நீதிமன்றம் கூறியது, வி.பி.சிங் உலகின் மிகப்பெரிய ஜனநாயகத்தின் தலைவராக

இருந்த ஒரு பெரிய பொது நபர் என்பதில் சந்தேகமில்லை.

நியாயமான கருத்துகளை வெளியிடும் உரிமை பொது நபரின் கொள்கைகள் குறித்து கருத்து தெரிவிக்கும் அளவிற்கு அனுமதிக்கப் படுகிறது. வாதிக்கு அவதூறான அறிக்கையை வெளியிடுவது குறித்து புகார் அளித்து நஷ்ட ஈடு கோர உரிமை உண்டு.

பிரசுரத்திற்கு வாய்ப்பளித்த போதிலும், அந்த அறிக்கை சரியான உண்மை என்பதை நிரூபிக்க அவர்கள் வாதியையோ அல்லது சாட்சிகளையோ குறுக்கு விசாரணை செயயவில்லை என்றும் நீதிமன்றம் குறிப்பிட்டது. அனைத்து சாட்சிகளும் அவர் தனது வாழ்நாள் முழுவதும் பொதுமக்களுக்கு ஆதரவாக இருந்ததாகக் கூறியுள்ளனர். மேலும், அவதூறான கட்டுரைகளை வெளியிடுவது அவரை தர்மசங்கடமான சூழ்நிலையில் ஆழ்த்தியுள்ளது என்று நீதிமன்றம் கூறியுள்ளது.

அவர் ஒரு ராஜா அல்ல, துறவி

22

அவர் ஒரு ராஜா அல்ல, ஒரு துறவி. அவர் தேசத்தின் தலைவிதி. (ராஜா நஹி ஃபகீர் ஹை - தேஷ் கி தக்கிர் ஹை)

1988 - 89ல் கங்கைப் பகுதி முழுவதும் ஏழைகள் மற்றும் சமூக பொருளா தாரத்தில் பின் தங்கியவர்கள் முழக்கப் பட்ட கோஷம் இதுதான். அவர் போஃபர்ஸ் சிக் பேக்கை வலுக்கட்டாய மாக உயர்த்திப் புயலை உருவாக்கி உயர்ந்த இடங்களில் ஊழலைக் குறிக்கிறது.

இந்த செயல்பலாட்டில் அவர் நாட்டின் சமூக அரசியல் வடிவத்தை என்றென்றும் மாற்றினார். தன்னுள் ஒளிந்திருந்த ஒரு ஓவியர் - கலைஞர் தன்னெழுச்சியான உணர்வுகளின்

தன்னிச்சையான பெருக்கத்தை உணர்ந்தார். அது ஒருமுறை. நான் வளர்ந்தபோது நாம் நம் கண்களால் மட்டமல்ல இதயத்திலிருந்தும் பார்க்கிறோம் என்பதை மெதுவாக உணர்ந்தேன், உணர்வு வாழ்கிறது என்றார்.

அந்த உணர்வு அவரை ஏழைகளின் இதயத்தின் ராஜாவாக மாற்றியது. உடல்நிலை சரியில்லாதபோதிலும் ஏழைகளை அவர் தோற்கடிக்க வில்லை.

அவர் உருவாக்கிய தலைவர்கள் போன்ற அவரது சிறுநீரகங்கள் இறுதியாக அவருக்கு 67 வயதில் செயலிழந்தன. ராஜா இறந்து விட்டார்! ராஜா வாழ்க!!

மண்டாவின் ராஜாவான விஸ்வநாத் பிரதாப் சிங் உண்மையில் ஒரு பக்கீரைப் போலவே வாழ்ந்து ஏழைகளுக்காக உழைத்து டெல்லியில் பக்கீராக இறந்தார்.

ஜனதா தளமாக மாற்றப்பட்ட ஜனமோர்ச்சா மூலம் ஊழலுக்கு எதிரான பிரச்சாரம் 1989 நவம்பரில் ராஜீவ்காந்தியின் ஆட்சியைத் துடைத்தழித்தது. அதனால்தான் காங்கிரஸ்காரர்கள் அவரை புரூட்டஸ் என்று அடிக்கடி அழைத்தனர்.

அவரது அரசாங்கம் பா.ஜ.க.வின் ஆதரவை ஒரு முக்கிய அங்கமாக நம்பியிருந்த போதிலும் எல்.கே.அத்வானியை கைது செய்து சமஸ்திபூரில் அவரது ராம ரதத்தைத் தரையிறக்குமாறு பீகார் முதல்வராக இருந்த லாலு பிரசாத் யாதவை அவர் கேட்டுக் கொண்டார். இதனால் கோபமடைந்த பா.ஜ.க. தனது அரசுக்கு அளித்து வந்த ஆதரவை வாபஸ் பெற்றது.

கலைஞர் அரசியலின் கொள்கைக் கூட்டாளி வி.பி.சிங்

23

வி.பி.சிங் இறந்தபோது அரசியல் நாகரீகத்தின் சின்னம் வி.பி.சிங் என்று கலைஞர் புகாரரம் சூட்டினார்.

இந்திய திருநாட்டின் முன்னாள் பிரதமரும் தேசிய முன்னணியின் பிதா மகரும், சமூக நீதிக் காவலரும், சிறந்த கவிஞரும் ஓவியரும் தனது ஆழமான அன்புக்கும் பாசத்துக்கும் உரியவருமான வி.பி.சிங் இயற்கை எய்தினார் என்ற செய்தி இடியாக இதயத்துக்குள் இறங்கி என்னை நிலைகுலையச் செய்து விட்டது.

அரசியல் நாகரீகத்துக்கும், பண் பாட்டுக்கும், உயர்ந்த லட்சியங்களுக்கும் அடையாளச் சின்னமாக விளங்கிய அவரது பிரிவு இந்திய நாட்டுக்கு ஈடு செய்திட முடியாத பேரிழப்பாகும்.

தமிழகத்தைப் பொறுத்தவரை வி.பி.சிங் பிரதமராக இருந்தபோது வழங்கிய கொடைகள் வரலாற்றுச் சிறப்புமிக்கவை. காவிரி நடுவர் மன்றம் அமைத்திட அவர் உறுதுணையாக இருந்ததும் எத்தனையோ எதிர்ப்புகளுக்கிடையே பிற்படுத்தப்பட்டோர் நலன்கருதி மண்டல் கமிஷன் பரிந்துரையை நடைமுறைப்படுத்திட முன்வந்ததும்;

மாநிலங்களிடையே மன்றம் அமைத்ததும் சென்னை மீனம்பாக்கத்தி லுள்ள வெளிநாட்டு விமான தளத்துக்கு காமராஜர் பெயரும் சூட்ட வேண்டும் என்று நான் வேண்டுகோள் விடுத்து, அதனை விழா மேடையிலேயே வி.பி.சிங் ஏற்று அறிவித்ததும் என்றைக்கும் மறக்க முடியாதவைகளாகும்.

தி.மு.க. மூன்றாவது முறையாக தமிழ்நாடு சட்டமன்றப் பேரவைத் தேர்தலில் பெரும்பான்மை இடங்களைப் பெற்று 27.1.1989 அன்று சென்னை வள்ளுவர் கோட்டத்தில் பதவிப் பிரமாண உறுதிமொழி எடுத்துக் கொண்ட மாபெரும் விழாவில் வி.பி.சிங் கலந்து கொண்டு சிறப்பித்ததும் அன்று மாலை சென்னை மெரினா கடற்கரையில் நடை பெற்ற வாக்காளப் பெருமக்களுக்கு நன்றி தெரிவிக்கும் பிரம்மாண்ட மான பொதுக் கூட்டத்தில்,

இன்று காலையில் ஒரு முக்கியத்துவம் வாய்ந்த நிகழ்ச்சி, வள்ளுவர் கோட்டத்தில் நடைபெற்றது. கலைஞர் கருணாநிதி முதல்வராக பதவி யேற்றிருக்கிறார். எந்த வள்ளுவர் கோட்டத்தை அவர் உருவாக்கினாரோ அந்த கோட்டத்துக்குள்ளேயே வந்து பதவிப் பிரமாணம் எடுத்திருக் கிறார். இந்த வெற்றி இந்தியாவுக்கே வழிகாட்டுகிற வெற்றி என்று வாழ்த்தியதும்,

வி.பி.சிங் பிரதமராகப் பதவிப் பொறுப்பை ஏற்றதற்குப் பின்னர் என்ற அழைப்பின்பேரில் சென்னைக்கு 1990 பிப்ரவரித் திங்களில் வந்தபோது தமது நிகழ்ச்சி நிரலையே மாற்றிக் கொண்டு நேரடியாக எனது வீட்டிற்கு வந்து என்னை மகிழ்வித்து பெருமைப்படுத்தியதும் என்று வாழ்நாளில் நெஞ்சத்தை விட்டு நீங்காத நிகழ்ச்சிகளாகும்.

அவர் மறைந்தாலும் அவரது மேதமைத் தன்மையும், உயர் தனிச்சிறப்பும், சீரிய செயல்பாடுகளும், சரித்திரத்தில் என்றென்றைக்கும் நிலைத்து நிற்கும். அவரது மறைவால் வாடும் அவரது குடும்பத்தினருக்கும்

எண்ணிலடங்கா விசுவாசிகளுக்கும் எனது ஆழ்ந்த இரங்கலைத் தெரிவித்துக் கொள்கிறேன் என்று கூறியுள்ளார் மு.கருணாநிதி.

●

தந்தை பெரியாரை தலைவராக ஏற்றுக் கொண்டவர் வி.பி.சிங் தமிழ்நாட்டை உயிராக மதித்தவர். தலைவர் கலைஞரை சொந்த சகோதரராகப் போற்றியவர் வி.பி.சிங்.

அவருக்குத் தமிழ் மண்ணில் சிலை வைக்கப்படுகிறது. இந்தியாவிலேயே அவருக்கு அமைக்கும் முதல் சிலையாகக் கூட இது இருக்கலாம். அவர் பிறந்த உத்தரப்பிரதேச மாநிலத்திலேயே அவருக்கு சிலை இல்லை.

பிறந்தது உ.பி.யாக இருந்தாலும் அவரது உதிரத்தில் கலந்தது தமிழ்நாடு என்பது அவரின் பெரும் சிறப்பு. அவர் திராவிடப் பேரியக்கத்தின் பெருஞ்சொத்தாக அதனால்தான் கருதப்படுகிறார்.

வி.பி.சிங்கும் தி.மு.க. தலைவர் கருணாநிதியும் தாழ்த்தப்பட்டோருக்கு அதிகாரம் அளிப்பது என்ற பொதுவான குறிக்கோளைப் பகிர்ந்து கொண்ட புரட்சியாளர்கள் ஆவார்கள்.

வி.பி.சிங்கின் மரபு கலைஞர் கருணாநிதியின் ஆன்மாவுடன் பின்னிப் பிணைந்துள்ளது.

சமூகநீதியின் பாதுகாவலர் என்ற பங்களிப்புக்காகவும், அவர் தேசிய முன்னணி அரசாங்கத்தின் பிரதமராக இருந்தபோது காவிரி நதிநீர் தீர்ப்பாயத்தை உருவாக்கியதற்காகவும், சர்வதேச விமான நிலையத்திற்கு மறைந்த முதல்வரின் பெயரைச் சூட்டியதற்காகவும் வி.பி.சிங்கின் சிலை அஞ்சலி செலுத்தப்பட்டது.

வி.பி.சிங்குடன் தனிப்பட்ட அரவணைப்பைப் பகிர்ந்து கொண்டவர் மு.கருணாநிதி. முப்பத்தி மூன்று ஆண்டுகளுக்கு முன்பு வி.பி.சிங் இதர பிற்படுத்தப்பட்ட வகுப்பினருக்கு (ஓபிசி) 27% இடஒதுக்கீடு வழங்க வேண்டும் என்ற மண்டல் கமிஷன் பரிந்துரையை அமல்படுத்திய பிறகு கருணாநிதிக்கும் வி.பி.சிங்குக்கும் இடையிலான பிணைப்பு வலுப்பெற்றது.

1990ல் வி.பி.சிங்கின் அரசாங்கம் வீழ்ந்த பிறகு மண்டல் கமிஷன் அறிக்கையை ஆதரித்து நான்கு நாட்கள் தமிழ்நாடு முழுவதும் தி.மு.க.

பேரணிகளை நடத்தியது.

வி.பி.சிங்குடன் கருணாநிதி பயணம் செய்ததால் சாலையோரம் மக்கள் கூட்டம் அலைமோதியது. கருணாநிதியின் மின்னூட்டல் சொற்பொழிவைத் தவிர, முரசொலி மாறன் மொழி பெயர்த்த வி.பி.சிங்கின் பேச்சுக்களும் பெருத்த உற்சாகம் அளித்தன.

கருணாநிதியும் வி.பி.சிங்கும் அடிப்படையில் கவிஞர் எழுத்தாளர் என்ற ரீதியில் அவர்களின் அரசியல் தாண்டி இருவரும் தங்களின் இலக்கிய ஆர்வங்களைப் பகிர்ந்து கொண்டனர்.

தமிழ்நாட்டை தனது இரண்டாவது தாய் வீடாக வி.பி.சிங் கருதினார். எப கட்சிகள் ஒன்றிணைந்து தேசிய முன்னணியாக 1988ல் புதுடெல்லியில் உரு பெற்றபோது கலைஞர் அவர்களின் வேண்டுகோளை ஏற்று அதன் தொடக்க விழா தமிழ்நாட்டின் தலைநகரமான சென்னைக் கடற்கரையில் நடந்தது.

திராவிடர் கழகத்தின் அழைப்பை ஏற்று எத்தனையோ முறை தமிழ்நாட்டிற்கு வந்துள்ளார் வி.பி.சிங். சென்னையில் அன்னை மணியம்மையார் சிலையைத் திறந்ததும் அவர்தான். திருச்சியில் பெரியார் மணியம்மை குழந்தைகள் காப்பகம் புதுக் கட்டடத்தையும் வி.பி.சிங் திறந்து வைத்தார்.

டில்லியில் பெரியார் மையம் இடிக்கப்பட்ட நேரத்தில், நான் டில்லியில் இருந்திருந்தால் அந்த புல்டோசர் முன் என் மார்பை நிமிர்த்தி காட்டி நின்றிருப்பேன் என்றார் வி.பி.சிங்.

டில்லியில் பாம்நொலியில் கம்பீரமாக நின்ற பெரியார் மையத்தை சட்ட விரோதமாக டில்லி ஆளுநரின் அத்துமீறிய நடவடிக்கையால் இடித்த நேரத்தில், அன்றைய பிரதமர் வாஜ்பேயி அவர்களை நேரில் சென்று நியாயம் கேட்க வேண்டும் என்று வி.பி.சிங் வைகோ போன்ற வர்கள் போய் சந்தித்தார்கள். நேரில் சந்தித்து டில்லியில் நடுநாயகமான இடத்தில் மாற்று இடம் கிடைக்க வழிகோலப்பட்டது.

வி.பி.சிங் இந்தியில் எழுதிய கவிதை நூல் த.சி.க. கண்ணன் அவர்களால் தமிழில் மொழியாக்கம் செய்யப்பட்டது. அந்த நூலின் வெளியீட்டு விழா திருச்சியில் நடைபெற்றது. அந்த நூலுக்கான

வருவாயை திருச்சியில் செயல்படும் நாகம்மையார் குழந்தைகள் இல்லத்திற்கு வி.பி.சிங் வழங்கினார்.

வி.பி.சிங் தந்தை பெரியார் கொள்கைகளை உள்வாங்கிக் கொண்ட ஒரு பெரியாரிஸ்டாகவே திகழ்ந்தார் என்பதுதான் உண்மை. அதனால் தான் சமூகநீதிக் கொள்கையல் உறுதியாக நின்றார்.

இயல்பாகவே தமிழ்நாடு பகுத்தறிவு மற்றும் சமூகநீதி வழித் தோன்றலில் வந்ததாக இருந்ததால் தன்னுடைய பிரதமர் பதவியை விட்டுக் கொடுத்து பிற்படுத்தப்பட்ட மக்களுக்கான இடஓதுக்கீட்டை அமல்படுத்திய வி.பி.சிங்கை கருணாநிதியும் தமிழக மக்களும் ஒரு ஹீரோவாகவே பார்த்தனர். தி.மு.க. அவருக்கு சமூக நீதிக்காவலர் என்ற பட்டத்தைக் கொடுத்து கௌரவித்தது.

கடைசிவரை தான் எடுத்த முடிவில் சமரசம் இல்லாமல் சுயமரியாதை உணர்வோடு சமூக நீதி கொள்கையோடு ஒடுக்கப்பட்ட மக்களுக்காகப் பணியாற்றியதால் என்னவோ தமிழ்நாடு அவருக்கான சிவப்பு கம்பளத்தை அப்போதும் இப்போதும் விரித்தே வைத்திருக்கிறது.

அனைத்து சாதியினரும் அர்ச்சகர் ஆகும் சட்டத்தை கடந்த 2.10.1970ல் அப்போதைய முதலமைச்சர் கருணாநிதி சட்டப் பேரவையில் நிறைவேற்றினார்.

எனினும் பல்வேறு வழக்குகள் சட்டப் போராட்டங்கள் காரணமாக இந்த சட்டத்தை அப்போது தி.மு.க.வால் நிறைவேற்ற முடியவில்லை.

பெரியாரின் ஆசையாக இந்தத் திட்டத்தை கருணாநிதி குறிப்பிட்டார். பெரியார் உயிருடன் இருக்கும்போது இந்த சட்டத்தை நிறைவேற்ற முடியவில்லை என்றும் பெரியாரின் நெஞ்சில் தைத்த முள் என்றும் இதனை கருணாநிதி எப்போதும் குறிப்பிடுவார்.

தற்போது 51 ஆண்டுகள் கழித்து பெரியாரின் கனவையும், கலைஞரின் சட்டத்தையும் நிறைவேற்றியுள்ளார் தமிழக முதலமைச்சர் மு.க.ஸ்டாலின்.

அனைத்து சாதியினரும் அர்ச்சகர் ஆகலாம் திட்டத்தின் கீழ் 58 பேரை அர்ச்சகராக நியமனம் செய்து முதலமைச்சர் மு.க.ஸ்டாலின் பணி ஆணை வழங்கினார்.

அனைத்து சாதியினரும் அர்ச்சகராகும் திட்டம் 2021 ஆகஸ்ட் 14ல் சென்னையில் தொடங்கி வைக்கப்பட்டது. இதில் சிறப்பு விருந்தினர்களாக குன்றக்குடி பொன்னம்பல அடிகளார், சாந்தலிங்க மருதாசல அடிகள், குமரகுருபர சுவாமிகள், சீரவை ஆதினம், ஆன்மீகச் சொற்பொழிவாளர் சுகி.சிவம், மற்றும் அமைச்சர்கள் மா.சுப்பிரமணியன், கே.என்.நேரு, சேகர்பாபு ஆகியோர் பங்கேற்றனர்.

விழாவில் பங்கேற்ற முதல்வர் மு.க.ஸ்டாலின் அர்ச்சகர் பயிற்சி முடித்த 29 ஓதுவார்கள் உட்பட 58 பேருக்கு பணி நியமன ஆணைகளை வழங்கினார். இவர்கள் சென்னை மயிலாப்பூர், கபாலீஸ்வரர் கோயில், திருச்சி சமயபுரம் மாரியம்மன் உள்ளிட்ட 58 கோயில் பணியாளர்களாக நியமனம் செய்யப்பட்டுள்ளனர்.

●

மாநிலங்களுக்கான உரிமையைப் பறைசாற்றும் வகையில் கர்நாடகத்தில் இன்று மாநிலங்களுக்கு கொடி உரிமை பேசப்படுகிறது. இதனை 52 வருடங்களுக்கு முன்பே 1970ல் பேசியவர் கலைஞர்.

அன்றைக்கு இக்கோரிக்கையைக் கடுமையாக எதிர்ப்பவர்களாக இருந்தவர்கள் ஸ்தாபன காங்கிரஸும், இன்றைய பாஜகவின் தாயான ஜனசங்கமும். என்றாலும் டெல்லியில் 1970 ஆகஸ்ட் 27ல் பத்திரிகையாளர்கள் முன் தமிழக அரசின் கொடி எப்படி இருக்கும் என்றுதான் வடிவமைத்த மாதிரியை முதல்வர் கலைஞர் வெளியிட்டார்.

தேசியக்கொடி மேல் பக்கத்திலும், தமிழகத்தின் இலச்சினையான கோபுர முத்திரை வலது பக்கத்தின் கீழ்முனையிலும் இருக்கும் வகையில் அந்த மாதிரி இருந்தது.

இப்பிரச்சினையில் அச்சமயம் தீர்வு ஏதும் கணப்படவில்லை.

இந்நிலையில் 'சுதந்திர தின விழாவில் தேசியக் கொடியை ஏற்றும் உரிமையை முதல்வர்களுக்கு வழங்க வேண்டும்' என்று வலியுறுத்த தொடங்கினார் கலைஞர்.

பிரதமர் இந்திரா இதனை ஏற்றார். இதன் விளைவாகவே மாநில முதல்வர்கள் கொடியேற்றும் உரிமையை இன்று பெற்றிருக்கிறார்கள்.

‘தி.மு.க. தேசிய இயக்கமாக நிலைக்கும் இந்தியாவின் அரசியல் ஜாதகத்தை இந்த இயக்கம் கணிக்கும்’ என்று பேசினார் கலைஞர். அது உண்மை. இந்திய மாநிலங்கள் எதிர்காலத்தில் பெறப்போகும் அப்படியான உரிமைகள் எல்லாவற்றுக்குமான அடித்தளக் கற்களை அமைத்தவர்களின் வரிசையில் கலைஞரின் பெயர் கட்டாயம் இருக்கும்.

தேசிய இனங்களுக்குத் தங்களுக்கான எதிர்காலத்தை தீர்மானித்துக் கொள்வதற்கான சுய நிர்ணய உரிமை வேண்டும் என்ற எண்ணமே திராவிட இயக்கத்தின் ‘திராவிட நாடு’ முழக்கத்தின் மைய ஆதாரவமாக இருந்தது.

இந்திய சுதந்திரத்துக்கு முன்னர் தொடங்கிய இந்தக் கருத்தாக்கம் பின்னரும் நீடித்தது. புதிய ஆட்சியில் இந்தி பேசும் மாநிலங்களின் கையே ஓங்கியிருந்ததும் தென்னிந்தியா தன்னுடைய மாறுபட்ட கலாச்சாரத்துக்கு ஏற்ப அரசியலிலும் தனிப்போக்கை கொண்டிருந்ததும் இதற்கான நியாயங்களாக இருந்தன.

ஆனால் பிரிவினைவாதச் சட்டசத்தின் பெயரால் நேரு இப்படியான கோரிக்கைகளையும் அதற்குப் பின்னிருந்த அமைப்புகளையும் முடக்க முற்பட்டபோது, அடுத்த நிலையில் உயிர் பெற்ற முழக்கமே ‘மாநில சுயாட்சி.’

சுதந்திரத்துக்கு முன்பிருந்தும் சுதந்திர இந்தியாவின் உருவாக்கத்தின் போதும் மாநிலங்களுக்கு அதிகமான உரிமைகளைக் கோரும் ‘மாநிலங்களின் உரிமை’ விவாதம் ஏற்கனவே இருந்தது என்றாலும், அண்ணாவின் இந்தக் கோரிக்கை புது உத்வேகத்தைக் கொடுத்தது.

‘மத்தியில் கூட்டாட்சி மாநிலத்தில் சுயாட்சி’ என்ற கலைஞரின் சொல்லாடல் புது வடிவைக் கொடுத்தது.

அண்ணாவின் கனவை நிறைவேற்றும் வகையில் தான் பதவியேற்ற வுடனேயே 1969 மார்ச் 17ல் டெல்லி பத்திரிக்கையாளர்களை சந்தித்த கலைஞர், ‘மத்திய மாநில அரசுகளின் அதிகாரங்கள் குறித்து ஆராய ஒரு குழு அமைக்கப்படும் என்று அறிவித்தார்.

அப்படி ஆராய உருவாக்கப் பட்ட குழுவே நீதிபதி ராஜமன்னர் தலைமையில் ஏ.லட்சுமணசாமி முதலியார், பி.சந்திரா ரெட்டி ஆகியோரை உறுப்பினர்களாகக் கொண்டு உருவாக்கப்பட்ட குழுவாகும்.

பல தரப்பினரிடமும் கருத்துக்களைத் திரட்டிய இக்குழு 383 பக்கங்களைக் கொண்ட தன்னுடைய அறிக்கையை 1971 மே 27ல் அளித்தது.

மத்திய மாநில பிரச்சினைகள் எழுப்பப்படும் போதெல்லாம் தீர்வாக வைக்கப்படும் ஒரு மகா சாசனமாக, அரிய ஆவணமாகப் பேசப்படும் ராஜமன்னர் குழுவின் பரிந்துரைகளில் முக்கியமான அம்சங்கள் சில :

1. அரசியலமைப்புச் சட்டத்தின் 7வது இணைப்பிலுள்ள அதிகாரப் பட்டியல்களின் பொருளடக்கத்தை மாற்றியமைத்து, மாநிலங் களுக்கும், சட்டமியற்றும் அதிகாரத்தை வழங்க வேண்டும்.
2. மாநிலங்களுக்கான வருவாயை அதிகப்படுத்த வேண்டும். வரிச் சீர்திருத்தம் வேண்டும்.
3. மாநில அரசுகளின் ஆலோசனையைப் பெற்றே ஆளுநர் நியமிக்கப் பட வேண்டும். அதே போல உயர்நீதிமன்ற நீதிபதிகளை நியமிக்கும் போது மாநில அரசு ஆளுநர், உயர்நீதிமன்றத் தலைமை நீதிபதி ஆகியோரின் கருத்துகள் முக்கியமாகக் கருதப்பட வேண்டும்.
4. நெருக்கடி நிலை அறிவிப்பு தொடர்பாக முடிவெடுக்கும்போது மாநிலங்களில் மன்றத்துடன் கலந்தாலோசித்தே முடிவு எடுக்கப்பட வேண்டும்.
5. மாநிலங்களவையில் அனைத்து மாநிலங்களுக்கும் சமமான எண்ணிக்கையில் பிரதநிதித்துவம் வழங்க வேண்டும்.
6. அரசியலமைப்புச் சட்டத்தில் திருத்தம் செய்ய வேண்டுமென்றால் மூன்றில் இரு பங்கு மாநில சட்டமன்றங்கள் அதை ஏற்க வேண்டும்.
7. இப்படி பொது ஒழுங்கு, வணிகம், மொழி, பொது ஊழியங்கள் அது முன் வைத்த பலபரிந்துரைகள் மத்திய மாநில உறவுக்கு ஒரு அருமை யான வழிகாட்டியாகவும், பன்மைத்துவத்தை பாதுகாக்கும் வழிமுறையாகவும் இன்றும் பார்க்கப்படுகிறது.

ராஜமன்னர் குழுவின் பரிந்துரைகளை முன்வைத்து இந்திரா காந்தி தலைமையிலான அரசுக்கு அழுத்தம் கொடுத்தார் கலைஞர்.

வட இந்தியாவில் கட்சி வேறுபாடுகளுக்கு அப்பாற்பட்டுக் கடும் அதிர்வு களை உண்டாக்கினாலும், பிரதமர் இந்திராகாந்தி, ‘பரிசீலித்து நடவடிக்கை எடுக்கப்படும்’ என்று பதில் கடிதம் அனுப்பினார்.

அதற்குப் பின் 1984ல் நீதிபதி சர்க்காரியா தலைமையில் மத்திய மாநில உரிமைகளை ஆராய குழு அமைத்தார் இந்திராகாந்தி.

தொடர்ந்து மாநில உரிமைகளை முன்னிறுத்தி ஆந்திராவில் என்.டி.ராமராவ், அஸாமில் மகந்தா ஆகியோர் நடத்திய மாநாட்டில் இந்த ராஜமன்னருக்கு அறிக்கை விவாதப் பொருளாக இருந்தது.

காஷ்மீரில் ஃபரூக் அப்துல்லா நடத்திய மாநாட்டில், 'வெளியுறவு, பாதுகாப்பு, தொலைத்தொடர்பு, நிதி போன்ற துறைகளை மட்டும் மத்திய அரசு வைத்துக் கொண்டு மற்ற அதிகாரங்களை மாநிலங்களுக்கு வழங்க வேண்டும்' என்று தீர்மானம் நிறைவேற்றப்பட்டது.

அதற்குப் பின்னர் மேற்கு வங்க முதல்வர் ஜோதிபாசு அரசும், 'ராஜமன்னர் குழுவின் அடிப்படையில் மாநிலங்களுக்கு அதிகாரங்கள் வேண்டும்' என்று மத்திய அரசுக்கு அறிக்கை அனுப்பியது.

கர்நாடாக முதல்வர் ராமகிருஷ்ண ஹெக்டே இது குறித்துப் பேச தென் மாநில முதல்வர்கள் மாநாட்டைக் கூட்டினார்.

இலங்கை உள்நாட்டுப் போருக்கு தீர்வு காணும் வகையில், திம்புவில் நடைபெற்ற பேச்சுவார்த்தையின் போதும் கூட ராஜமன்னர் குழுவின் அறிக்கை அடிப்படையில் விவாதங்கள் நடந்தன.

அதன்பின் வாஜ்பாய் பிரதமராக இருந்த போது 2002ல் நீதிபதி வெங்கடாச்சலையா தலைமையிலும் மன்மோகன்சிங் பிரதமராக இருந்த போது 2010ல் நீதிபதி பூன்ச் தலைமையிலும் குழு அமைக்கப்பட்டு, மத்திய மாநில உறவுகள் குறித்தான விரிவான அறிக்கை பெறப்பட்டது.

இந்திரா, வாஜ்பாய், மன்மோகன்சிங் எல்லோருடைய இப்படியான நகர்வுகளின் பின்னணியிலும் தி.மு.க.வின் அழுத்தம் இருந்தது. கலைஞரின் தொலைநோக்குப் பார்வையும் இதில் பிரதிபலித்தது.

மற்ற மாநிலங்களில் உள்ளாட்சிக்கான தேர்தல்களில் பெண்களுக்கு மூன்றில் ஒரு பங்கு இடங்கள் ஒதுக்கீடு செய்யப்பட்டிருக்கும் நிலையில், தமிழ்நாட்டில் 2016ம் வருடம் உள்ளாட்சிகளுக்கான இடங்களில் 50% இடங்கள் ஒதுக்கப்பட்ட சட்டத்திருத்தம் கொண்டு வந்ததன் மூலம் இப்பிரச்சனையில் இந்தியாவிற்கே வழிகாட்டியாக தமிழகம் மாறியது.

●

1971ல் இந்து அறநிலைத்துறைச் சட்டம் திருத்தப்பட்டு ‘எந்தச் சாதிப் பிரிவினராக இருப்பினும், அவர்கள் திருக்கோயில்களின் வழிபாட்டு முறைகளை முறையாக கற்றுத் தேர்ந்திருப்பின் அவர்களை அர்ச்சகர் களாக நியமிப்பதற்குத் தடையில்லை’ எனும் சட்டத்திருத்தம் கொண்டு வரப்பட்டது.

துரதிருஷ்ட வசமாக உச்சநீதிமன்றம் அர்ச்சகர் நியமனத்தில் பரம்பரை உரிமையை ஆகமம் என்ற பெயரில், நிலைநாட்டி 2015ல் இச்சட்டத் திருத்தத்தை ரத்து செய்து விட்டது.

2022ம் ஆண்டு இவ்வழக்கின் இறுதித் தீர்ப்பு வெளியானது. இதில் அனைத்து சாதியினரும் அர்ச்சகராகலாம் என்னும் வழக்கில் அரசு வெளி யிட்ட விதிகள் செல்லும் என்று உயர்நீதிமன்றம் அதிரடித் தீர்ப்பு வழங்கியுள்ளது.

அதே வேளை ஆகமவிதிப்படியே அர்ச்சகர்கள் நியமிக்கப்பட வேண்டும் என்றும் ஆகம விதிகள் முறையாகப் பின்பற்றபடுகின்றனவா என்பதைக் கண்டறிய ஐந்து பேர் கொண்ட குழு நியமிக்கப்பட வேண்டும் என்று தெரிவித்துள்ளது.

கிராமங்களில் இருந்து ஒதுக்கி காலனிகளில் வைக்கப்பட்டிருந்த பட்டியலின மக்களின் தேவைகளுக்கு அவர்களுக்கான வளர்ச்சித் திட்டங்களுக்கு அரசுக்கு நிலம் தேவைப்பட்டது. ஆனால் சிறிய அளவு நிலங்களைக் கூட கையகப்படுத்த முடியாமல் நீதிமன்றங்களில் வழக்குகள் தொடுக்கப்பட்டன.

பட்டியலின மக்களுக்கு வீட்டுமனைகள் வழங்குதல், காலனிகளி லிருந்து பிரதான சாலைகளுக்கு செல்வதற்கு இணைப்பு சாலைகள் அமைத்தல், அவர்களுடைய இடிபாடுகளை கூட விரிவுபடுத்துதல் இப்படியான திட்டங்கள் கூட நிலமில்லாமல் முடங்கிக் கிடந்தன.

இவற்றையெல்லாம் களைவதற்காக 1978ல் நிலம் கையகப்படுத்தும் (அரிஜன நலத்திட்டங்களுக்காக) சட்டம் நிறைவேற்றப்பட்டது.

இடையில் நீதிமன்றத்தால் ரத்து செய்யப்பட்டு, மேல்முறையீட்டில் மீண்டும் 1995ல் உயிர்பெற்ற சட்டம் இது. விளைவாக பட்டியலின மக்களுக்குத் தேவையான வசதிகள் செய்வதற்கான நிலங்கள் எளிதாகக் கையகப்படுத்தப்பட்டன. நிறைய மேம்பாட்டுப் பணிகள் நடைபெற்றன.

நகர்ப்புறங்களில் குடிசைப்பகுதிகளில் வாழும் மக்களுக்குப் புதிய குடியிருப்புகளை அமைத்துத் தருவதற்கான வாரியம் அமைக்கும் சட்டம் 1971ல் நிறைவேற்றப்பட்டது. அதுதான் தமிழ்நாடு குடிசைப் பகுதிகள் சட்டம். இதன் மூலம் பல்லாயிரக்கணக்கான மக்களுக்கு அடுக்குமாடி குடியிருப்புகள் கட்டித் தரப்பட்டன.

●

தேசிய அரசியல் சதுரங்கத்தில் தவிர்க்கவே முடியாதவராகத் திகழ்ந்த ராஜதந்திரி கருணாநிதி. வாய்ப்பு, உழைப்பு இரண்டும் சேர்ந்துதான் அவருக்கு மேடை அமைத்துக் கொடுத்தன.

கருணாநிதி இதுநாள் வரை கட்டிக் காத்த திராவிட இயக்கத்தின் மூல உணர்வுகள் மீது எந்த மாசும் படியாமலும், கடல் கொள்ளையர்களால் அவை கைப்பற்றப்படாமலும் திராவிட இயக்கம் அதன் இளைய தலைமுறையால் கரை சேர்க்கப்பட வேண்டும். இயக்கத்தின் நிறுவனர்கள் விரும்பியபடி இந்தியக் கூட்டாட்சி என்ற துறைமுகத்தை அது சென்றடைய வேண்டும்.

பெரியாரிடமிருந்து அண்ணா சுவீகரித்துக் கொண்ட திராவிட இயக்கக் கொள்கைப்படி மத்திய அரசு என்பது மைய அரசு தானே தவிர உச்ச அரசு அல்ல. அண்ணாவின் கூட்டாட்சிக் கொள்கை என்பது ஒரு தேசிய கனவு.

அண்ணாவின் மரணம் திராவிட இயக்கத்தைத் தாண்டியும் ஒரு பேரிழப்பு என்றாலும் கருணாநிதியின் அரசியல் அண்ணாவின் அரசியலை அடியொற்றியதாக அமைந்தது.

ஏழைகளுக்கு ஆதரவான, விவசாயிகளுக்கு ஆதரவான, சாமானிய மக்களுக்கு ஆதரவான, சாதியத்துக்கும் மதவாதத்துக்கும் எதிரான கொள்கைகளின் வழியே ஆட்சியதிகாரத்தை அணுகுவது அந்த அரசியல்.

தமிழ்நாட்டில் தி.மு.க., அ.தி.மு.க. இரண்டும் மாறி மாறி ஆண்டு வருவதால் தொடர்ந்து ஆட்சிப் பீடத்திலேயே இருக்கிறது திராவிட இயக்கம்.

மாநிலக் கட்சிகள் இணைந்து ஒரு வலுவான தேசியக் கூட்டணியை உருவாக்க வேண்டும் என்ற தேசியக் கனவு தி.மு.க.விடம் எப்போதும் உண்டு. கூட்டணி ஆட்சியின் மூலமாக உண்மையான கூட்டாட்சி

முறைக்கு இந்நாட்டை அழைத்துச் செல்லும் கனவு அது.

டெல்லியில் 1970ல் நடைபெற்ற தேசிய வளர்ச்சிக் குழுக் கூட்டத்தில் கலைஞர் மாநில சுயாட்சி குறித்துப் பேசியது தொடர்பாக மறுநாள் இந்துஸ்தான் டைம்ஸ் இப்படி எழுதியிருந்தது.

கூட்டாட்சிக்கும், கூட்டணியாட்சிக்கும் உள்ள வேறுபாட்டுக்கு ஒரு புதிய விளக்கத்தைக் கொடுத்திருக்கிறார் கலைஞர்.

லெனின் சோவியத் ஒன்றியத்தை பல்வேறு சமமான தேசிய சோவியத் குடியரசுகளின் அரசியல் ஒன்றியமாகவே பார்த்தார். அண்ணா வழியில் வந்த கலைஞரும் அப்படியே பார்த்தார்.

மாநிலங்கள் சமமான கூட்டாளிகளாகக் கருதப்படும் வரையிலும் அரசியலமைப்புச் சட்டத்தில் மாற்றம் வேண்டும் என்பது தி.மு.க.வின் தொடர் முழக்கங்களில் ஒன்று.

ஒருபுறம் கூட்டாட்சிச் சூழலை உருவாக்க அரசியலமைப்புச் சட்டப்படியான மாற்றங்களுக்குத் தொடர்ந்து தி.மு.க. முயற்சித்தது. வந்தாலும் மறுபுறம் மத்திய அரசில் மாநிலக் கட்சிகளும் பிரதான பங்கு வகிக்கும் கூட்டணி அரசை அமைப்பதன் மூலம் மாநிலங்களுக்கான முக்கியத்துவத்தை பெறும் முயற்சிகளிலும் அது இறங்கியது.

1971லிலேயே காங்கிரஸுடனான கூட்டணி மூலம் தேசிய அரசியலில் தி.மு.க. அடியெடுத்து வைத்து விட்டாலும் 1988 செப்டம்பர் 17 அன்று கலைஞர் முன்னின்று உருவாக்கிய தேசிய முன்னணி, அகில இந்திய அரசியல் அளவில் ஒரு முக்கியமான முன்னெடுப்பாகும்.

காங்கிரஸ், பாஜகவுக்கு மாற்றான முக்கியமான ஒரு முயற்சி இது. ஏழு கட்சிகள் சேர்ந்து அமைத்த இக்கூட்டணி, விரைவில் வி.பி. சிங் தலைமையில் ஆட்சியும் அமைத்தது.

போதிய எண்ணிக்கை பலமின்மை, ஒற்றுமையின்மை ஆகிய வற்றோடு வி.பி.சிங் முன்னெடுத்த வரலாற்று நடவடிக்கையான பிற்படுத்தப்பட்டோருக்கான இடஒதுக்கீடும் சேர்ந்து அவருடைய ஆட்சியை 11 மாதங்களிலேயே முடிவுக்கு கொண்டு வந்தன.

அடுத்து 1996ல் ஐக்கிய முன்னணியை கட்டுவதில் பெரும்பங்கு வகித்தார் கலைஞர். இக்கூட்டணியும் ஆட்சியில் அமர்ந்தது.

தேவகௌடா, குஜ்ரால் என்று இரு பிரதமர்களைத் தேர்ந்தெடுப்பதில் முக்கிய பங்காற்றினார் கலைஞர். ஆனாலும் ஒற்றுமையின்மை இரு ஆண்டுகளுக்குள் ஆட்சியையும் இக்கூட்டணியையும் குலைத்தது.

இதற்குப்பின் நிலையான ஆட்சி எனும் தேசிய நலனைக் கொண்டு பாஜக தலைமையிலான தேசிய ஜனநாயகக் கூட்டணியிலும் பின்னர் காங்கிரஸ் தலைமையிலான ஐக்கிய முற்போக்கு கூட்டணியிலும் இடம் பெற்றது தி.மு.க.

சமூக நீதிக்கான இயக்கத்தை வெற்றிகரமான அரசியல் கட்சியாக மாற்றிய முதல் தலைமுறை அரசியல்வாதிகளில் முக்கியமானவர் கருணாநிதி.

கருணாநிதியின் நெடிய அரசியல் வாழ்வை சமீபத்திய வரலாற்றைப் பிரதிபலிக்கும் கண்ணாடிகளில் ஒன்றாகவே குறிப்பிடலாம்.

நாட்டின் பிற பகுதிளுடன் ஒப்பிடுகையில் தமிழ்நாட்டில் சமூகநீதி இயக்கத்தின் சாதனைகளையும் இந்தியாவில் கூட்டரசைக் கட்டமைப்பதில் திராவிட இயக்கத்தின் பங்களிப்புகளையும் வெளிக்காட்டும் கண்ணாடி அவருடைய வாழ்க்கை.

மக்கள் தொகையில் மிகச் சிறிய எண்ணிக்கையை கொண்ட சாதிய அடுக்குகளில் கீழே இருக்கும் ஒரு சமூகத்திலிருந்து வந்து, இவ்வளவு உயர்ந்த இடத்தை கருணாநிதி தக்க வைத்திருப்பது சமூகப் புரட்சியே அன்றி வேறல்ல. அந்தப் புரட்சிக்கு அவரும் காரணமாக இருந்திருக்கிறார்.

தமிழ்நாட்டின் திராவிட இயக்கம் நாட்டின் பிற பகுதியில் உள்ள இயக்கங்களுக்கு ஒரு வழிகாட்டி. அரை நூற்றாண்டாகத் தமிழ்நாட்டின் ஆட்சியதிகாரம் இரு திராவிடக் கட்சிகளையும் தாண்டிச் செல்லாமல் இருக்க சமூக நீதி இயக்கமே முக்கியமான காரணம்.

தமிழ்நாட்டில் சமூக நீதி இயக்கம் வலுவாக காலூன்றியதற்கான முக்கியமான காரணங்களில் ஒன்று, அதன் பலன் பிற்படுத்தப்பட்ட வகுப்பைச் சேர்ந்த வசதி படைத்தவர்களுக்கு மட்டும் பலன் தந்ததோடு நிற்கவில்லை என்பதேயாகும்.

தி.மு.க. குறிப்பாக அண்ணா வழிவந்த கருணாநிதி மாநில சுயாட்சிக்

கோரிக்கையை ஒரு தேசிய முழக்கமாகவே வளர்த்தெடுத்தவர்.

1950ல் இந்திய அரசியலமைப்புச் சட்டம் காஷ்மீருக்கு வழங்கிய அதிகாரங்களைப் போன்ற அதிகாரங்களையே எல்லா மாநிலங்களுக்கும் கேட்கிறது தமிழகம். அதைத்தான் மாநில சுயாட்சி என்று தி.மு.க. குறிப்பிடுகிறது.

சுதந்திர இந்தியாவின் மேல்முனையில் இருக்கும் காஷ்மீருக்கும் கீழ் முனையில் இருக்கும் தமிழ்நாட்டுக்கும் வரலாற்றின் ஆரம்பத்திலிருந்தே அநேக ஒற்றுமைகள் இருந்து வருவதை அடுக்கலாம்.

தனித்த மொழி, தனித்த கலாச்சாரம், தனித்த அடையாளம் மட்டு மல்ல, இரு பிராந்தியங்களுமே தனிநாடு கேட்டவை. இன்று உச்சபட்ச மாநில சுயாட்சிக்கான உரத்த குரலை ஒலிப்பவை.

நமது தேசத்துக்கென்று ஒரு கூட்டாட்சி அமைப்பு இருக்கும் போதிலும் நம்முடைய நாடாளுமன்ற அமைப்பும் அரசு நிர்வாகமும் நடைபெறும் விதத்தைப் பார்க்கும்போது ஒரு விசயம் தெளிவாகப் புலப்படும். அது மத்திய மாநில அரசுகளுக்கான தராசுத்தட்டுகள் இணை யாக நிற்கவில்லை என்பதேயாகும்.

தமிழ்நாட்டின் இடஒதுக்கீடு 50%க்கும் அதிகமாக உயர கருணாநிதி முக்கியமான காரணம். சமூகநீதி அரசியலை அரசுத் திட்டங்களாக உருமாற்றியது அவருடைய இன்னொரு முக்கியமான சாதனை.

சமூக நலத்திட்டங்களை செயல்படுத்துவதில் தி.மு.க., அ.தி.மு.க இடையில் ஆரோக்கியமான போட்டி எப்போதும் நிலவியது. இதனால் தான் சமூக நலத்திட்ட அமலாக்கத்திலும் வளர்ச்சியிலும் இந்திய அளவில் நாடு முன்னே நிற்கிறது.

இந்திய ஜனநாயகத்துக்கு திராவிட இயக்கத்தின் நிரந்தரமான பங்களிப்பு என்றால் அது 'இந்தி - இந்து - இந்துஸ்தான்' என்ற தேசிய வாதத்தை ஏற்க மறுத்து அது உறுதியாக நிற்பதுதான்.

கருணாநிதியின் ஆட்சியில் மாநில அரசு ஒருபோதும் மத்திய அரசுக்கு கீழான அரசாக செயல்பட்டதேயில்லை.

மத்திய மாநில உறவு தொடர்பாக அவர் நியமித்த ராஜமன்னர் குழுவின் பரிந்துரைகளை மத்திய அரசு நிராகரித்தாலும் கூட்டாட்சியை

வலுப்படுத்துவதற்கான கதவை அது திறந்தது. சுதந்திர தினத்தன்று தேசியக் கொடியை ஏற்றும் உரிமையைப் பெற்றுக் கொடுத்தவரும் அவரே. தன்னுடைய ஆட்சியையே விலையாகக் கொடுத்து நெருக்கடி நிலை அமலாக்கத்தைத் துணியோடு எதிர்த்த முதல்வர் என்று வரலாற்றில் என்றும் கருணாநிதி நினைவு கூறப்படுவார்.

●

மருத்துவக் கல்லூரியில் அகில இந்தியத் தொகுப்புக்கு மாநிலங்களில் வழங்கப்படும் இடங்களில் இதர பிற்படுத்தப்பட்டோருக்கு 27 விழுக்காடு இடஒதுக்கீட்டினை தொடர் போராட்டங்கள் மூலமாகப் பெற்ற சமூக நீதிக்கான வெற்றியைக் கொண்டாடும் வகையில் வரலாற்றுச் சிறப்புமிகு பங்களிப்பை வழங்கிய தமிழ்நாடு முதலமைச்சரும், திராவிட முன்னேற்றக் கழகத்தின் தலைவருமான மு.க.ஸ்டாலின் அவர்களுக்கு காணொலி வாயிலாக பாராட்டு விழா நடைபெற்றது.

26.01.2022 அன்று பகல் 11 மணியளவில் தொடங்கி நடைபெற்ற பாராட்டு விழா மற்றும் சமூக நீதி இயக்கத்துக்கான ஒருங்கிணைந்த தேசிய திட்டம் நிகழ்வினை AIBCF, SRA, PAGAAM, BAMCEF, WTP and Lead India அமைப்பினர் நடத்தினர்.

விழாவில் தமிழ்நாடு முதலமைச்சர் மு.க. ஸ்டாலின் அவர்களின் வரலாற்றுச் சிறப்புமிக்க சமூகநீதிச் சாதனையைப் பாராட்டி திராவிடர் கழகத் தலைவர் தமிழர் தலைவர் ஆசிரியர் கி. வீரமணி அவர்கள் சிறப்புரையாற்றினார். அந்த உரையில்,

வெற்றி விழா நாயகர் சமூக நீதிக்கான சரித்திர நாயகர் தமிழ்நாடு முதலமைச்சர் மு.க.ஸ்டாலின் அவர்களுக்கு நெஞ்சார்ந்த பாராட்டினைத் தெரிவித்துக் கொள்கிறோம்.

நாட்டின் அனைத்துப் பகுதிகளிலிருந்தும் இந்தப் பாராட்டு விழாவில் பங்கேற்றுள்ள சமூகநீதிப் போராளிகள், தலைவர்கள் அனைவருக்கும் வணக்கம்.

மருத்துவக் கல்லூரியில் மத்திய தொகுப்பில் பிற்படுத்தப் பட்டோருக்கு 27 விழுக்காடு இடஒதுக்கீட்டைப் பெற்றுத் தந்த மகத்தான சாதனையினை தமிழ்நாடு முதலமைச்சர் புரிந்துள்ளார்கள்.

இந்த வெற்றி தமிழ்நாட்டுக்கு மட்டும் கிடைத்த வெற்றி அல்ல. சமூகநீதி தளத்தில் ஒட்டுமொத்தமாக நாட்டிலுள்ள பிற்படுத்தப்பட்ட மக்களுக்கு மருத்துவக் கல்வி பயில விரும்பும் பிற்படுத்தப்பட்ட மக்களுக்கு உரிய வாய்ப்பினை வழங்கக்கூடிய வெற்றியாகும் இது.

சென்னை உயர்நீதிமன்றத்திலும், உச்சநீதிமன்றத்திலும் இது குறித்த வழக்கினை திறம்பட நடத்திய வெற்றிவாகை சூடிய முதுநிலை வழக்கறிஞரும் நாடாளுமன்ற மாநிலங்களவை உறுப்பினருமான பி.வில்சன் அவர்களுக்கு அனைவரது பாராட்டுதல்களும் உரித்தாகும்.

நாடு முழுவதும் சமூக நீதியின் பயன் கிடைப்பதற்கு தமிழ்நாடு கடந்த காலங்களில் வழிகாட்டியிருக்கிறது.

1951ஆம் ஆண்டில் கம்யூனல் ஜி.ஓ. செல்லாது என சென்னை உயர்நீதி மன்றமும், உச்சநீதிமன்றமும் தீர்ப்பளித்த வேளையில் திராவிடர் இயக்கத் தலைவர்கள் தந்தை பெரியார், அறிஞர் அண்ணா ஆகியோர் களம் இறங்கி போராடியதால் அரசமைப்பு சட்டம் முதன் முறையாகத் திருத்தப்பட்டு பிரிவு 15 (4) புதிதாக சேர்க்கப்பட்டது.

கல்வியில் ஒடுக்கப்பட்ட மக்களுக்கான இடஒதுக்கீடு தொடர்ந்திட வழி ஏற்படுத்தப்பட்டது.

பிற்படுத்தப்பட்ட, தாழ்த்தப்பட்ட பழங்குடியின மக்களுக்கான ஒட்டுமொத்த இடஒதுக்கீடு (கல்வியிலும் வேலை வாய்ப்பிலும்) 69 விழுக்காடு என்பதை உறுதிப்படுத்த முதன்முறையாக தனிச்சட்டத்தை இயற்றி 76ஆம் அரசமைப்புச் சட்டத் திருத்தத்தின் மூலம் அரசமைப்புச் சட்டத்தின் ஒன்பதாவது அட்டவணையில் இடம்பெறச் செய்து பாதுகாக்கப்பட்டது. இந்த வகையிலும் முன்னோடி மாநிலமாக தமிழ்நாடு திகழ்ந்து வருகிறது.

93வது அரசமைப்புச் சட்டத்திருத்தத்தின் மூலம் (பிரிவு 15(5) ஒன்றிய அரசின் கல்வி நிலையங்களில் ஒடுக்கப்பட்ட மக்களுக்கு இடஒதுக்கீடு கிடைத்திட வழி ஏற்பட்டது.

அந்தத் திருத்தம் கொண்டு வரப்பட்ட போது திராவிட முன்னேற்றக் கழகமானது மத்தியில் ஐக்கிய முன்னணி அரசில் அங்கம் வகித்தது.

தமிழ்நாட்டின் முதலமைச்சராக தலைவர் கலைஞர் மு. கருணாநிதி

இருந்து ஆவன செய்தார். சமூக நீதியின் பலன் நாடு முழுவதும் கிடைத்திட வழி ஏற்பட்டது.

தந்தை பெரியார் கொள்கை வழியில் அறிஞர் அண்ணா, கலைஞர் மு.கருணாநிதி வழியில் ஆட்சி செய்து வரும் தமிழ்நாடு முதலமைச்சர் மு.க.ஸ்டாலின் அதே கொள்கை தடத்தில் மருத்துவக் கல்வியில் ஒன்றியத் தொகுப்பில் நாடு முழுவதும் உள்ள பிற்படுத்தப்பட்ட மக்களுக்கு வாய்ப்பளித்திட 27 விழுக்காடு இடஒதுக்கீட்டினைப் பெற்றுத் தந்துள்ளார்.

இந்த சாதனை, சமூக நீதி மாநிலமான பெரியார் மண்ணில், அறிஞர் அண்ணா கலைஞர் ஆகியோர் வழியில் நடைபெறும், திராவிடக் கொள்கை பாரம்பரியத்தில் நடைபெற்று வரும் திராவிட மாடல் ஆட்சியின் சாதனை ஆகும்.

அப்படிப்பட்ட சமூக நீதிச் சாதனையை தமிழ்நாடு முதலமைச்சர் சமூகநீதியின் சரித்திர நாயகர் மு.க. ஸ்டாலின் படைத்துள்ளார். இது சமூகநீதித் தளத்தின் ஒரு தொடக்கம்தான். இந்த நிலை தொடர்ந்து எடுத்துச் செல்லப்பட வேண்டும். நாடு தழுவிய அளவில் சமூகநீதி இயக்கமாக கட்டமைக்கப்பட வேண்டும்.

ஒன்றிய அரசுப் பணிகளில் 1990ல் வி.பி.சிங் அவர்களால் பிற்படுத்தப் பட்ட வகுப்பினருக்கு கொண்டு வரப்பட்ட 27 விழுக்காடு இடஒதுக்கீடு இன்னும் முழுமையாக நடைமுறைக்கு வரவில்லை.

தகவல் பெறும் உரிமை சட்டத்தில் கேட்கப்பட்டதற்கு 14-15 விழுக்காடு அளவில்தான் பிற்படுத்தப்பட்டோரின் பிரதிநிதித்துவம் உள்ளது என பதில் அளித்துள்ளனர்.

ஆதிக்க சக்திகளின் அடக்குமுறை தகர்க்கப்பட வேண்டும். நாம் கேட்பது அரசமைப்புச் சட்டத்திற்கு அப்பாற்பட்டதல்ல. புறம்பானதும் அல்ல.

அரசமைப்புச் சட்டம் வழங்கியுள்ள உரிமைகளைப் போராடிப் பெற்றிட வேண்டிய நிலையாக உள்ளது. உரிமைகளை வென்றெடுக்கும் கணம் இது. துரோணாச்சாரியர்கள் காலம் முடிந்து விட்டது. ஏகலைவர்கள் காலம் இது.

உச்சநீதிமன்றம் தனது தீர்ப்பின் மூலம் இடஒதுக்கீட்டின் மூலம் தகுதி, திறமை போய் விட்டது எனும் கூற்று தவறு என சுட்டிக்காட்டி உள்ளது.

வரவேற்கத்தக்க பாராட்டப்பட வேண்டிய தீர்ப்பு ஆகும். நாடு முழுவதும் சமூகநீதி உணர்வுகள், உரிமைகள் மலர இயக்கத்தினை உருவாக்குவோம். எது நம்மைப் பிரிக்கிறதோ அதை ஆழமாக புதைப்போம். எது இணைக்கிறதோ அதை அகலப்படுத்துவோம்.

நாடு தழுவிய இயக்கத்தினை சமூக நீதிக்கான சரித்திர நாயகர் மு.க. ஸ்டாலின் முன்னெடுக்க வேண்டும் என வேண்டிக் கேட்டுக் கொள் கிறேன்.

•

கலைஞர் இருந்தவரை ஸ்டாலினை ஒரு நல்ல நிர்வாகி, ஆனால் நல்ல தலைவரா என்று தெரியாது என்ற விமர்சனம் அவர் மீது இருந்தது.

ஆனால் ஒரு பேரியக்கத்தின் அஸ்தமனம் என்று எழுதும் அளவிற்கு இருந்த கட்சியை 10 ஆண்டுகள் கழித்து மீண்டும் ஆட்சிப் பொறுப்பிற்கு கொண்டு வந்திருக்கிறார் மு.க. ஸ்டாலின்.

அண்ணாவை போல, தன் தந்தை கலைஞரைப் போலதான் ஒரு நல்ல நிர்வாகி மட்டுமல்ல நல்ல தலைவரும்கூட என்பதை நிரூபித்திருக்கிறார்.

தன் செயல்பாடுகளால் தமிழ்நாட்டிற்கு மட்டுமானவராக மட்டு மல்ல, ஒட்டுமொத்த இந்தியாவுக்குமான தலைவராக முத்துவேல் கருணாநிதி ஸ்டாலின் உருவெடுத்திருக்கிறார் என்பதே நிதர்சனம்.

இந்தியா என்பது உலகின் மிகப்பெரிய ஜனநாயக நாடு. நாடுதான் ஒன்று. ஆனால் அதில் 28 மாநிலங்கள் மற்றும் 8 யூனியன் பிரதேசங்கள் இருக்கின்றன. அனைத்துக்கும் வெவ்வேறு பண்பாடு, கலாச்சாரம், மொழி ஆகியவை இருக்கின்றன.

அதனால்தான் இந்தியாவை துணைக்கண்டம் என்கிறார்கள். மாநிலங்களின் தன்மைக்கேற்றவாறு தான் அதன் அரசியலும் இருக்கின்றன.

மாநிலங்களின் தன்மைக்கேற்றவாறு தான் அதன் அரசியலும் இருக்கின்றன. எல்லாம் வெவ்வேறாக இருந்தாலும் மத்திய அரசு என்ற

ஒற்றைக் குடையின் கீழ் இயங்க வேண்டிய சூழ்நிலையில் எல்லா மாநிலங்களுக்கும் பொதுவான ஆட்சி முறையை செயல்படுத்த முடியாதல்லவா!

அதனால்தான் ஒவ்வொரு மாநிலங்களுக்கும் சுயாட்சி அதிகாரத்தை வழங்கி இருக்கிறது இந்திய அரசியலமைப்பு.

இந்தியாவில் தேசியக் கட்சிகள் ஆளும் மாநிலங்கள் மத்திய அரசின் ஆட்சியை தங்களுக்குப் பொருந்தாவிட்டாலும் ஏற்றுக் கொள்கின்றன. ஆனால் மாநிலக் கட்சிகள் ஆளும் மாநிலங்களுக்கு சுயாட்சியின் அவசியம் புரியாமல் மத்திய அரசின் போக்கிற்கே தங்களை மாற்றிக் கொள்கின்றன.

ஆனால் இவைகளில் விதிவிலக்காக இருக்கிறது ஒரு மாநிலம். மற்ற மாநிலங்களுக்கு சுயாட்சி பாடம் எடுக்கும் மாநிலம். மற்ற மாநிலங்களுக்கும் சேர்த்து பேசும் மாநிலம்.

இந்தியாவின் தென்கோடியில் இருக்கும் மாநிலமான தமிழ்நாடு தான் அது. மாநில சுயாட்சிக்காகவே அண்ணா காலம் முதல் மு.க. ஸ்டாலின் காலம் வரை மத்திய அரசுடன் சண்டையிட்டிருக்கிறது தி.மு.க.

மாநிலங்களுக்கு இடையேயான கவுன்சிலை அமைக்க வேண்டுமென அடிக்கடி டெல்லிக்கு காவடி தூக்கும்போது கேட்க வேண்டியதுதானே என்ற கேள்வி எழுந்தபோது, காவடி தூக்கும் நிலைமை தமிழகத்துக்கு மட்டுமல்ல எல்லா மாநிலங்களுக்கும் இருக்கிறது. அதை மாற்ற வேண்டும் என்பதற்காகத்தான் மாநில சுயாட்சி கேட்கிறோம் என்றார் கலைஞர்.

மாநில சுயாட்சி கேட்பது என்பது தமிழ்நாட்டிற்கு மட்டுமான குரல் அல்ல. இந்தியா முழுமைக்குமான குரல். மற்ற மாநிலங்களுக்கும் சேர்த்து பேசியதால் தான் கலைஞர் தேசிய அளவிற்கான தலைவராக உயர்ந்தார்.

பிரதமர் ஆவதற்கான வாய்ப்பு வந்தபோதுகூட என் உயரம் எனக்குத் தெரியும் என்று ஒதுங்கிக் கொண்டார்.

அதுபோன்றதொரு சூழல் மீண்டும் தமிழ்நாட்டில் உருவாகி யிருக்கிறது. அண்ணா காலத்தில் தொடங்கிய சுயாட்சி முழக்கம் ஸ்டாலின் காலம் வரை தொடர்கிறது.

ஜி.எஸ்.டி. நிலுவையைக் கேட்பது முதல் கல்வியை மாநிலப் பட்டியலுக்கு கொண்டு வரவேண்டும் என்று கேட்பது வரை மற்ற மாநிலங்களுக்கும் சேர்த்தே தான் குரல் கொடுக்கிறது தமிழ்நாடு.

தன் மாநிலத்திற்கு மட்டுமல்லாமல் மற்ற மாநிலங்களுக்கும் சேர்த்து சிந்திக்கும் போராடும் அண்ணாவின், கலைஞரின் வழித்தடத்தை தொடர்வதால் ஸ்டாலினும் தேசிய அளவிற்கான தலைவராக உயர்ந்திருக்கிறார் என்றே சொல்லலாம்.

மாநில சுயாட்சிக்கு எப்பொழுதெல்லாம் ஆபத்து வருகிறதோ அப்போதெல்லாம் எழும் முதல் குரல் ஸ்டாலினுடையதாகத்தான் இருக்கிறது.

சமூக நீதிதான் திராவிட இயக்கத்தின் அடிப்படை. அந்த அடிப்படை யில் இருந்தும் வழுவாமல் தொடர்கிறார் ஸ்டாலின்.

சமத்துவம், சமதர்மம் போன்ற இலட்சியங்களைப் பேசுவது சுலபம். சாதிப்பது கடினம். அந்த இலட்சியத்தின் சாயலை முழுப்பயனைக் கூட அல்ல - சாயலைப் பெறுவதற்கே பல நாடுகளில் பயங்கரப் புரட்சிகள் நடந்திருக்கின்றன. நினைவிருக்கட்டும் என்றார் அண்ணா.

மருத்துவக் கல்விக்கான அகில இந்தியத் தொகுப்பில் பிற்படுத்தப் பட்ட வகுப்பினருக்கு 27% இடஒதுக்கீடு வழங்கப்படும் என்று மத்திய அரசு அறிவித்ததன் பின்னணி தி.மு.க.வினர் நீண்ட சட்டப் போராட்டம் தான் இந்தியா முழுமைக்குமான பிற்படுத்தப்பட்ட வகுப்பினருக்கான இடஒதுக்கீட்டைப் பெற்றுத் தந்தது.

நீட் தேர்வு வேண்டாம். அது சமூக நீதிக்கு எதிரானது என்பதை ஆரம்பம் முதலே கூறிவரும் தி.மு.க. தற்போது வரை அதில் விடாப்பிடி யாக இருக்கிறது.

கல்வித் துறையை நிர்வகிப்பதில் மாநில அரசுகளின் முதன்மையை மீட்டெடுக்க வேண்டியதன் அவசியம் குறித்து வலியுறுத்தியும், அதற்குத் தேவையான ஒருங்கிணைந்த முயற்சியை எடுக்க வேண்டுமெனக் கோரியும் 12 மாநில முதல்வர்களுக்கு தமிழக முதல்வர் மு.க. ஸ்டாலின் கடிதம் எழுதி மாநில சுயாட்சி பாடம் எடுத்திருக்கிறார்.

வாழப் பிறந்த மனிதன் சுதந்திரத்தோடு உலவ வேண்டுமானால்

அவன் வாழும் சமூகத்தில் நீதி வேண்டும். அந்நீதி நிலைத்திருக்க வழி வேண்டும். சமூகத்தில் அநீதி மலிந்து கொடுமை மிகுந்து விட்டால் அதில் மனிதன் சுதந்திரத்தை தேடினால் கிடைக்குமா? சுதந்திரத்தை தேடினால் கிடைக்குமா? சுதந்திரத்தை நாடினால் முடியுமா? என்றார் அண்ணா.

எல்லோருக்கும் எல்லாம் என்பதை அடிப்படையாகக் கொண்டது தான் சமூக நீதி. அனைவருக்கும் சமமான பொருளாதார, அரசியல் சமூக உரிமைகளும் வாய்ப்புகளும் அமைய வேண்டும் என்பது தான் சமூகநீதி.

அனைவருக்குமான சமவாய்ப்புகள் என்பதன் மூலம் நமது அரசியல் சட்டத்தை இயற்றியவர்கள் காண விரும்பிய சமத்துவச் சமுதாயத்தை அடைய முடியும் என்று கூறிய ஸ்டாலின், நாடு முழுவதும் சமூக நீதிக் கொள்கையை முன்னெடுத்து பிற்படுத்தப்பட்ட, பட்டியலின மற்றும் பழங்குடியின மக்களின் இடஒதுக்கீடு நலன்களை பாதுகாக்கும் வகையில் அனைத்திந்திய சமூகநீதி கூட்டமைப்பை உருவாக்கி இந்தியா முழுவதும் உள்ள 37 அரசியல் தலைவர்களுக்கு அனுப்பியிருக்கிறார்.

நாட்டையே ஆளும் மத்திய அரசின் தலையீட்டைத் தடுப்பதுதான் மாநில அரசுகளுக்கு மிகப்பெரிய சவால்.

மாநில அரசுக்கு மத்திய அரசால் இடையூறு ஏற்படும் போதெல்லாம் அதை துணிவுடன் எதிர்த்திருக்கிறது தி.மு.க. ஆட்டுக்குத் தாடியும் மாநிலத்துக்கு ஆளுநரும் எதற்கு என்று அண்ணா காலத்து தி.மு.க. ஆரம்பித்து வைத்தது முதல் கொக்கென்று நினைத்தாயோ கொங்கணவா என்று ஆளுநரை எச்சரிப்பது வரை மாநிலத்தில் ஆளுநருக்கான இடம் எது என்பதை ஸ்டாலின் காலத்து தி.மு.க.வும் சுட்டிக் காட்டியே வருகிறது.

அதேபோல மத்திய அரசின் எதேச்சதிகார போக்கிற்கு எதிராக எழும் முதல் குரலும் தெற்கிலிருந்து தான் ஒலிக்கிறது.

இந்திரா காந்தி எமர்ஜென்சியைக் கொண்டு வந்தபோது அதை எதிர்த்து ஆட்சியை இழந்த வரலாறு தி.மு.க.வுடையது. அந்தத் துணிவைப் பார்த்து வியந்தவர்தான் இந்திரா காந்தி.

அதே துணிவோடு தான் மத்திய அரசு கொண்டு வந்த வேளாண் சட்டங்கள் முதல் சி.ஏ.ஏ. வரை அனைத்தையும் எதிர்க்கிறார் ஸ்டாலின்.

காஷ்மீர் மீதான அடக்குமுறையை எதிர்ப்பது முதல் ஹதராஸில் நடக்கும் சம்பவத்திற்கு தமிழ்நாட்டில் போராட்டம் நடத்துவது வரை தி.மு.க.வின் குரல் ஒலிக்கிறது.

கர்நாடகாவில் ஹிஜய் பிரச்சனை என்றால் அந்த பிரச்சனையை நாடாளுமன்றத்தில் தி.மு.க. பேசுகிறது.

மாநிலத்திற்காக மட்டுமல்ல நாட்டின் நலனுக்காகவும் சிந்திக்கும் இயக்கமாக இருந்திருக்கிறது தி.மு.க.

இந்தியாவிற்கு ஒரு பிரச்சனை வந்தபோது திராவிட நாடு கோரிக்கையை கைவிட்டு இந்தியாவை ஆதரித்தார் அண்ணா.

அதேபோல தான் இந்தியாவை ராட்சத பலத்தோடு ஆளும் பா.ஜ.க.வை வீழ்த்த வேண்டும் என்பது பா.ஜ.க அல்லாத தலைவர்களை ஒன்று திரட்ட ஆரம்பித்திருக்கிறார் ஸ்டாலின்.

மக்களின் சுக துக்கத்தோடு பின்னிப் பிணைந்திருப்பது மாநில அரசு தானே தவிர மத்திய அரசு அல்ல.

மாநில அரசினர்தான் மக்களின் குறைகளை நேருக்கு நேர் சந்திக்க வேண்டியவர்கள்.

மத்திய அரசின் வலிவு அச்சத்தைத் தர, கலக்கத்தைத் தர என்றால், நமது கூட்டு சக்தியின் மூலம், நம்மில் ஒவ்வொருவருடைய வலுவையும் கொண்டு அந்த அக்ரம வலிவை சிறுகச் சிறுக குறைப்பதுதான் எங்கள் கடமையாக இருக்கும் என்றார் அண்ணா.

அதே போன்றதொரு நிலை தற்போது உருவாகியிருக்கும் நிலையில் பிற மாநிலத் தலைவர்களை அணி சேர்க்கும் முயற்சியில் ஈடுபட்டிருக் கிறார் ஸ்டாலின்.

கலைஞர் சிலை திறப்பின்போது இந்தியா முழுவதும் உள்ள தலைவர் களை அழைத்து வந்து ஒரே மேடையில் அமர்த்தும் திறன் ஸ்டாலினுக்கு இருந்தது.

அதே திறத்தோடுதான் இப்போது பா.ஜ.க.வுக்கு எதிராக ஒன்றிணையவும் முயற்சிகளை எடுத்து வருகிறார் மு.க. ஸ்டாலின்.

●

எண்பதாண்டு கால பொது வாழ்க்கை. தி.மு.க எனும் கட்சி வென்றாலும், தோற்றாலும், ஆட்சிக்கு வந்தாலும் சரி, எதிர்க்கட்சியாக இருந்தாலும் சரி, கருணாநிதி போட்டியிட்ட அனைத்து சட்டமன்ற தேர்தலிலும் வெற்றி. அடுத்தடுத்து அலுப்பில்லாமல் அறுபது ஆண்டு களுக்கு கருணாநிதியை இந்த தமிழகம் சட்டமன்ற உறுப்பினராக்கி யிருக்கிறது. ஐந்துமுறை முதலமைச்சர் நாற்காலியில் அமரச் செய்து அழகு பார்த்திருக்கிறது. 95 ஆண்டுகாலம் இந்த தமிழ்ச் சமூகத்தோடு கருணாநிதியின் வாழ்க்கை பின்னிப் பிணைந்திருக்கிறது.

ஆயினும் தன்னுடைய இன்னுயிர் நீங்கிய போது மண்ணில் அடங்கி ஓய்வு பெற கருணாநிதி எனும் அரசியல் போராளி ஆறடி மண்ணைப் பெற அதிரடியான சட்டப் போராட்டத்தினை அன்று நள்ளிரவில் நடத்திட வேண்டியிருந்ததை இந்த பூவுலகம் முழுவதும் விழித்த விழி மூடாது நெஞ்சின் படபடப்பு ஓயாது பார்த்துக் கொண்டிருந்தது.

உலகின் நீண்ட அழகிய கடற்கரையில் ஒன்றான மெரீனா கடற்கரை யில், தமிழ் மண்ணுக்காக போராடுவதற்கென்றே பிறந்த போராளிக்கு அவர் நடத்திய கடைசி சட்ட போராட்டம் தந்தது வெற்றி எனும் தீர்ப்பை.

கருணாநிதி தன்னுடைய பேராளுமையை நிரூபிக்க கடைசி வரை போராடியதை தமிழ் மண்ணில் எவரும் மறந்து விட முடியாது.

திராவிட நாடு எனும் தனிப்பெரும் கனவோடு அரசியல் களம் புகுந்த பெரியார் அண்ணா வழியில் வந்த கருணாநிதி மத்தியில் கூட்டாட்சி மாநிலத்தில் சுயாட்சி என்ற முழக்கத்தோடு யதார்த்தம் உணர்ந்த சித்தாந்த வழிகளை சமரசத்தோடு ஏற்றுக் கொண்டவர்.

அண்ணா வழியில் மாநிலங்களுக்கு முக்கியத்துவம் அளிப்பதாக இந்திய அரசமைப்புச் சட்டம் மாற்றியமைக்கப்பட வேண்டும் என்று கருணாநிதி நாட்டிலேயே முதன்முறையாக மாநில சுயாட்சியை வலியுறுத்தி சட்டமன்றத்தில் தீர்மானம் நிறைவேற்றினார்.

மாநிலங்களுக்கு என்று கொடி கேட்டவர் தமிழ்நாட்டுக்கு என்று ஒரு தனிக்கொடியையும் முன்மொழிந்தார்.

கூட்டாட்சிக்கான பாதைபோல கூட்டணிகளைக் கையாண்டவர். இந்தியாவின் கூட்டணியுகத்துக்கு வித்திட்டவர்களில் ஒருவரானார் கருணாநிதி.

அவர் முன்னெடுத்த சமூகநீதி ஆட்சிக் கொள்கை அதுவரை அரசுப் பணியைப் பார்த்திராத ஒரு பெரும் கூட்டத்தை அரசு அலுவலகங்களுக்குள் நிறைத்தது.

போர்க்குணமிக்க சட்டப் போராளியான கருணாநிதிக்கு ஜனநாயகத்தின் மீது அழுத்தமும் அபாரமுமான பிடிமானம் இருந்தது உண்மை. மாற்றுக் கருத்துக்களுக்கு என்றென்றும் மனதார வரவேற்பும் அங்கீகாரத்தையும் சட்டமன்றங்களில் ஏற்படுத்தித் தந்தவர் கருணாநிதி.

விளிம்பு நிலை சமூகத்தினருக்கு கட்சிப் பதவிகளில் இட ஒதுக்கீட்டை கொண்டு வந்தார். எந்த ஒரு சமூகமும் பெரிதாக தலைதூக்கி விடாத படியும் அதே சமயம் எல்லாச் சமூகங்களுக்கும் பிரதிநிதித்துவம் கிடைக்கும்படியும் செய்வதில் கருணாநிதி திறமையாக செயல்பட்டார்.

கருணாநிதி வாழ்ந்த வாழ்க்கை என்பது முற்றிலும் எல்லை கடந்த, இலக்கணம் மீறிய, காவியத்தன்மை மிளிர்ந்த, அபூர்வ கலவைமிக்க வாழ்க்கையாகும்.

சண்டமாருதம் செய்து ஓய்ந்த அந்த நூற்றாண்டுப் போராளியின் புகழ் பாட ஒவ்வொருவருக்குள்ளும் ஏதேனும் ஒரு கதை ஒளிந்து கொண்டு தான் இருக்கும் என்பதை எவரும் மறுக்க முடியாது.

கலைஞர் தன் வாழ்நாள் முழுவதும் சட்டப் போராட்டங்களை ஏந்தியபடி நீதிமன்றத்தோடு இணைந்தே பணியாற்றியுள்ளார். அவர் தனது அண்ணன் அண்ணாவின் அருகிலேயே ஓய்வெடுக்கும் உரிமையை கோரியிருந்தார். ஆனால் அ.தி.மு.க. அரசு மறுத்தது.

இதனால் இறந்தும் சட்டப் போராட்டம் நடத்தி தனது அண்ணனின் அருகிலேயே ஓய்வெடுக்கும் உரிமையை போராடி வென்றார். இன்னும் கூற வேண்டுமானால் கல்லறை புகுந்த பின்பும் கருணாநிதியின் சட்ட போராட்டம் தொடரத்தான் செய்கிறது. மதுரையில் கலைஞர் சிலை வைக்க அ.தி.மு.க. அரசு மறுத்தபோதும், சட்டப் போராட்டம் நடத்தி தனக்கான சிலை வைத்திடும் உரிமையை போராடி பெற்றுள்ளார்.

இறந்த பின்னரும்கூட கலைஞரின் சட்டப் போராட்டம் முற்றுப் பெறவில்லை!

இந்திய பிற்படுத்தப்பட்ட மக்களின் நாயகர்

24

வி.பி. சிங் போல இந்திய மக்களால் தவறாக புரிந்து கொள்ளப்பட்ட ஒரு அரசியல்வாதி வரலாற்றில் இருப்பாரா எனத் தெரியவில்லை. மக்கள் பணத்தை பதுக்கி சொத்து சேர்த்தவரோ அல்லது இந்தியாவின் ரகசியங்களை பிற நாட்டுக்கு விட்டுக் கொடுத்தவரோ இல்லை வி.பி.சிங். பிறகு ஏன் இந்த வெறுப்பு என்ற கேள்வி எழலாம்.

வேறு எதற்காகவும் அல்ல. இந்தியாவில் பெரும்பான்மையாக இருக்கும் இதர பிற்படுத்தப்பட்ட மக்களுக்கு படிப்பிலும் வேலை வாய்ப்பிலும் முன்னுரிமை அளிக்கும் மண்டல் அறிக்கையை அவர் சட்டமாக்கினார் என்பதற்காகவே!

மக்களின் நன்மை பயக்கும் அறிக்கை தானே மண்டல் அறிக்கை பின் எதற்காக

அவரை வெறுக்க வேண்டும் என்ற கேள்வி எழலாம்.

இந்தியாவில் நிலவி வரும் சாதிய ஆதிக்கத் தன்மைதான் காரணம். உண்மையில் 1989 ஆகஸ்ட் மாதம் வி.பி. சிங் மண்டல் அறிக்கையை கையில் ஏந்தி நாடாளுமன்றத்திற்கு வந்தபோது இந்தியாவின் அத்தனை பிற்படுத்தப்பட்ட மக்களும் துள்ளி கூத்தாடியிருக்க வேண்டும். ஆனால் அப்படி நடக்கவில்லை.

நாடெங்கும் அவருக்கு எதிராக கடும் போராட்டங்கள் நடந்தன. இந்தியாவை சாதி அடிப்படையில் பிரிக்கிறார் வி.பி.சிங் என்று பெரும் முழக்கங்கள் எழுப்பப்பட்டன.

ஆனால் வி.பி.சிங் சாதி அடிப்படையில் இந்தியாவை பிரிக்கப் பார்த்தாரா? இல்லவே இல்லை. இந்தியா ஏற்கனவே சாதி அடிப்படையில் பிரிந்து தான் இருந்தது. அதில் வாய்ப்பு மறுக்கப்பட்ட மக்களுக்காக ஒரு நியாயமான சட்டத்தை கொண்டுவர அவர் எண்ணினார்.

அவ்வளவுதான். எதிர்பாராத விதமாக இது எதுவுமே இந்திய மக்களுக்கு புரியவில்லை. அல்லது புரிந்து கொள்ள முடியாத அளவுக்கு அவர்களின் கண் கட்டப்பட்டிருந்தது. அதில் எவ்வித சந்தேகமும் இல்லை.

அன்றைய நாடாளுமன்ற அவை கல்வாரிமலை. மண்டல் அறிக்கை ஒரு காகிதச் சிலுவை. அதை எடுத்து வந்த வி.பி.சிங் தலையில் முள் கிரீடத்துக்குப் பதிலாக முள் தொப்பி அணிந்திருந்த இயேசு.

மண்டல் அறிக்கையை சட்டமாக்கியதற்குப் பின்னர் வி.பி.சிங்கின் வாழ்க்கையிலே எல்லாமே மாறியது. அவரது பிரதமர் பதவி பறிபோனது. அவரது அரசியல் நண்பர்கள் அவரை விட்டு விலகினார்கள். கட்சி, அமைப்பு, நாடு என எல்லாமே அவரைக் கைவிட்டது.

1969 முதல் 1989வரை பெரும் ஒளியோடு ஒளிர்ந்து கொண்டிருந்த ஒரு அரசியல்வாதி, ஒரு நல்ல சட்டத்தை நிறைவேற்றியதற்காக சொந்த நாட்டு மக்களாலேயே அகதியாக மாற்றப்பட்டார். ஆம் 2008 நவம்பரில் இறக்கும்வரை வி.பி.சிங்கால் மீண்டும் அரசியல் அரங்கிற்குள் அடியெடுத்து வைக்கவே முடியவில்லை.

அரசியல் ஒரு மாயச்சுழி என்பார்கள். ஆனால் வி.பி. சிங்குக்கு மட்டும் அது மரணச் சுழியாகவும் இருந்தது. ஆனாலும் அதைப் பற்றி வி.பி.சிங் பெரிதாய் வருத்தத்தை காட்டவில்லை.

இந்தியாவின் கலைஞர் என போற்றத்தக்கவர் வி.பி.சிங். ஏனெனில் கலைஞரைப் போலவே பெரும்பான்மை சமுதாயங்களின் மனநிலை யோடு சமரசம் செய்து கொண்டு போக வேண்டும் என்று நினைக்காமல் கடைசி வரை சமூக நீதிக்காக துடித்த இதயம் அவருடையது.

வி.பி. சிங் வடமாநிலங்களைப் பொறுத்தமட்டில் இன்றுமே வில்லனாகத்தான் காட்சிப்படுத்தப்படுகிறார். ஆனால் சமூகநீதி பூத்த தென் மண்ணில் அவர் எப்போதுமே கதாநாயக செல்வாக்கு கொண்டவர் தான்.

வி.பி.சிங் எதற்கு போற்றப்படுகிறாரோ இல்லையோ அண்ணல் அம்பேத்கருக்கு பாரத ரத்னா அளித்ததற்காக எப்போதும் போற்றப் படுவார். 1947 முதல் காங்கிரஸ் ஆட்சி இருந்தது. நடுவில் பாரதிய ஜனதா ஆதரவுடன் நடந்த ஜனதா ஆட்சியும் இருந்தது. ஆனால் என்ன பயன்?

அம்பேத்கருக்கு பாரத ரத்னா அளிக்க வி.பி.சிங் என்ற ஆட்சி யாளருக்கு மட்டும்தான் தோன்றியது. ஆகவேதான் 'ஜெய்பீம்' என்று இன்று அம்பேத்கரை உயர்த்திப் பிடிக்கும் அத்தனை பேரும் 'ஜெய்சிங்' என்று வி.பி.சிங்கை உயர்த்திப் பிடிக்கவும் கடமைப்பட்டவர்கள் ஆகிறார்கள்.

உண்மையில் இந்திய பிற்படுத்தப்பட்ட மக்களின் நாயகன் என்ற பட்டத்தை எவருக்கேனும் கொடுக்க வேண்டும் என்றால் அது வி.பி.சிங்குக்கு மட்டுமே! ஆனால் வி.பி.சிங்குக்குப் பிறகு பின்னர் பிற்பட்டோர் நலம் பேசிய லாலுபிரசாத், நிதிஷ்குமார், முலாயம்சிங், சரத்யாதவ் போன்றோர் அந்தப் பட்டத்தை தட்டிச் சென்றார்கள்.

சுருக்கமாகச் சொன்னால் மக்களால் மட்டுமல்ல வரலாற்றாலும் கூட ஏமாற்றப்பட்டது வி.பி. சிங் எனும் சாதனையாளர்தான்.

பொது வாழ்வில் சில தலைவர்கள் தோற்றுப் போனாலும் தனி வாழ்வில் அவர்கள் மீது மற்றவர்கள் வைத்திருக்கும் மரியாதையை முறியடிக்க முடியாது.

1988ஆம் ஆண்டு தேர்தலில் வி.பி. சிங்குக்கு எதிராக நிற்க சுனில் சாஸ்திரி என்பவரை ராஜீவ்காந்தி தேர்ந்தெடுத்தார்.

வி.பி.சிங் உத்தரபிரதேச முதலமைச்சராக இருந்தபோது அவரது அமைச்சரவையில் இருந்தவர்தான் சுனில் சாஸ்திரி. எனவே அவர் வி.பி.சிங்கை எதிர்த்து போட்டியிட தயங்கினார். அவர் என்னுடைய முதல்வர். அவருக்கு கீழ் நான் அமைச்சராகப் பணியாற்றி இருக்கிறேன். எல்லாவற்றுக்கும் மேலே என்னை கூடப் பிறந்த தம்பியைப் போல பார்த்துக் கொண்டவர்.

என்னுடைய அம்மா அவரை ஐந்தாவது புதல்வன் என்றே எப்போதும் அழைப்பார். அவரை என்னால் எதிர்த்து நிற்க முடியாது என்று மறுக்கிறார் சுனில் சாஸ்திரி.

ஆனால் ராஜீவ்காந்தி அவரை மிரட்டுகிறார். நீ கட்சிக்கு கட்டுப் பட்டவன் என்பதை மறக்காதே என்று சொல்லி சாஸ்திரியை சம்மதிக்க வைக்கிறார்.

என்றாலும் பிரச்சாரத்தில் முடிந்தவரை வி.பி.சிங்கை தாக்காமல் நடந்து கொண்டு கண்ணியம் காத்தார் சுனில் சாஸ்திரி. அது வி.பி.சிங்குக்கு அவர் காட்டிய நன்றிக்கடன்.

வி.பி.சிங் எதற்கும் அஞ்சாதவர். 1984ல் ராஜீவ்காந்தி அமைத்த அமைச்சரவையில் முதலில் நிதியமைச்சராக இருந்தவர் வி.பி.சிங்.

அப்போதுதான் சுதந்திர இந்தியாவில் முதன்முறையாக இரண்டு பெரும் புள்ளிகளின் வீடுகளில் ஒரே சமயத்தில் வருமான வரி சோதனை நடத்தப்பட்டது. ஒருவர் திருபாய் அம்பானி. இன்னொருவர் ராஜீவ்காந்தி யின் நெருங்கிய நண்பரான அமிதாப்பச்சன்.

இது வெளியே பாராட்டப்பட்டாலும் கட்சிக்குள் ரசிக்கப்பட வில்லை. எனவே வி.பி. சிங்கை பாதுகாப்புத் துறைக்கு அமைச்சராக்கு கிறார் ராஜீவ்காந்தி.

ஆனால் அங்கேயும் சென்று போபர்ஸ் ஊழலை வெளிக்கொண்டு வருகிறார் வி.பி.சிங். இப்போது ராஜீவ்காந்திக்கு நிலைமை முழுதாக புரிகிறது.

இனிமேல் இந்தப்புலி காட்டுக்குள் இருப்பது நரிக்கும் யானைக்கும் மட்டும் அல்ல, சிங்கத்துக்குமே ஆபத்துதான் என்ற முடிவுக்கு அவர் வருகிறார்.

அடுத்த சில மாதங்களில் தலைமையின் நெருக்கடி தாங்காமல் காங்கிரஸ் கட்சியை விட்டு வெளியேறுகிறார் வி.பி.சிங். தலைமை நெருக்கடி என்பது வேறு எதுவுமல்ல. ராஜீவ்வின் நெருக்கடியேதான். ஆனாலும் புலி ஒதுங்கவில்லை. ராஜீவ்காந்திக்கு எதிரான ஒற்றைக் கொள்கையை மாநிலக் கட்சிகளிடம் பிரபலமாக்கி ஆட்சி மாற்றத்தை கொண்டு வந்து திருப்பி அடித்தார் வி.பி.சிங்.

1989ல் வி.பி.சிங் அமைத்தது ஒரு வித்தியாசமான அமைச்சரவை. 1977ல் ஜனதா கட்சி அமைத்ததை விட வித்தியாசமான அமைச்சரவை! அதாவது இதில் பாரதிய ஜனதா கட்சியுடன் சேர்த்து கம்யூனிஸ்ட் கட்சிகளும் கூட்டணியில் இருந்தார்கள்.

ஒரு கட்டத்தில் பாரதிய ஜனதா கட்சியின் கை அதிகமாக ஓங்கியது. அத்வானி, ‘ராம் மந்திர் ஜல்தி ஹே’ என்று ரதயாத்திரை கிளம்பினார்.

மதச்சார்பின்மையில் நம்பிக்கை கொண்ட வி.பி.சிங்கை அத்வானி யின் செய்கை நிறையவே சீண்டியது. அவர், ‘ஆட்சியே போனாலும் சரி அத்வானியை கைது செய்’ என்று லாலுவுக்கு தகவல் அனுப்பினார்.

சில நாட்களில் பீகாரில் அத்வானி, கைது என்று செய்தி வெளியானது. அதைத் தாங்கிப் பறந்த காகிதங்களின் ஈரம் காய்வதற்குள், ‘வி.பி.சிங் ஆட்சி கலைந்தது’ என்ற செய்தியும் உடன் வந்து இணைந்தது.